ituĩka

LITERARY PLATFORM

2

*Evening Pass-Time and
Other Stories*

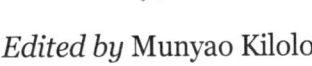

Edited by Munyao Kilolo

~

Ituĩka Literary Platform
Nairobi, Kenya.
Email: info@Ituĩka.org
https://www.Ituĩka.org/

Paperback - ISBN: 979-8-9911437-3-8
Hard Cover - ISBN: 979-8-9911437-4-5
Electronic Format ISBN: 979-8-9911437-5-2

Any references to historical events, real people, or real places are used fictitiously. Names, characters, and places are products of the individual author's imagination.

We are grateful for the permission to reprint the following works:

- "Mama Mkwe," by Rayya Timmamy, published in Kopo la Mwisho na Hadithi Nyingine, by EAEP

Book design by Manasij Dutta.
First published 2024

This book is a collaborative project between Ituĩka Literary Platform as conceptualized by Munyao Kilolo and the ERC-funded five-year Project 'Literary Activism in Sub-Saharan Africa: Commons, Publics, and Networks of Practice,' (Starting Grant 851955) which is led by Prof Krishnan as the Principal Investigator, and Dr. Kiguru as the Research Associate in charge of the Eastern African region.

Contents

Preface   *1*

[EKEGUSII] ***Obonyinyieri bw'kogania Ebinge***
– omoriki Georginah Nyatichi Makini   *5*

[KISWAHILI] ***Mchambia mgomba***
- Georginah Nyatichi Makini   *12*

[ENGLISH] ***The Abundance of this World***
- Georginah Nyatichi Makini   *21*

[MAA] ***Enkima E Lap***
- Kapante Ole Reyia   *29*

[KISWAHILI] ***Miale ya Kisasi***
- Kapante Ole Reyia   *36*

[ENGLISH] ***Flames Of Vengeance*** - Kapante Ole Reyia   *43*

[GIKUYU] ***Nyihia Hwaĩ*** - Peter Mburu Kuria   *50*

[KISWAHILI] ***Kupitisha Wakati Jioni***
by Peter Mburu Kuria - translated by Paul Nganga   *55*

[ENGLISH] ***Evening Pass-Time***
- translated by Peter Mburu Kuria   *60*

[KIMERU] ***Rugono rwa Njaa ya Mubea***
- Naomi Ndumba Kimonye   *65*

[KISWAHILI] **Nasaba ya Mubea** - Naomi Ndumba Kimonye   *91*

[ENGLISH] **The Mubeas' Family**
- Naomi Ndumba Kimonye   *97*

[EKEGUSII] **Enka ya Mobeya** - Naomi Ndumba Kimonye –
translated by Isaac Nyabisa Oteyo   *102*

[EKEGUSII] **Tinkoirana Naende** - Kefah Onchaga   *115*

[KISWAHILI] **Sirudi Tena** - Kepha Onchaga   *125*

[ENGLISH] **No Going Back!** - Kepha Onchaga   *134*

[LUBUKUSU] **Endubi Ye Bulala** – D. Simiyu Wanyonyi   *142*

[KISWAHILI] **Kapu La Umoja** - D. Simiyu Wanyonyi   *153*

[ENGLISH] **The Basket of Unity** - D. Simiyu Wanyonyi   *165*

[KIEMBU] **Nyaciarawe** - by Rayya Timammy –
translated by Doreen karimi Nyaga   *177*

[KISWAHILI] **Mama Mkwe** - Rayya Timammy   *186*

[ENGLISH] **Mother-in-Law** - by Rayya Timammy –
translated by Doreen karimi Nyaga   *196*

[KIDURUMA] **Dzina Ra Ngano Fuhi: Ni_Pesa**
- Matano Nyundo   *205*

[KISWAHILI] **Ni_Pesa** - Matano Nyundo   *225*

[ENGLISH] **It's All About Money** - Matano Nyundo   *245*

Postscript: Creative writing and
translation as literary activism in Kenya   *260*

Acknowledgments   *263*

Contributors   *265*

Preface

Multilingualism is a fact of daily life for most Kenyans. Whether in the home, school, or the street, Kenyans live, work and speak across various languages. For a majority, this linguistic facility and experience is usually their first introduction to language, which in most cases may be reflected through their mother tongue used in conjunction with Kiswahili and English, the official and national languages in Kenya. In urban areas such as Nairobi, speaking in Sheng, the most rapidly growing urban language, and or the casual mixture of the various languages of the nation has become as normal as breathing. Many do it without assigning any conscious significance beyond the fact that this is the makeup of their orality. It is the way they experience their linguistic landscape. There is a constant movement between the languages, a switch that occurs to suit every purpose in navigating daily, ordinary life. And beyond the three or four languages that are natural to a larger percentage of Kenyans, the interactions between various language communities make it easy for Kenyans to learn each other's languages and enlarge their multilingual facility. It is not uncommon to see that some Kenyans have a perfect oral knowledge of other Kenyan African languages they have picked up from the communities where they have lived and worked, even if those languages are not their mother tongues. This is fairly common among linguistically intelligible languages such as Kiikamba, Gikuyu, Embu, Meru, and so on.

While multilingualism in Kenya continues to flourish orally, Kiswahili and English remain the languages of writing and translation. Many Kenyans who speak their mother tongues almost with near-perfect facility may never have encountered a textual representation in those languages save for the Bible, which has been translated into most Kenyan languages and made widely available. For these Kenyans, this oral facility and knowledge of their mother tongues cannot be translated into written forms, and their attempts to do so often prove very difficult. It is not uncommon to hear a Kenyan say that reading in their mother tongue, a language they speak fluently, is a very difficult task. It should be normal for a person to begin knowing the world on the basis of their own culture and language. However, for Kenyans, learning about the world and exploring knowledge is emphasized in Kiswahili and English right from the start of their education. And therefore, the facility of their mother tongues to create and advance written knowledge is clipped.

Both volumes one and two of the Ituika multilingual anthology, that of Stories in Kenyan Languages bear witness to the possibility of Kenyans embracing the true essence of their multilingual nature beyond these binaries. Beyond orality in mother tongues and written literacy in the national languages. And demonstrating, through a very collaborative process of producing a multilingual anthology that we can write in our mother tongues and bring our stories in conversation and available to the world languages through translation. To write and publish only in Kiswahili and English for a Kenyan audience limits the experience of Kenyan readership because the Kenyan experience with language is not limited to these two languages. And yet, to create bridges and allow others to access our stories, we cannot ignore these languages of wider communication and the invaluable place of translation.

The two volumes contain stories in 14 different Kenyan languages - Dholuo, Kiswahili, Somali, Kiikamba, Sheng, Luloogoli, Ekegusii, Gikuyu, Maa, Kimeru, Lubukusu, Kiembu, Kiduruma, and English. Our call is not for readers to learn and read in each of these Kenyan languages. It is for them to bear witness to the musicality of languages in their plurality. To see, in textual form, the writing of stories beyond their mother tongues and access these in the languages they share with their Kenyan neighbors. Reading a work in one's mother tongue and simultaneously accessing the same in two or more other languages is a great pleasure. And it is a pleasure, too, to witness the writing in other languages and embrace solidarity with those efforts by reading in languages common to us all through translation. It is a welcome call for all who read these volumes also to attempt to read those languages contained here that are mutually intelligible with their own.

A majority of these stories started their journeys in their Kenyan languages and were translated into Kiswahili and English. A few started their journeys in English, and some in Kiswahili, which were then translated into other Kenyan languages. The most important aim and commitment to us and to the spirit of this project is to enrich Kenyan mother tongues, which have for a long time been inadequately represented in writing and publishing. However, for Kenyans to enjoy each other's stories written in their mother tongues, translation is needed into languages of wider communication. Kiswahili and English become an unnecessary evil in creating the bridges we need as we work towards future cross-pollination of Kenyan languages without needing English as a bridge.

We believe these two inaugural Ituika Literary Platform volumes will ease some of the anxieties associated with the textual circulation in Kenyan African languages. The fact is that the many languages of Kenya do not need to be associated with problems in communication, political stability, or complexities in education. The Ituika Anthology demonstrates the capacity for these languages to exist together in conversation without blocking each other's light or their individual ability to exist. This is what is natural for this great country. May the Kenyans and those beyond our national and linguistic borders who read these volumes bear witness to the ease with which we can deconstruct the argument that multilingualism and multilingual publications are too demanding for human and material resources. We can, if we believe, collaborate, and create, make possible what has been perpetuated as impossible in our postcolonial conditions. May the dream for the flourishing of African languages continue in its multiplicities.

Happy reading.

Munyao Kilolo
Editor-in-Chief

Obonyinyieri bw'kogania Ebinge

– omoriki Georginah Nyatichi Makini

Amoorokereria konye achakire kobwata inse. Abaorokereriwa nigo bayagokerete mono. Nigo bamwanchete omworokereria obo nonya orenge omotindi mono ase bare. Tatagete omachieso ase emeremo. Nigo amanyete buna oyogokora buya sobo nere okonyora eng'eria. Rituko eri ri'agatano ngosoma bare amariko banchete mono na koegokeria. Nyuma batarachaka gosoma omworoki nigo abaete abaorokereriwa amabori ayio arenge kobabeka ang'e ase ogosoma okonyene. Omworokia Omete konye nario achakire kobaorokereria aborokiwa baye abwo anchete mono. Gakona kobabori amabori na barabwo bakoiraneria, omwarimu Omete ase obwango bwaye akamorora Makori kabwatete orosea rware.

"Aye Makori, ninki gekogera ebirengererio biao bitari ase amorokererio arero?" Omworokia Omete akamoboria.

"Nigo okororekana oyobwate ebirengererio." Omworokia Omete akamenta.

"Ase amariga akobarabara amaiso aye akamotebi, Omworokia nigo nainyoire tata ominto."

Makori akamoiraneria omworokia oye.

Ase obwanchani obonene Omworokia Omete akabatigera aborokiwa bari bande emeremo yo'ogokora erinde erio agasoka isiko amo na Makori. Ase obwango mono Omworokia Omete

~

akamoboria Omworokiwa Makori asiboke erinde asange amo nere ebirengererio biaye.

Ake ake ase amariga amanene Omworokiwa oria agachaka goteba obobisi bwarenge ase ebirengererio biaye. Makori agachaka komwerera Omworokia Omete ayare amochandete mono ase omoyo oye.

"Omworokia, tata ominto nigo amanyekanete ase egeka ki'are na ang'e. Ere nigo arenge omoonchoreria bw'amaguta echigari. Chigari chinene ne'chinke. Enchera yaye ekaba ey'ebisio ebinene. Ase egeka egeke, akagora chigari chiare gotareria abaonchoreri bamwabo amaguta echigari. Oboonchoreri bwaye bogakina mono. Akamanyekana ase abanto abake na abanene.

Bwango mono tata ominto akabarwa ase abanto babwate ebinto ebinge ase ekenyoro giato. Akaba kabwate omoyo omorabu ase baria baregocha ase are na amaganio ao ao. Akarambora okoboko kwaye ase abake na abanene. Akarora eye nero enchera arakeani endamwamu ya mwanyabanto gocha asare. Akababwata okoboko bonsi baria bamoganeti.

Emarogoba eyemo tata ominto Omworokia, agatotebi gatoisarasente nyomba minto buna enka naganeti gotumia chibesa anyorire korwa ase oboonchoreri bwaye erinde ararerie obwamereri bwaye bwe chikura. Ase obwango mono agatotebi ochorire korigia oborai bw'ensemo enke ye Ekaunti yaito. Kagototebi aya, ere tatagete onde goonchora ebirengererio biaye. Nigo arenge keria atabire nakio ekio.

Ekero mama Ominto achi koigwa amang'ana aya akagechiwa mono. Akamokani ekiagera ere konye ororire buna abanto abange bagosari enibo yabo barosirie ase ogosamba ebiara biabo. Momura obwabo mama konye oyesiakeiri enibo yaye ase okararia obochori bwaye korende akabugwa. Akamokani mono ekiagera ere nigo arenge no'obwoba obonene.

Omworokia Omete, tata ominto nigo asigete na kwegena ebirengererio biaye. Nigo amanyete obomanyi bwensi nyasae nigo amoete omosacha. Are nigo amanyete omokungu takomotebi kende. Omokungu nigo arenge inse yaye. Nonya nase obotongi bw'nyasae ere nigo atongetwe nyuma yo' omosacha. Ase igo tachi kobisika na kobikorera emeremo ebirengererio bwa mama ominto. Akabichaya mono ing'a tibisaini kende. Enchera eye obwaamate bwabo bokaba obobe ase enka. Obwanchani bwabo bogakea. Tata akaba tari komobori mama kende na mama nere akamoa amaiso. Bakamenya buna ching'iti ibere chiorosana.

Amatuko ataraba mange tokanyora chinchera chionsi chikorigereria seito. Abasacha na abakungu, abanene na'abasae bakaba bagocha seito ase eng'encho yo'okomorigia tata ominto. Tata akarigigwa buna chibesa. Ase obotuko nase omobaso bakamotunyana tata. Ko'bwaki mambia goika riagoroba abanto abange bakaba bagoichora seito. Chindagera chinyinge chikaroisigwa; amasosa, chinsaga, amanagu na abokima bokarugwa na abarugi ao ao. Obokima bwe chibando n'obwobori bokarugwa. Abaamate ba'nge na aare bakaria bakaigota. Chibesa chikarugwa erinde rituko ri'chikura bamochore tata buna omorai bw' Kaunti enke. Emechere, esukari, amachani bikarwegwa buna enchera ye'riaki erinde bamochore tata.

Chirobi chionsi abwate chigakea ekiagera abanto barenge abange. Akarora abwatoke ebinto biaye ase robi chinde chionsi. Akaoni chinyomba chiaye konye aagachire ase ogwechanda okonene. Akaoni chigari chiarenge komotareri amaguta ye'chigari. Nonya na amaguta aye arenge komoretera chibesa onsi agatugutera ase okonyora chirobi chiokorareri chikura chiaye.

Ase obwegenwa bwabo rituko riria ekero riaka ase obomo bwabo bakaboka mambia mambia erio komochora tata ominto. Ekero chikura chiachi kobarwa akaba nere omobui bw'ekaunti enke. Abiririato ne ebichuri bikabucha ase eng'echo yo'okogokera obobui obonene. Risango rinene naende rikairana minto ase ng'encho yo'okoria na konywa ekiagera yo'obobui obonene. Ekero obochori baera twensi tokagoka ekiagera ntoche tonyore ribaga amo tata ominto.

Ekeo aegwa enyimbo yo'oborai ase ekenyoro giaito, twensi ase obwaamo togachengera obobui bwaye. Nonya bwarenge obw'okorianani amaino, twensi buna enka tokagoka mono. Tokarora amaya kagocha ase enka yaito nonya tata oyebagete enibo yaye ase okobagokia baria barenge koraria chikura chiaye.

Gwaake gwaake tokabekwa chisukuru chinene. Obogima bwaito bogaonchoreria ase obuya. Chirobia chiria chiasirete ase okoraria obochori chikairana naende. Eamate yaito egatwara ogoisaneka. Omworokia, buna enkoro ya'mwanyabanto ekweba tata ominto akeeba. Tachieti koirani ebinto biria asireti. Tainyoreti nyomba chiaye nonya nechigari chiria chiaye chiamaguta. Akaba gakwegokia amo na abasani baye isiko aaria. Amatuko amange akaba gakorara isiko. Mama agatoika ange naitwe nagotoremia akero twamoganetie.

Ase obwango mono akaba omonyaka omobe. Agakora ebinto chisese chiangete. Orogendo ruaye na ebikorwa biaye bikareta obonyinyieri ase enka yaito nase Ekaunti enke yaito. Bari bamochorete bakarora obosoku. Bageitia naseki bare komochorera omonto omonyaka. Akaba oyoogosari ribaga arenge koba ekeorokererio ekiya ase abana abasae. Okogani okonene gokamosoa akaba buna enyang'au mansamu eganeti bionsi.

Aaa naria agachaka kobang'aina abana abaiseke be'esukuru na kobatiringa bobe ase enchera yo'obonyaka ekiagera ere na'bwate chibesa. Abana abaiseke na barabwo bakamwancha na komotunyana eseng'echo ye'chirobi abwate. Ekeene chirobi neritina ria amabe. Abana baisane korokwa abaye akabatiringa kerange!

Ani getutu nkere maisho, ababisa baye bakaba bakomobwati boigo gotaka komanya ekere agokora. Abange bari bamorwete gochia ase ababisa baye mbari bare koria na konywa nere. Obwanchani mbwa maiso mioyo etamanyaini, amaene obobisa bwabo bokeoroki maiso marore. Rituko erimo ekero chisukuru chikoigorwa akabwatwa no'mnwana bwesukuru ase chinyomba chi'obosaria. Egakurerana chinsemo chionsi. Abanto bagacha bagaichora bare no'oboraro obonge. Bakaba ang'e komosamba ne'endamwamu enene. Korende eserikari egakonya obogima bwaye.

Ase ekegambero akanacherwa emiaka ikomi gose arwe amagana emerongo atano erinde anyore obosibore bwaye. Ekiagera narenge ne'chibesa na'abasani bakanyora chibesa echio na'komoigorera. Ase eng'echo yo obonyaka bwaye abwo abwo akanyora rirube ri'okomoteneni emeremo ekiagera taisaine koba omorai. Ching'endo chiaye tichiasaine koba achi'omorai. Tata ominto tegeneti aya ekiagera konya taramena bwansu bw'okoba

omorai. Obogima bwaye bokaba buna na'amabere aitekire atan-
yare kobucha. Ageitia na gosokerera aseng'encho yo'ogotai-
saneka kwaye.

Ekero airana inka akaba omoraa omwomo otabwati omwabo.
Abasani bari bare kori na konywa nere bagatwara chimbaba na
koiruruka. Ebirengererio bikamochanda. Obotuko bokaba omo-
gaso. Eriomana rikabucha ase enka yaito. Okogania kwaye gok-
aba okonene gotabwati chibesa. Enka yaito tokaboru endagera.
Obotaka bogatosoa. Esukuru yaito ekaba akong'u ekiagera robi
tichiarengeo. Mama ominto agatwara esegi enkon'gu erio korora
twasomire. Ase okonyara kwaye agatobeka esukuru aranyare
goakana. Omworokia Omete, naki kegerete ngosoma esukuru
eye.

Mama ominto akagenda echiro ase oboonchoreria. Akaba
gakooni erio aikeranie okogania gwaito. Tata ase egeka ekenene
akaba karengereretia ninki arakore erio anyore enibo. Oboon-
choreri bwaye bono bwagure. Chinyomba chiaye chi'oboochore-
ria nigo aonetie. Enibo yaye nigo asiakeretie. Tata akaba buna
omwana oria omosiru bwe'ebuku otabwati bosio na magega.

Ase okorengereria ogotambe agaikera agende ase amanani
anache emete gagosamba amakara ne'eyende gakorosi chibao
achi'arabe gakooneria abaagachi be'echinyomba. Ere akaimoka
na gochaka orogendo gochi aaria amanani ime. Aria amanani ime
akaumerana na'bamura bamwabo batari boba ase rinani nase
richiko riesirikari. Ese yaito konya yabekire richiko ri'okorenda
amanani abo eri ense enyore embura ne'embeo engiya. Kobono
mwanyabanto bande na'abogosaria. Ekero abarai bakorenda na
koegerera amanani, barabwo na'abogosaria na gotiringere inse.

Oboonchoreria obo bogachaka buya nonya bwabwate
emechando emenge ase ebara. Abarendi amanani bakaba bako-
gani chibesa erinde oboonchoreria bogendere. Tata akaba gako-
baa riaki erinde erio aete ase ebara. Rimo, kabere gatato akaba
gakogenderera bunya nere akarema ng'a obiokire.

Gi'akoboko ki'monu aare rituko eri konya ososirie chibao egari
eichire na'amakara boigo konye osambire chiguni chinyinge ase
obotuko obogima. Ekero okomorigereria amaiso aye nigo abari-
rete buna chiyarare, chianga chiaye chire chi mwamu ti buna

amakara. Atarachi gosoka akanyora egekosi ekegeni gekomob-
wati goika ari rinani ime. Ekero abarora enda yaye ekang'anya.
Igo akamanya mangana tari maya. Buna enaro yaye yare agachi
kobaa chibesa bakanga pi! Tobamanyeti nere tibamomanyeti
bakamobeka biara igo na'komoika ase ekegambero.

Omworokia Omete, bari batebete enyongo ngesieri egoate-
kera mbaroche. Tata ominto konye onyorire enchera kobono
tiyarenge chera ngiya yo okonyora. Ase ekegambero agasiria
enibo yaye naende akaegwa emiaka emerongo ebere etabwati
chibesa chi'efaini. Ekero twatebigwa in'ga tata obwatirwe toka-
genda na mama ominto na momura ominto. Togochia komorora
tata amariga agaiteka mono. Tokainyora enchera twamokaneti
gosoa ase ekeminano gia siasa korende tatoigwa. Tokainyora
mama obinto okomokania ng'a siasa nigo ebwate obonyinyieri,
korende akamochaya ng'a ere no'omokungu. Omokungu onga
mwana! Agachaya ebirengererio biaye.

Ekero tata achi gotorora akeumia mono. Agasaba ribaga
akwane naitwe korende abarendi bari bakamosuguma mono
ekiagera ere arenge ribusi. Obosibore bwaye bogaika omoerio.
Obwanchani no'omogoko orenge ase enka yaito ogaika omoeri.
Tokarera na kweumia mono ase tata gototategerera na kogania
ebinge bw'ense eye ebio bibwate obonyinyieri.

Mama agatobwata akoboko na gototebi toremereri. Togas-
oka isiko ye'ekegambero. Tokagani torore asabani bari baye bare
komobwati mono ekero abwate chibesa korende onde tarengeo
nonya no'oyomo. Tokainyora iga; bwanchani mbw'amaiso mioyo
etamanyaini. Bionsi biri akorete bikaba bosa ase obosio bwense.

Tokairana inka totari na'kende. Tokamotiga tata ominto ase
egesibo. Ring'ana eri rigatobera rikong'u. Ekero twaika inka
togasoa ase enyomba yaito yokorara tokarera mono. Tokarora
buna obogima bwaito bwachenchiri. Tokarora buna totaikere
koba keri twaganeti koba ase obogima. Togechanda mono goika
chitoro chigatoira.

Ekero riagorobire, momura ominto agantura naende agan-
tebi titokogenderera korera iga. Tata osibirwe naboigo tagoch-
icha goika akoore agesibo kiaye. Nitwe toraonchoreri obogima
bwaito erinde kagocha anyore twaonchoreirie omochie oito.

~

Omoki oito ase esukuru na kobaigwera abanene baito ekio nakio keratokonye. Ase igo twetinyie amariga togende tomoremie mama ominto.

Ase amang'ana ayio tokaimoka na kogenda goika echikoni ase twamonyorete mama ominto orugire obokima ne'chinsaga. Agatotebi twesabe amaboke erinde toragere. Ng'ora ng'ora tokaragera onde atarigokwanera onde. Ekero twaba ang'e gokora, mama agasuki ekerogo kiaye ang'e nase tore. Agatotebi iga, "Tata omino nigoaya onsi omomyorire ase eng'encho atari gotegerera onde. Onye ndiri aigwete obosemi bwane namoete konanga bono aya tare gocha gotonyora. Boigo tata omino nigo aganeti ebinge. Ase obogima obo isaneka na keri kwanyorire. Kabe omotoereru naende bwati amachiko ye'nse. Amatuko yo'moibi ne'emerongo ene. Naro aya bono abwatete tata omino. Twatigaire buna chintakana korende kinde moyo nabo mogosoma. Nigo indababeke esukuru ndanyare goakana nainwe mwerue ase amasomo aino na boigo mobe abana bo'omogaso. Tobwaterane erinde erio monyore amaya ye'ense eye. Nyasae tagototiga totware ogosemeria asare." Omwarimu ekero mama akora gotoremia agasaba na gototiga togende korara.

Obotuko bokaba obotambe obore no'obwoba obonge. Korende kobogokia mambia tokebeka ang'e kogenda esukuru. Bono ekero gwachaka egebindi gi'okoeresa igoro ye'chichera chiogosari amanai aito nigo nenyora inkomoinyora tata ominto.

Omworokia Omete agachaka, "Mbuya mono Makori ase ayare gwantebirie. Obogima nabo bore igo. Engaki yo'omogoko ne'engaki yebirero. Ase onsi esemi koremereria. Buna mama omino abatebetie naiche nabo igo inkogotebia. Okore omokia omonene ase amasomo ao. Obwatie amachiko ye'sukuru na ye'ense. Toba o'mwango ekiagera binto mbia ng'ora sagasaga bikwanga. Obwate obosemia boragokonye. Togania ebinge bw'ense eye. Nigo birakoretere obonyinyieri otagani korora. Ebwate buya erinde oche gokonya enka yaino."

Ekero akora akang'a okoboko na gontebi ing'irane ekerasi ime ase aborokigwa bande. Boigo akang'inyoria eng'encho yo ogokora emereme no'omokia omonene naboigo goisaneka na keria egeke obwate.

Mchambia mgomba

- Georginah Nyatichi Makini

Somo lilikuwa limeshika kasi darasani. Wanafunzi wote wali-
kuwa wanalichangamkia. Walimpenda mwalimu wao wa Kiswa-
hili licha ya kuwa mkali kwao. Hakutaka mchezo kwa kazi. Ali-
amini kuwa mcheza kwao hutuzwa. Bila kukata tamaa alisubiri
kutuzwa na watu wa ukoo wake kwa kazi nzuri. Siku hii ya Iju-
maa walikuwa wanasoma kifungu cha habari walichokipenda na
kukienzi. Kabla ya kusoma mwalimu alitoa maswali yaliyowaan-
daa wanafunzi kwa usomaji wenyewe.

"Wanafunzi, ni vipi binadamu anakuza na kuendeleza mazin-
gira yake?" Mwalimu aliwauliza.

"Kwa kupanda miti." Mmoja wa wanafunzi alidakia.

"Kwa kutochoma makaa msituni." Mwingine aliendelea.

Wote walifurahia kujibu kwa kuinua mikono yao juu. Wengi
wakavuta nadhari zao hadi siku ile mwalimu wao aliwapa
miche mbalimbali ya kupanda kwenye ua wa shule yao. Siku
ile ilikuwa ni siku ya pekee kwao. Walikuwa wachanga kutoka
shule ya msingi. Hawakuwa wameshuhudia tukio hili maishani
mwao. Lilikuwa geni lakini walilikumbatia kwa dhati. Mwalimu
wao aliwafunza namna ya kupanda na kuitunza miche. Wali-
porudi nyumbani jioni ile kila mmoja alipewa miche ya kupanda
nyumbani kwao. Mwalimu akaagiza namna wangeshirikiana ili
kuboresha mazingira yao.

Mwalimu Omete alielewa fika kwamba hawa walikuwa ni mabalozi wake. Mabalozi wa kila hali na wa kila njia. Kwa weledi wao aliamini uwezo wao. Uwezo wa kuleta mabadiliko katika kijiji chao. Kila wakati aliwakumbusha kauli mbiu yao "Kata mmoja panda miwili."

Kwa ule upendo wa wanafunzi kwa mwalimu wao walimpa lakabu "Kauli mbiu." Mwalimu Omete hakukerwa nayo bali pia aliishabikia kwa sababu alijua itawasaidia kuyalinda mazingira yao kila kuchao.

Kama jicho la kipanga darasani, mwalimu Omete aliweza kubaini kwamba Makori hakuwa darasani. Alionekana akitamba mbali na fikira zake. Macho kayatunga nje ya dirisha. Mkono mmoja akashika tama. Kinywa chake ki wazi kama anayesubiri habari muhimu juu ya maisha yake. Uso wake ulisawijika na kuonekana ukiwa na wasiwasi mwingi.

"Makori, kuna nini?" Mwalimu alimuuliza mwanafunzi wake.

"Ha...ku...na mwa...limu." Akiwa anawaangalia wanafunzi wenzake kwa jakamoyo akamjibu mwalimu. Akayatupa macho darasani kama yule anataka kutimua mbio.

"Haupo darasani. Ni nini inakusumbua?" Mwalimu alimsongea akitaka kujua zaidi.

"Ni sawa mwalimu ila... ila... nimemkumbuka babangu," Mwalimu alipoendelea kumdadisi zaidi mifereji ya machozi ilivunja kingo zake. Yakawa yanamtiririka njia mbilimbili. Akaanza kuhema kwa kasi kama mwanariadha wa masafa marefu.

Wanafunzi darasani wakashindwa namna ya kumtuliza. Mwalimu wao mpendwa akamshika mkono.

"Njoo, njoo unieleze hapa nje." Mwalimu Omete na Makori wakaandamana moja kwa moja kwenda nje. Kipindi kikafika mwisho. Mwalimu akaenda chemba. Ndipo aligundua kwamba moyo wa binadamu ni hazina ya mengi. Ni akiba ya mengi mazuri na mabaya.

Makori hakuchukua muda. Alianza kumpasulia mbarika mwalimu wake. Makori hakuwa mwanafunzi wao kutoka kidato cha kwanza. Walimpokea kutoka shule nyingine. Huu ulikuwa mwaka wake wa pili katika shule hii mpya. Kwa hivyo, walimu hawakujua asili yake.

Dukuduku la mwanafunzi huyu lilimwacha mwalimu kinywa wazi. Japo lilimpiga mshipa hakutaka kuonekana mnyonge wa hisia mbele ya mwanafunzi wake. Alizificha hisia zake kama kawaida yake.

Makori alianza, "Mwalimu, babangu alikuwa ni mtu tajika. Alikuwa mfanyibiashara hodari. Alisafirisha mafuta ya magari kutoka sehemu moja ya nchi hadi nyingine... Hakika alikuwa na nyota ya jaha. Alichoshika kilimshika na kutabasamu naye. Akawa na vitu; si magari si majumba vyote vikawa ni himaya yake.

Waja wengi wakampenda na kwenda kwake kwa usaidizi naye hakusita akawa wa mkono wazi. Kila wakati alielewa maana ya methali asiye mali hasidi wa mwenye mali. Alifungua mikono kuwauni waliomfika karibu kwa lengo la kupunguza joto kati ya maskini na tajiri.

Baada ya jitihada za ukucha na ujino, baba alihesabiwa miongoni mwa wenye mali katika kijiji chetu. Wengi wakaanza kumuita 'mheshimiwa', 'mkubwa' na yote haya yalimfurahisha na kumsisimua mno. Marafiki wa ndani na nje wakamshauri ajimwaye kwenye uwanja wa siasa. Uwanja uliokuwa na wadau wake. Waliojua kuogelea kwenye maji na kwa nchi kavu. Walimu wake wakampa hekima na maarifa ya kuogelea pia. Baba naye akashawishika kwa msimamo wa marafikize. Kwa sababu ya viwango vyake vya elimu aliazimia kuwania cheo cha kuwakilisha wanakata wake.

"Pesa huvunja nguvu na milima ikalala. Nitatumia pesa hizi nimechuma kwa maisha yangu yote ili kutafuta cheo hiki. Yeyote asinipinge, nimeamua." Babangu akasema jioni moja alipotuita mezani kutueleza azma yake.

"Bwanangu, siasa ni mchezo wa kamari. Siasa ni pata potea. Unaweza kutumia hela zako zote na usifanikiwe." Mama alimrai lakini hakusikia.

"Mwanamke we! Koma na ukome kabisa jinsi ulivyokoma titi la mamako. Heshimu uamuzi wangu mimi ni mwanamume." Baba alitoa kauli kwa ukali na mama akanywea.

~

14

Hali ikabadilika kwetu mwalimu. Mikutano ikaanza kuwe-kwa. Vijana kwa wazee wakajaa kwetu kama nzige. Asubuhi na mapema wakawa wanamiminika kumtafuta babangu. Aliowa-teua wamsaidie kwa kazi hii wakaweka makazi kwetu. Nyumba ya watu watano ikafurika na umati wa watu. Kama familia tuka-kosa uhuru na nafasi yetu.

"Naam! Ninakuelewa. Endelea." Mwalimu alimshajiisha kuendelea na simulizi lake.

Nikwambie mwalimu babangu ni simba. Hasemezwi na habadilishi msimamo wake. Sisi na mama tukanyamaza ili kisaaza hiki kifike mwisho. Baada ya miezi sita ya kampeni moto moto uchaguzi wenyewe ulifika na hakika pesa zilivunja nguvu. Asilimia themanini ilimpigia baada ya kunyakua mali yake yote aliyokuwa amechuma kwa miaka mingi.

Kampeni zilimeza vituo vyake vitatu vya mafuta, magari yake matatu ya kusafirisha mafuta na mengine mengi sitaweza kuyataja yote. Bila kusahau kwamba alichukua mkopo wa mil-ioni mbili ili kufidia mahitaji ya kampeni. Waliompigia kura walihongwa kwa njia mbalimbali si pesa si kanga si chakula si pombe. Vyote vilitumiwa mradi baba apigiwe kura. Hakika kwa uaminifu wao walimpigia.

Wakati anaingia ofisini sisi tulikuwa maskini wa kupigiwa mfano. Tulilala matajiri tukaamka maskini. Tukawa hatuna asili wala fasili. Maisha yakawa si yetu tena. Kinyume cha matarajio kikadhihirika pale kwetu. Hakika midundo ya ngoma ikabadi-lika, wachezaji nao huchezea vingine. Ngoma yetu ilibadilika, ilit-ulazimu tubadilishe mbinu za uchezaji.

Waliokuwa marafiki wa karibu wakaota mbawa. Hatukuona tena ule umati kwa lango letu. Ukawa ni ule mchezo wa ukikosa la mama hata la mbwa huamwa. Tukala na kunywa tusivyoyo-zoea. Tulipomuuliza baba juu ya marafikize yeye kila mara hutu-jibu, "Huwapatapi wendani mtu akiwa fukara?"

Mwalimu Omete, mama ni mama ajapokuwa rukwama. Ali-simama nasi. Alitupa moyo tulipofikia hatua ya kukata tamaa maishani. Alitapatapa kuhakikisha tumekula na tumeenda shule. Sisi tulisomea shule za hadhi lakini baba alipokitia kitum-bua chake mchanga tulijipata hapa kwenu.

~

15

"Sasa ninaelewa Makori kilichokufikisha pale kwetu." Mwalimu alimweleza huku akitikisa kichwa.

Binadamu ni wa kusahau. Kwa haraka baba alisahau masaibu yake. Alianza kuvuka bahari kwa kuogelea. Bahari iliyojaa uchafu wa kila aina. Mchafukoge wake ukammeza baba. Akaanza kuwarambisha wasichana wadogo mapenzi waliokuwa na mate ya fisi. Hawakumpenda yeye ila walivipenda vipeni vyake.

Sisi na mama yetu tukawa kaburi la kusahau. Hakutukumbuka hata kidogo. Kwa kudura za mwenyezi Mungu tuliendelea salama. Kwa viganja vyake mama tulisalia salama salimini. Mama akawa anaamini nguvu ya sala. Kila wakati alitukumbusha jinsi Mungu si athumani. Tulimtegemea kwa kila hali na hakika alituvusha.

Baada ya kipindi kifupi siku zake arobaini ziliwadia. Nakumbuka vizuri ulikuwa ni msimu wa kurudi shuleni baada ya likizo ndefu ya msimu wa Korona. Wazazi wengi walijiandaa kuwarudisha wana wao shuleni. Kunao waliowasindikiza hadi kwa lango la shule. Ila kunao waliojitetea kwamba wana wao ni watu wazima basi wana uwezo wa kijipeleka wenyewe. Wazazi waliokosa kuchukua tahadhari walijipata kwa mitego kama hii na wana wao.

Mambo ni kangaja, huenda yakaja hakika baba alipatikana na msichana wa shule kwenye vyumba vya starehe. Hakika siasa ni mchezo mbaya na anayecheza na tope humrukia. Una adui wa sampuli zote. Kuna wa mchana na wa usiku. Aliyekuwa akimvizia hatumjui ni nani lakini chumba kilizingirwa na afisa wa usalama na babangu akaishia korokoroni kwa njia hiyo.

Marafiki tena kwa wakati huu wakazama. Sauti zao zikanywea. Hawakusikika hata kidogo. Hakika nilielewa maana ya msemo, mchuma janga hula na wa kwao. Sisi na mama ndio tuliotaabika zaidi alipokumbwa na msiba. Mama alihangaika. Vipindi vyake vya usiku vikageuka vikawa mchana. Ulimi wake ukashindwa kubaini ladha ya chakula. Alitafuta wadhamini lakini wapi? Waliokuja kusimama naye ni waumini wenzake. Wakawa kweli akufaaye kwa dhiki ndiye rafiki.

Walirudi kanisani wakachanga pesa kidogo zilizomwezesha mama yangu kumwekea baba dhamana. Akaachiliwa kwa muda

~

16

huku akihudhuria vikao akiwa nje ya korokoro. Katiba ya nchi ilikuwa wazi kama meno ya ngiri kwamba yeyote angepatikana na kosa kama hili angepigwa kalamu. Basi babangu akarudi nyumbani. Akarudi hohe hahe. Akarudi mikono tupu, hana mbele wala nyuma. Waliokuwa marafiki wa dhati wakaadimika kama wali wa daku.

Kama ng'ombe aliyevunjika guu malishoni baba akarudi nyumbani akiwa anachechemea. Macho yote kayatoa pima yakimtafuta mwenye zizi. Alipomfikia mama, hakukumbuka ukatili wake. Mama akayafunga funga majeraha yake na kumtia kitata. Akawa hatoki ndani. Aibu ikamvaa. Kwa msamaha ule unaozungumziwa kwenye vitabu vitakatifu, mama akamsamehe baba mara sabini na saba. Baba akawa wa matakwa ya chini. Sauti yake ikapoa moto. Vitisho vyake vikawa mbio za sakafuni.

Chombo chetu kilielea baharini japo na misukosuko mingi. Mama sasa akashika usukani akijaribu kulidhibiti dau letu. Hata ingawa halikwenda joshi uvumilivu ulitamalaki. Hatua kwa nyingine tukasonga. Waliotuhurumia walitusaidia huku waliotucheka wakichukua sehemu yao. Hili halikutuvunja moyo tulijua fika kuwa mema na mabaya ndio ulimwengu.

"Mwalimu, wewe umewahi kujua kuwa bahati mbaya ikimwandama kiumbe kumbanduka ni shida?" Makori wakati huu alimuuliza mwalimu wake huku akiwa anamtazama machoni.

"Naam naelewa! Makori, hiyo ni hali ya kila binadamu ulimwenguni." Mwalimu alimjibu akiwa na wasiwasi.

Basi huo ndio ulikuwa wimbo wa babangu. Msiba baada ya mwingine. Sijui nani alimwambia aanze biashara ya kuuza mbao. Alijitoma msituni na msumeno wa nguvu. Magwanda makuu kuu ya kazi na vijakazi wake wawili. Mikononi glavu chafu zilizoraturukararuka. Waliomkopa pesa za kuanzishia hatujui. Alipoenda alimjulisha mama kuwa alikuwa anataka kuzumbua riziki katika msitu uliokuwa jirani.

Kawaida maneno ya mama yalimkumbusha baba sheria ya kutunza msitu. Hali ya anga ilikuwa imebadilika. Misimu ilikuwa imechukua mikondo tofauti. Mito ilikuwa imeanza kukauka. Mvua ilipungua kwa kiasi kikubwa. Hali hii iliifanya serikali kuwa macho na kuwatafuta walioenda kinyume na sheria hii.

~

Wakati walijibidiisha kupanda na kupalilia wapo wale walio-
vunja na kuuharibu msitu. Kuna wale waliovipagasha viganja vya
maafisa wa polisi na kuwaacha kukata miti na kuchoma makaa.

Mama alipomuuliza baba juu ya hii sheria alisema kwamba
anajua kukwepa mitego ya hao askari dhalimu. Alimweleza
kwamba atakata kiu yao kwa vipeni vichache.

Mara mbili tata mbinu zake zilifua dafu. Akavuna matunda
japo sisi hatukuyaona. Wakati wake ulipofika alitiwa ndani tena.
Hakika kuku wa mkata hatagi, akitaga haangui, akiangua hutwa-
liwa na mwewe. Hakuchukua muda kabla ya kutiwa pingu. Mara
hii hakuogopa alikuwa amezoea kupambana na ulimwengu kwa
vyovyote vile.

Ulikuwa ni usiku wa manane baada ya kuchoma makaa gunia
mia moja na kutengeneza mbao lori nzima. Baba alikuwa mchafu
ajabu. Macho yake yalikuwa mekundu kama yaliyosiribwa pilip-
ili. Alikuwa ameviona vikielea machoni mwake lakini wapi? Ali-
kuwa amefungua kinywa kumeza jitihada zake lakini aliambulia
pa tupu. Wasemavyo bahati ni upepo, ni kweli. Hivyo ndivyo
bahati ya baba yangu ilivyopeperushiwa mbali. Ikamwaacha
baba akiwa amenyoosha mikono bila cha kutia mikononi.

Tulipojulishwa hatukuwa na la kusema. Mama alinyamanza
jii kama maji mtungini. Tuliona sura yake ikibadilika. Keshoye
alipoenda kumzuru aliambiwa makosa yake yamezidi sasa hata-
funguliwa kamwe hadi kesi yake iamuliwe. Baada ya wiki moja
mashtaka yalisomwa na babangu alihukumiwa miaka kumi kwa
kosa la kuyapoka mazingira ya wanyama wa pori.

Mama alitupeleka kuhudhuria maamuzi ya kesi. Macho na
masikio yetu hayakuamini tuliyoyasikia. Baba aliomba msamaha
lakini hawakumsikia kamwe. Yalikuwa ni mazoea ya wengi wa
kucheza na tope sasa lilikuwa funzo kuu. Tulimwona baba yetu
akisukumwa ndani na askarijela. Aliinua mkono juu ili kusema
nasi, hakupewa nafasi. Yeye alikuwa mhalifu. Machozi yaki-
tutiririka mama alitukumbatia na kutuambia turudi nyumbani.

Njiani mwalimu Omete, kimya kilijiri hadi nyumbani. Maisha
yetu sasa yalitawaliwa na upweke. Upweke usiomithilika. Mimi
na ndugu yangu tuliingia kitandani. Chumbani mwetu ndugu
yangu mdogo alivunja kimya kwa kuniambia,

~

"Ni kweli mpanda ngazi hushuka. Baba yetu alikuwa amepanda sasa ni zamu yake ya kushuka. Ndugu yangu lazima tumpe mama matumaini. Mradi mama yuko atatuvua lindi hili la umasikini kama tutakuwa waadilifu na kutia bidii masomoni. Hivi sasa baba yetu hatutamwona. Ni sisi tutaenda kumzuru lakini yeye hatarudi nyumbani mpaka amalize kifungo. Kilio hakitatufaa yashamwagika ni sisi tukubali. Twende tule." Ndugu yangu mdogo alimaliza kauli zake.

"Umegonga ndipo! Twende tumwone mama amepika nini." Nikamjibu kaka mdogo.

Ikawa ni sadfa kwamba tulipofika jikoni mama alikuwa tayari na chajio. Alikuwa amepakua tayari kutuita. Mezani mama alitushauri tusahau yaliyopita na tugange yajayo. Mama alikuwa ni manju hodari akachukua fursa hii kukariri beti mbili za Mwinyihatibu Mohamed katikati ya kilio.

Njia panda hupoteza, mwanzoni na mwishilizo,
Ikatia mtu giza, la kufahamu na mawazo,
Laiti mwaichunguza, mamboye ni mshangazo,
Dunia njia panda, hukanganya wasafiri.
Na sisi binadamu, sio mno mapatilizo,
Tumekuliwa na hamu, sahau na mapuuzo
Ile imwagayo damu, ndilo letu pendekezo,
Dunia njia panda, hukanganya wasafiri.

"Wanangu ninataka mfahamu hivi leo yaliyomwangusha baba yenu ni; tamaa na mapuuza. Kama mtakumbuka vyema nilijaribu kumwelekeza lakini akawa sikio la kufa. Mahali popote mtakapokuwa tathimini maamuzi yenu. Chukua ushauri wa mwenzako. Usimdharau kwamba yeye ni jinsia ya kike. Usijigambe kuwa umesimama utajipata umeteleza. Kwa sababu baba yenu amefungwa sharti tupige hatua maishani. Muwe waangalifu shuleni na mtie bidii masomoni. Yote yatakuwa shwari. Nina tumaini kwenu." Ushauri wa mama ulifika mwisho na akatusihi twende kulala.

Mwalimu, ulipoanza kile kipindi ulifungua ukurasa mpya maishani mwangu. Nilimkumbuka baba alivyochangia kubomoa aliyoyajenga na namna yalivyomwaathiri na kutuathiri sisi. Fikira zangu zikafika kule gerezani. Nikamwona baba akiwa amejikunyata kwa kona moja bila uhuru wake. Nikafikiria namna tumbo lake ni tupu bila chakula cha kutosha. Nikahisi uchungu sana.

Pia, mawazoni nikamwona mama akiwa anachuuza vifaa vya urembo kwa jua kali la mji. Anapita kwa kila gari akiwatafuta warembo na mapambo yao. Dunia rangi rangile? Utachuuzaje vifaa ambavyo mwenyewe huvitumii! Nilishangaa. Mama yangu hakujua mkufu, bangili na mapambo ya nywele lakini hayo ndiyo alichuuza. Kwa sababu ya ukosefu wa hela na wakati, nywele zake alizikata. Nasi tulikuwa tumemzoea hivyo." Makori alisita kwa masimulizi yake.

Kwa muda, mwalimu naye akatekwa na fikira hizi lakini mwisho alinena. "Naam Makori, pole kwa yale yaliyoifika familia yenu. Ninakushukuru kwa kuniamini kama mwalimu wako. Aidha, ninakushukuru kwa kunitolea duduku lako. Nami sitakuwa mbali na maneno ya mamako. Shule itakuvusha mradi ufuate sheria na kutia bidii. Njiani mna vizingiti vingi lakini uwe na subira na ujitenge na wanafunzi wapotofu. Ninakuamini kuwa una uwezo mradi wewe na ndugu yako mkate kauli. Kumbuka aali hupatikana kwa ghali. Hakika mchambia mgomba huondoka na uchafu wake." Baada ya kutamatisha usemi wake alinipongeza na kunishauri nirudi darasani walikokuwa wengine.

The Abundance of this World
- Georginah Nyatichi Makini

The lesson had started well. All the students in class actively participated. They loved their Kiswahili teacher even though he was tough on them. Mwalimu Omete was a no-nonsense and hardworking teacher who believed in the statement "hard work pays". He waited patiently upon that day that his hard work would pay off. This Friday, the class was reading a passage that the learners loved most. Mwalimu Omete gave the students some guiding questions in preparation for the reading.

"How can we conserve our environment?" Mwalimu Omete asked.

"By planting trees!" one of them answered.

"By avoiding burning charcoal in the forest," another one responded.

The whole class showed enthusiasm for the lesson by raising up their hands to answer questions. Others reminisced of the day when Mwalimu Omete gave them a variety of seedlings to plant in their school compound. That was a special day in their lives. They were young in mind and body, having only joined high school. They had never witnessed such an event in their lifetime. It was a new experience but they welcomed it with pleasure. Their teacher taught them how to plant and take care of the seedlings. In the evening, Mwalimu Omete gave each one of them some seedlings to plant in their homes. Mwalimu Omete emphasized the need for joining hands to protect and conserve their environment. He was sure that these students would be his ambassadors for the environment. He believed in their power to bring change in their village. Every day he reminded them of their slogan, "Cut one, plant two!"

Because of their love for their teacher, they nicknamed him Kauli Mbiu, the rallying call. Mwalimu Omete did not mind the nickname. He allowed it because he knew it would help them take care of their environment.

As Mwalimu Omete scanned his classroom, he noticed that Makori, one of his best students, appeared to be absentminded. Makori looked troubled as he gazed out the window; one hand on his left cheek; his mouth agape as if he were anticipating some urgent information about his fate. His face announced that he was anxious about something.

"Makori! Why do you seem distracted? You seem to be thinking wildly. What is troubling you?" Mwalimu Omete asked.

"Nothing, Sir," Makori stuttered, momentarily looking around at his classmates. He appeared ready to take to his heels.

Mwalimu Omete moved closer to Makori, imploring him to speak up.

With tears flowing Makori replied, "Mwalimu, this lesson has reminded me of my father."

As Mwalimu Omete interrogated him further he started crying in a loud voice. He heaved and panted as if he had just run a marathon. All the learners were in shock and were unable to console him.

Mwalimu Omete held Makori's hand and directed him to a secluded place to talk privately with him. He left the other learners in class with a task to keep them busy. Once alone together, Mwalimu Omete encouraged Makori to stop crying and to open up his heart to him. Little by little Makori started pouring out his heart to Mwalimu Omete. That's when Mwalimu realized a human heart is a treasure trove.

Makori had not been a student at the school right from Form One. He had joined in Form Two from another school. This was his second year in his new school. The teachers didn't know his background as well as the other members of his cohort because he had been transferred from another school. Makori's narration left Mwalimu astonished, but he didn't want his learner to realize this, so he suppressed his feelings. Makori started sharing his bitter story.

"Mwalimu Omete, my father was a famous man. His name was known in the nearby villages and far away towns. He was a great businessman. He was a petroleum dealer, who transported fuel from manufactures to retailers. He had petrol stations in town and in the village. People loved and respected him. God blessed my father through this business. He had wealth: vehicles, houses all were under his kingdom.

"People loved him, and many went to seek help from him. He was such a kind-hearted man, every other time he opened his hands to help. He understood the meaning of the proverb 'he who is poor is an enemy to those who have'. He warmly opened his hands to reduce the gap between the haves and have-nots in society.

"After such a struggle my father was counted among the rich in our society. His name changed to 'Mheshimiwa', 'Mkubwa' and other terms of endearment. All these names excited him greatly. We felt happy and excited as a family. All that we wanted was at our disposal. Life was good. My father would not hesitate to help and support those who sought him out. He was such a kind-hearted man. My father knew how to stretch his hand to the young and to the old. He gave food to the hungry and clothes to the naked without forgetting the needy students who wanted tuition fees. In fact, he held their hand in love all that needed his support.

"One evening we all gathered in our sitting room, thinking that our father had some great news to break to us. Surprisingly he told us that he had decided to quit his business and join politics. It was an election year and men and women were jostling for different positions. My father had made up his mind to vie for the seat of Member of County Assembly (MCA) to represent our ward. Mwalimu Omete, we were all heart-broken.

~

"'My husband politics is a dirty game. You can gain or lose in a bad way. You may use all your money and don't make it at the end,' my mother counselled him. He didn't listen.

"'Woman, stop it and stop it completely! Respect my decision. I am a man,' my father shouted. We knew our father. He was an inexorable person, hard-headed and could not be convinced to change his mind no matter what. Indeed stubbornly proud men cannot humble themselves. He meant what he said and that was it.

"When my mother heard this, she was heart-broken. She feared the worst was to come to our family. Five years earlier, her brother had lost everything that he had invested in his lifetime. The Rome that he had spent time building was brought down in days. What a loss! My mother had seen how the family fell from grace to grass. She never wanted us to face a similar predicament. Her piece of advice fell on a deaf ear. My father never respected a woman's voice. He was a super African man who knew everything and never needed another man's opinion. This issue brought a major misunderstanding in our family. Total silence ruled our home. When they spoke, they talked at each other instead of talking to each other. Our hearts were heavy. There was no more laughter and sharing in our home. Mwalimu, better a meal of vegetables where there is love than meat from a fattened ox where there is hatred.

"Within no time all roads led to our home. Men and women, young and old gathered at our place as the campaign season took shape. Day and night they looked for my father. My father brought great chefs; they cooked all sorts of meals. People served food to their fill, the greedy ones served more than twice. They ate with their families till their stomachs were full. In fact, during these days the majority didn't know their jiko. They ate at our place and went to sleep in their homes. My father bribed people to vote for him. Mothers were given foodstuffs and some kanga as incentives for voting. They sang all praises to my father. Our home became a beehive of activities. We lost our privacy. My father became scarce. He was very busy campaigning in the village. We rarely laid an eye on him but thank God my mother kept us close.

"The election campaigns needed a lot of money. He exhausted all his savings. He started to dispose of his wealth. He sold three petrol stations and three tankers. All the rental houses he had were sold off cheaply because he wanted the money. In short, all his investments were wasted like that.

"True to their word when the day came, the voters woke up early and chose my father as their leader. He won by a huge margin against his closest competitor. Celebrations started from the vote counting centre; the song, ululation and all sorts of noises were heard. The whole village again gathered at our place. They drank and ate to capacity. They danced and celebrated my father's victory. As a family, we also joined the celebration thinking that this would be over soon, and we'd have our family moment.

"After the celebration, my father was congratulated, and he was sworn in as a member of the County Assembly. As much as he had lost our family resources, we were optimistic that he would recover the money within no time. Indeed after he started earning his pay, our lifestyle changed. We had everything that we wanted. He transferred us from our previous schools and put us in prestigious ones. Soon, he started recovering the wealth that he had lost.

"Mwalimu, pride leads to destruction and arrogance to downfall. My father became dirty. He was a no respecter of persons. Unfortunately, he started engaging in unworthy relationships. Once or twice, he was seen in the company of schoolgirls. His enemies schemed to oust him from office. They didn't take long. One day as schools were opening, my father was spotted luring a schoolgirl to a guesthouse. In a fraction of a second the police were at the doorstep. My father was arrested, and the girl escorted to her school. The law as the spider's web caught my father.

"He was handed ten years of imprisonment or a fine of fifty thousand shillings. Since my father by then had not lost friends, they raised the money to pay the fine. Finally, he was free, but he had to face the consequences. In fact, Mwalimu, only a fool tests the depth of a river with both feet. He lost his job! His integrity was compromised. Our constitution didn't allow it. A job that had cost him a fortune. A job that had taken all his resources. Everything was gone. His life was empty.

"My father came back empty-handed. He had nothing for the family or the villagers he had promised a bag of goodies. He became frustrated. All his friends flew away because he had nothing to offer them. Nobody was ready to share in his lowest moments. There was strife in our house. My father needed more but he didn't have money. When my mother struggled to provide, he became violent. The peace we used to enjoy became a thing of the past. My mother could go out to fend for us, but my father stayed indoors with no work to do. We were put out of school because of lack of fees and that's how we landed here.

"After some time of soul searching, he decided to go to the forest to fell trees for sale. He bought a sawmill to help him to prepare timber in different sizes and quality. This was an illegal business to engage in, but he was set to venture in it. In the forest, he met other daring men who had been in the business for years. They gave him the rules to the game, and he was set to play it to the best of his knowledge.

"The first round of business was good. It even made him to salivate though it had many challenges. Police officers at checkpoints on the road demanded hefty bribes before traders delivered the timber to the retailers. This time he jumped the trap perfectly. He gave the officers some money and he had something for his pockets. Once more he started making money.

"My mother was busy hawking on the streets to have something for our stomachs. She moved up and down for the sake of her children. Mwalimu, when a family is moving apart be sure mothers can stand with their children. Our mother gave her best to us. With the little she made she ensured we had the basic needs and went to school every day. In our little way we managed though we were humiliated by our friends.

"On this day, my father was set to travel to the city with a vehicle full of timber and charcoal for sale. In the city, people needed timber because so many buildings were being set up. Our

~

leaders were working hard to build homes in the city and not in the village. Just like my father, they were investing for themselves and not for the villagers who elected them. The money that was set aside for development projects in the villages was misappropriated. Several projects in schools, hospitals, roads, and polytechnics had stalled because leaders were busy accomplishing their own.

"My father didn't make it to the city. Instead, he ended up in jail. There were new officers on the road and they were not aware of the rules of the game. He got hooked. There was no other language. The officers were strict. And they didn't know him. In court the charges were read and he was given a twenty-year imprisonment term. We attended the trial with our mother. It was such a difficult day for us. When my father saw us, he requested to say a word to us but it was late for him. He was not granted his wish. Instead, he was rudely accosted by police officers. We saw him cry bitterly. We also cried but our mother was strong. She encouraged us and reassured us that all was well. She promised us that she would work hard to provide for us and we trusted her. We saw our father being dragged to the police vehicle like luggage and our hearts became heavy but we had nothing to do.

"Mother took hold of our hands and told us to go home. In silence we walked home. We left our father in jail. For twenty years we were to live like orphans. We went home empty. This was the darkest moment in our lives. We quietly opened our house and marched to our bedroom. My brother fell asleep faster than me, then I later followed.

"In the evening my brother woke me up. He was younger than me but now he spoke sense to me. He told me we should not continue crying forever. Our father had been jailed and our lives had to continue. He told me to go and see our mother in the kitchen. Our mother had finished cooking and was waiting for us to come and eat. Quietly we ate but when our mother had finished she started addressing us.

"'My children, remember your father has been jailed because he dismissed our pieces of advice. Your father never listened to anybody. I wish he had listened, he would not have landed in jail.

Remember your father was greedy, he wanted more. My children, be satisfied with what you have and don't forget to follow the law. The days of the wrong doers are numbered and that is what befell your father. So long as I am alive I will take care of you. Be obedient and work hard in your studies all shall be well.'

"Mwalimu Omete, when my mother finished her speech, she prayed for us and we went to sleep. I remember that was the longest night that I had ever had. When you started our lesson today on the different ways in which we destroy our forests I remembered my father."

Mwalimu Omote said, "Makori I thank you for opening up your heart and thank you for sharing. I am really sorry for what happened to your family. I may not be very far from what your mother told you. Hard work and obedience to the law will make you a great man. Be patient and ensure that you are in the company of focused students. I trust and believe in you. Provided you and your brother decide to do all in your power, you can easily make it in life. Whatever is superior, Makori, is found at a great price! Remember greed loses all that it has gained. The abundance of this world will never make the greedy rich."

When Mwalimu Omete finished talking he gave Makori a pat on the back and encouraged him to join the rest of the students in class.

Enkima E Lap

- Kapante Ole Reyia

Eetae apa ilmurran oopuoita orwuampa. Ore pee eidip aaiturru-
rro imasaa negeli imurran nerrany osinkolio.

Ore apa kulo murran nera oonguan. Netanape pooki ng'ae
lenye aen olalem neibung eremet. Etaa ina kata teipa. Neipung
ninche te boo neiteru elototo. Epuoita apa enkop e Tanzania.
Nepuo ina jore too nkupesir nchere eitu eimaa oloiboni. Naa ore
njorin netubulutua ake ninche eetae.

Ore apa olmurrani obo te lelo naa keji Ritei. Neipang'u ng'oto-
nye aduaaya ninche. Ore ake pee edol epuo neosh olodua. Nen-
ing enkuretisho sapuk ti atua ninye. Neibung empolos te enkaina
nabo neilepie enkae aina aomon Enkai.

Neipang'u sii ninye enkiti siankiki aing'or enaasita. Nei-
belekenyakino ng'otonye Ritei ina siankiki aing'or. Nejoki ninye
"tushukokinoyu aji amu meduaaya oshi isiankikin ilmurran
erasaa." Kake neany ina siankiki eshukokino aji. Neton aitashe
aduaaya lelo murran epuo. Ore ake pee elusoo neshukokino
pokira aajing' atua aji.

Nepuo ilmurran nerik ninche enkoitoi aimie atua ilkujit
sapuki. Neitoki aaibung' ae oitoi napolos entim sapuk nagira
oleng'. Nemeeta ae toki naning'o teina kewarie neme inkorrkorri
ake oo nkishu tenelakua. Ore ninye ake pee esulunye embeneyioi
te nchata naa kening'o.

Ore pee eipang aagiroo entim neoshoki ninche olapa. Neiteru aare lenye aaishankarra eoro entiol nabo apa naata. Oloji Kima olikae oji Seta.

Newuapaa Seta entiol too nkaik e Kima ejo pee eaku ninye oitoki anap. Nejoki ninye, "Inyaaki sii iyie tanapa ena long'o."

Newaliki Kima ajoki, "manap." Neany Kima eng'amaa elong'o naitarasakaki. Nejoki Kima olikae, "Eero, ore oltung'ani kuret naa kuret pooki kata. Kiari ake naaji hoo niata ntioli tempolos o tenkaina."

Neishankarra taa epuoito aasuj ilkulikae. Neitoki Kima ajo aoru olikae entiol eniare. Kake neigut Seta alam. Neshurtu ake ina tiol naji AK-47 to loililai neibung' too nkaik enyena pokira. Neilepunye irisasini meipang'a te emagasin aajing olgos.

Ore pee eigil ake Kima aipidoki ina tiol neibung' enkaina enye enebolorieki irisasini te ntiol. Nedar entiol oleng' eng'orori risasini. Neming'anu Ritei o Kisiara. Neibelekenyakino nabo kata Ritei ilkulikae etagore o metaa neminisu. Neshutaa orinka lenye.

Neng'as alotoki Seta. Neikilikuan ajoki "kainyoo pee iserisere irisasini? Naa tiaa kop kintoki aatum lelo aare liminie?" Amu etoning'o ina kata ake Ritei aajo irisasini aare ootang'orori te ntiol. Ore eton aa keiratirat olikae neisarisarie Ritei. Neosh ninye aitorioki oloililai ometanang'ai.

Neitoki alotoki Kima. Nejo ilo, "maata nanu enataasa amu Seta oilepunyie risasini apik orgos." Ore eton eitu eishu ilo omoni tenkutuk neipidoki Ritei ninye torinka. Nenotu Kima nkamulak tenebo olalae obo.

Neng'amaa Ritei enaduoo tiol nagira lelo aare aaorro. Neisho Seta eremet nejoki Kima meibung'a elong'o. Ore edumunye aapuo nejoki Kisiara ilkulikae, "enyeitoo taa maape. Hoo! Arinkon inko enapa niyieu."

Neitoki ninche aanang'akino enkoitoi. Ore pee elusoo esaa nabo, negiroo enkop oo l'tepes. Nebaya enkop nabore iretet sapuki. Nedol aajo ketii sii isoketi o leleshuani ooiboor intapuka oolio tolapa.

Nebau impoorri o lkeju sapuk olala. Neitashe aaing'or enkare eruko. Neiriamari taa endarata enkare o enkishirata e eliyio.

Nerukokino aadoiki alang' enkare. Naa nkung' ebaiki ninche enkare.

Ore pee elang pooki enkare neinepu emotonyi oshi naji olwuas naata olorika te enkoriong. Neduaaya etii olng'osila lolchani te embata e enkoitoi. Neing'or pooki ina motonyi. Neanyu ake emotonyi ninche ore ake pee etaanikini nedumunye aipirri alo.

Nejo Seta, "oyie eitu anyorru eneikuna ena motonyi tenelak inaipuko." Newaliki Kima ajoki, "paa kaa. Iyieu nishuko?"

Ore ebaiki ine neitu eitoki Seta asujaa ilomon lo likae. Ritei ake o Kisiara enyaaka anang'aki nkonyek nejoki, "keeta pasa enautu ena?" Kake nejoki ninche pokira ninye airiamaki, "meeta ae nautu."

Neitoki aabau eneorore nkoitoi. Etii nabo naitoriori o meipang'a te entim. Neluari enkae ashep olkeju. Nesuj ninche ina e siadi. Nerik ninche ina oitoi o metaa nebaya ewueji neisiaja.

Nejo Seta, "mainuaa enkima tene". Neshutu ina kata ake olpiron tiatua emootian. Neing'oru ninye Ritei olcheta oji olkakarua neitainye entoole. Neipiru ninche enkima. Neitudup to olkujita otoyio. Nesotu kulikae ilkeek oinokie enkima. Ore ake pee edup enkima neirragie pooki inareta enye neman aaij. Negiroo ninye Kima ilkulikae nelamari peno. Nening'oo ninche nkejek enyena eloito o metaa meekure ening'o.

Neikilikuanu Seta ajo, "kaji doi eloito Kima?" Neing'oraro pooki.

Nekueni Kisiara olalashe Seta nejo, "ai ng'ae nayiolo tenaa ketukureta olmurrani?"

Nejo Seta, "entayiolo ajo keru doi oshi ilotot naaijo kuna ilewa."

Neikilikuanu Ritei aajo, "oo pee eitu eing'uaa eremet enye?"

Ore ina kata ake nening'i ololubo pee eigor. Ina pee edumunye Ritei neng'amaa eremet enye. Nenang' ilkulikae silig neinining'isho. Kake eitu edol toki. Amu etiripa enaimin enkop ometaa midol olikirem enkong'u.

Nening'oyu ina kata ake nkejek naaisarisaru epuonu. Tenebo o entoki nayang'iyang'u. Ore te enkiti rishata nebau Kisiara enapita nkiri ololubo.

~

Neshipa ilkulikae. Neshutaa pooki ilalema nedung'udung' nkiri e ilo olubo, nepej te nkima.

Nejoki Kisiara Kima, "nchoo taa ninye apa ake kitoiuo yieyoo lino pee ilotu aisho iyiook endaa."

Ore pee eku nena kiri neitayu Kima enaraa. Nedung'u Ritei iljipeta. Neitayu ninche nkiri te nkima nerukoki lelo jipeta nearaki enaraa. Nenyae endaa. Ore pee eidipi en-daa nejut nkutukie too mbenek.

Neitoki ninche pooki aisalaash ilkarash lenye tenkop pee epetaa eirura. Ore irrung'urung'a ilkulikae nesotu Kima ilkuti keek nenang'aki enkima pee mesioki aye. Neitoki aitobir endapash enye tembata e Kisiara neirura.

Ore pee eitamanaa esirua neinyototo pooki. Neisurusuri enkima. Nenyai nkiri ng'ole naatelekutua.

Nedumakinoi elototo. Nenap kulie nkuti kiri naatelekutua.

Mee omon apa lelo murran teina oitoi. Amu eima too nkolong'i naata esiana epuo aayau nkishu te Tanzania. Neaku eyiolo apa aajo etaa pee ebaya orpurkel. Orpurkel apa sapuk ilo oleng' neirowua enkolong. Kake ore te nkata enkewarie na keirobi sii oleng'. Kake eterretenate ninche aitobiraki te nena pooki.

Nejoki Ritei ilkulikae, "etaa pee kibaya enkop oshi naru lewa." Ore ejo neijia naa keikirikira ninye te nkirobi. Negira aara ilala lenyena.

Nepuo ometaa neilepu enkolong to loosaen. Neiro imotonyi kumok eshipakino enkakenya. Neiro oleng eorro ilmorijo ooto.

Ore pee ebaiki saa uni neiteru enkop airowuaju. Nedol te dukuya ninche ong'ata naado naisiaja. Ore pee eponari enkirowuaj neiteru enkima aar ninche. Neyuk Ritei kewan to l'karasha.

Nejoki ilkulikae, "maisarisara pee kibaya olkeju otii dukuya eitu egila enkolong'."

Neitoki aagiroo ilpopong' kumok ooipirie irng'osil enkai. Netiu lelo ng'osil lenye anaa nkaik naailepieki shumata te enkomono.

Ore te ine neaku Seta o Kima iloosaari te nauri. Neaku kerrek ninche ilkutiti soito. Neaku peno nepuo.

Neiguana Seta oleng'. Nejoki kewan esipa etuata nkishu ainei to lapa ameyu likibayie. Kake kainyoo pee alotu aye to orpurkel otiu anaa ele? Nejo ore ake pee ashuko ang mashukunye ai kata ena kop. Kalo nanu aing'oru ae siaai naas. Eeta apa ninye tenkang enye enkurma oo l'paek oonyor eng'uarrai ooji Bt Maize.

Ore pee elusoo esaa nabo neduaaya ninche olkeju opolos olpurkel. Neitashe aaing'or. Neyang ninche pee edol ilkuti keek te nkiopata. Amu meekure apa etumi hoo enkaitubului nanyori te ina kop. Enkito kop ake ng'iro enkulupuoni nabore soito. Ore enkirowuaj e nkolong meimakinoyu.

Nejoki Ritei ilkulikae, "te yata e lido keju kiyanyu ena kima metadoi."

Ore pee ebaiki ilo keju neirragie inareta enye. Neitoriori aaperi te ilo sunyai. Neirura ilkulikae kake eitu epuku Kisiara njo. Ninye otudumua ilkulikae pee edoyio enkolong neiteru enkop airopiju.

Nedumunye pooki neor osunyai eing'oru enkare. Neok enkiti nanotito. Ore pee ear enkure nedumu inareta nelang olkeju.

Ore te enkolong e ong'uan, nebaya ina kop apa napuoita. Nedol ninche imanyat kumok naamanita oldoinyo. Etabayie ina kata saa ile e ndama. Neiteru aarretena pee eibung nkishu. Neman emboo edukuya naineputua. Neiseer oleng pee eibung nena kishu neilepie inareta enye pooki.

Etasiokito aadolu ninche ilchekuti neipirri te nga'shai. Neitoki aosh Ritei entiol. Nebatata lelo ekwetita. Kake eitu esujaa lelo murran ninche. Amu eitu emit eyai nkishu enye.

Etii apa nkituaak naaoku enkare te olkeju otii ine. Ore ake pee ening' endarata entiol o nkisieerrat nerumisho. Nedol aajo noon-da nkishu naatamanaki neirragie ilpirai le nkare neisikaki nkang'itie.

Nebuaaki Ritei ilkulikae ajoki, "enturrurro nkishu niminchosho hoo nabo eshuko!" Neitayu ninche ng'usidin neiturrur nkishu neboinaki enkoitoi. Neigirigiro enkop te lototo oo nkishu emirtai.

Ore ake pee eimis nkang'itie metaa melio nebauni enkop oo lmagutiani sapuki. Kake eitu eitashei. Amu eyieu apa ilmurran neng'as aalamari pi.

Nejoki Ritei ilkulikae, "enuaa enkima." Naa eas apa enkima ntokiting' are. Eyioloi apa ajo edumu ake iloopeny nkishu nkitung'ati naasujaa nkishu. Neji keinoki nkimaitie kumok naai-shu nkujit oo nkishu nepik enkishui oo nkera batisho. Pee aa ore entoki nang'as ina kitung'at aas naa pee eng'as aar enkima. Naa ore ina rishata pooki nereutai nkishu aaitinyikaa.

Einoki sii apa enkima pee eiminie orrekie loo nkishu. Pee aa ore paa enkitung'at aashu sirkali etusujieki nkishu nelaini ene-ima.

Etaa ina kata pee ebaiki ilmurran iyanyeta. Nenang' Seta silig. Nedol ilewa ookwetu aainepu ninche. Neliki ilkulikae ajoki, "eng'ura ajo esujitai iyiook." Elakuani oo roruat ip imiet ake ina kata narishita ninche.

Neinoki enkima. Neibelekenya Ritei aing'or siadi. Neng'or lelo mang'ati. Naa ilo risasi apa ake otelekua te ntiol.

Neitokini aainok ae ake kima naipirare enkae. Ore ina kata ake nekutu osiwuo sapuk neitubulaa enkima. Nesapuku ina kima oleng' o metaa meekure emurutoyu too nkaloli pokira. Nejo iladuoo murran kinoto nkishu.

Ore eton eitu eishu enker inkulak, nepuku ae nyamali. Etasapuka enkima nedaari eipirr pooki aloli. Neaku ninye ina kima likae mang'atinta sapuk. Neaku ime laduoo lewa oosuju nkishu ake eji mailanya kake o enkima sii.

Amu einuaaki enaduoo kima te ntonata o ldoinyo. Naa kes-iooyo oleng enkima nailepaki oldoinyo tenaa bulati enkop naa toyut neiroua nekutita osiwuo.

Nesapuku empuruo neilep o meitushura enkolong. Nemisi-misu enkop neaku melioo enkoitoi. Neokoo ilmurran o nkishu empuruo neiteru pooki aairrok.

Nedar mbenek enyaita enkima neiture nkishu. Ore eisera nerus Kisiara nenang'aki enkima. Nebuak oleng temion tiatua enkima. Nedoyio oltoilo lenye ometaa meekure ening'o.

Ore sii ninye eirrapirrapu Ritei enkoitoi neiseyie olng'osila lolchani. Nenang'aa entiol neng'amaa ilo ng'osila neilepaki olchani aked. Neipang'ipang'ita tekaraki empuruo. Kake eilepa-kita ilng'ejepa le nkima near.

Ore eton aa keirrapirrapu sii ninche Seta o Kima enkoitoi nesha. Near olari ina kima. Neilep empuruo neiteru awang'u.

~

Nejutoo Seta enkare olari te nkomom enye. Nenang' silig aing'oru olalashe lenye kake eitu edol. Nebukunye irkiyio too nkonyek enyena. Neitoki aibelekenya aing'or Kima. Nedol ajo etaama enkima enchoto enkomom.

Neikilikwan nchere, "kanyoo ena nekitaasa?"

Kake eitu eidim Kima airoro te nkaraki nataama enkima enchoni e nkutuk.

Neing'orisho ninche. Etaa duo enkop pooki nkuk ake o nkuruon. Neok enkare natashawua ila ari otaara enkima. Neing'oru ewueji neitu ebaya enkima pee eyeng'iyeng'a.

Neitukuoki Seta olikae irbaak. Neitoki anyaal mbenek entim nepikaki.

Ore pee eitoki anya ninche esumash, nepuoopuo eing'oru ilng'anayio oonya. Neinepu enkiteng' natua etaara enkima, nepej nkiri enyena omeotok.

Nejoki Kima olikae, "wou matadaata". Neshutaa ilalema neiteru anya nkiri. Kake eikilikuana ate aajo kaji pasa kinko tenikilikioo ajo meekure kilulung'a.

Miale ya Kisasi

- Kapante Ole Reyia

Sauti kali za vijana hao zilisikika kote nyikani.

Baada ya wimbo huo mfupi uliojaa hisia, kila mmoja wa vijana hao wanne alichukua kisu chake na kukifungia kiunoni. Walijifunga shuka zao zilizong'aa kwa wekundu. Walijifunga mikanda ya rangi ya samawati iliyonakshiwa. Singa za nywele zao zilifungiwa vipande vya pembe za ndovu vilivyochongwa. Walikuwa tayari kuondoka kijijini mwao kwenda kuiba mifugo nchini Tanzania. Hicho ndicho kilichokuwa kigezo cha kupimia ujasiri wao. Hii ilikuwa desturi ya tangu jadi.

Akiwa upande mwingine wa ua, mamake Ritei alivamiwa na woga mwingi. Ingawa alikuwa ameshuhudia hili hapo awali, woga aliokuwa nao leo uliifanya miguu yake dhaifu kutetemeka. Alihisi kwamba miguu hiyo ingeshindwa kukihimili kiwiliwili chake. Moyo ulimwenda mbio na akahisi michirizi ya uchungu inamteremka mgongoni. Hofu ya ajabu ilimparamia. Picha ya viwiliwili vya vijana hao ilimpitikia machoni. Alijikaza na kufanya sala ya haraka. Baada ya hapo, alirejea kwenye nyumba yake.

Vijana hao waliondoka. Huku wakiongozana kwenye mstari mmoja, walipitia kwenye kijia cha zamani ambacho kilipita ndani ya msitu mdogo. Hali ilikuwa tulivu isipokuwa milio ya mara moja moja ya kengele kwenye shingo za ng'ombe.

"Ni zamu yangu," Seta alitamka huku akiitwaa bunduki aina ya AK-47 kutoka mikononi mwa Kima.

"Mpe mwoga bunduki lakini utakuwa bado hujamsaidia," Kima alibatuka. Alijaribu kuichukua bunduki tena lakini Seta alimkwepa.

Ritei na Kisiara waliendelea kutembea bila kusema lolote.

"Afadhali mwoga mwenye tajriba kuliko jasiri asiyekuwa na uzoefu," Seta alijibu. Aliiweka bunduki tayari na kuitundika begani huku akiwaza.

"Inaonekana umesahau siku tulipovamia Simanjiro, tukauwa kila mtu na kuchukua mifugo wote," Kima alisema tena huku akiongeza kasi ili asiachwe na wenzake.

"Mliweza kufanya hivyo kwa sababu mlikuwa wengi kuwaliko," Seta alijibu.

Kwa mara nyingine, Kima alijaribu kuibwaura ile bunduki ambayo sasa ilikuwa kifuani mwa Seta. Lakini mkono wake uliteleza na kukivuta kifyatulio cha risasi.

Mlio wa bunduki ulisikika. Kila mmoja alijawa na hofu. Ritei alijua kuwa walikuwa wamepoteza risasi mbili kutoka katika hazina yao haba ya risasi.

"Mama yangu! Unafanya nini?" Ritei alipaza sauti huku amejawa na ghadhabu. Alimgeukia Seta na kumpiga kwa rungu kwenye kipaji cha uso. Seta alipepesuka na kuanguka chini.

"Anawezaje kufyatua risasi?" Kima alitamka. Hata kabla hajamaliza, rungu ilimpata mdomoni sawasawa, akatema jino.

"Nipe bunduki hiyo, kifyefye wewe!" aliamrisha Ritei.

Seta alinyanyuka na kumkabidhi Ritei bunduki.

Waliendelea na safari yao. Baada ya kutembea kwa muda wa takriban saa moja, walifika mahali palipokuwa na mikuyu mingi. Kulikuwa pia na miti yenye maua meupe yaliyong'aa kwenye mwanga wa mbalamwezi.

Mara walijikuta ukingoni mwa mto mkubwa. Sauti ya maji ilichanganyika na sauti za kereng'ende na kuunda sauti moja ya kutuliza. Huku wakivuka mto huo ambao maji yake yaliwafika magotini, Ritei alishangazwa na wingi wake. Miezi michache iliyotangulia ilitawaliwa na kiangazi. Kiangazi hicho kilikuwa kimeleta madhara makubwa sana. Alijiona mwenye bahati kwamba alikuwa ameponea madhara hayo. Alikuwa amepania kupanua idadi ya mifugo wake.

Ng'ambo ya mto, njia hiyo iligawika katika vijia vingi, vya zamani na vipya. Uvundo wa mizoga ulifikia pua zao.

Juu angani, mkao wa nyota uliashiria kuendelea kwa mvua za vuli. Ritei alijuta, hata hivyo, kwamba siku hizi hali ya anga ilikuwa haitabiriki. Jua lilikuwa kali sana nyakati za mchana na baridi kali ilishuhudiwa nyakati za usiku.

Baada ya muda, mwezi ulijificha ndani ya mawingu. Polepole, kiza cha kaniki kilitanda kote. Walitembea kwa shida na kufika sehemu salama kwenye ukingo wa mto ambapo walipumzika. Walikuwa wakipumzika mahali hapo kila mara walipovuka kuingia Tanzania kwenye ziara zao za kuiba ng'ombe.

"Na tuwashe moto," alipendekeza Seta huku akitetemeka. Alichomoa kijiti kirefu kilichonyooka kutoka katika podo yake. Alikisuguanisha na kijiti cha mti wa moto.

Wenzake walitawanyika wakaenda kukusanya kuni. Baada ya dakika chache, moto uliwaka. Seta aliongeza vitu vya kuuchochea moto huo na wote wakakaa kuuzingira. Mwanga wa moto huo ulizimulika nyuso zao zilizokuwa na hasira.

"Yuko wapi Kima?" aliuliza Seta.

Kila mtu alitazama nyuma yake. Kisha macho yao yalimwelekea Kisiara. Kisiara, aliyekuwa mrefu na mwebamba, alitabasamu. Kijana huyu alikuwa kaka wa kambo wa Seta. Alitazama juu, huku amefumba jicho moja kutokana na athari za moshi na mdomo ukiwa wazi, hali iliyompa sura ya kutisha.

"Je, ameogopa akatoroka? Si jambo la kushangaza," Kisiara alikejeli.

"Huwezi kudai kwamba Kima ni mwoga. Hata hivyo, hatakuwa wa kwanza kushindwa," Seta alijibu.

"Alifaa kutuachia mkuki wake basi," alisema Ritei huku akiipasha mikono yake joto na mara kwa mara kuisugua pamoja.

Moto ulitatarika kwa sauti na kurusha vipande vyake vyekundu angani.

Ghafla bin vuu, sauti ya kukoroma ya mnyama fulani ilipasua ukimya wa usiku huo. Kisha kulikuwa na sauti kama ya mvutano juu ya majani yaliyokauka. Ritei aliruka na kuuchukua mkuki wake. Wenzake waliangaza macho gizani kwa hofu. Wakati huo huo, Kima aliibuka kutoka gizani huku akimvuta swara aliyekufa. Bapa la mkuki wake liling'aa kwenye mwanga wa moto.

"Haya, endelea na dhihaka yako, Kisiara," alibwata Kima. "Mwenyewe hata huwezi kutoa uchafu wa kizazi wa mbuzi aliyezaa!"

Wenzake waliangua kicheko. Mara moja, sime zilitolewa na mnyama huyo akachinjwa haraka. Walivitoa viungo vya ndani na kuanza kuvichoma kwenye makaa ya moto.

"Tunamshukuru Mungu kwamba ulizaliwa, Kima. Ila ni kwa jambo hili tu," alisema Kisiara huku akigeuza kipande cha ini kwenye moto.

Katika utulivu wa upepo, walikula nyama ile kwa tamaa kubwa. Huku wakifuta midomo yao kwa majani ya miti, walizitandika shuka zao chini na kulala. Kima aliongeza kuni motoni na kulala karibu na Kisiara.

Siku iliyofuata, walirauka alfajiri na mapema. Huku wakibeba mabaki ya nyama, walianza awamu ya pili ya safari yao. Walitembea harakaharaka huku wakimulikiwa njia na mwanga hafifu wa mapambazuko. Walijiweka tayari kukabiliana na hali mbaya ya anga ya siku hiyo ili kufanikisha ziara yao. Huku wakitembea ili kuifikia njia kuu waliyokuwa wamepitia, walidiriki kusemezana machache.

Jua lilipokuwa linachomoza, chiriku waliimba wawiliwawili kwenye miti ya miba iliyopatikana janibu hizi.

"Tuko karibu kuanza kukabiliana na sehemu ngumu ya safari yetu," Ritei aliwatangazia wenzake, meno yake yakitatarika kwa baridi.

Mbele yao, tambarare pana lilijitandaza. Hawakuwa na budi kupitia ndani yake. Kufikia saa tatu u nusu, miili yao iling'ara kutokana na jasho. Joto kali liliwaadhibu. Ritei alivua shuka lake na kulitumia kujipepea.

"Lazima tukifikie kijito kabla ya saa sita. Jameni tujikaze," Ritei aliwarai wenzake.

Walitembea kinyonge kwenye miti iliyokuwa imekauka na matawi yake kutokeza juu kana kwamba yalikuwa yanawasilisha sala kwa Mungu. Seta na Kisiara walijikwaa mara kwa mara

~

39

kwenye mawe njiani. Kutembea kwa muda mrefu kuliipunguza kasi yao na kuwa takribani hatua kumi kwa dakika.

Kufikia hapo, Seta hakuwa na matumaini makubwa na nia yao. Kiangazi kilichopita kilikuwa kimesababisha maangamizi ya robo tatu za mifugo wake. Ingawa bado alikuwa na kila nia ya kuongeza mifugo wake, hakuwa tayari kujiua kwa kazi. Aliwazia kutafuta kazi tofauti, auache ufugaji. Ilivyokuwa, alikuwa na kijisehemu cha shamba ambacho angekuza mahindi aina ya Bt. Ilikuwa afueni kubwa, saa moja baadaye, Ritei alipoashiria kijito yapata mita hamsini mbele yao.

"Tutapumzika hapa mpaka joto lipungue," Ritei aliwaambia wenzake.

Walijilaza kando ya kijito hicho kuipitisha adhuhuri. Kila mmoja alilalia kitambaa kilicholowa maji na kujifunika kwa shuka zilizomeremeta kwenye mwanga wa jua. Wakiwa katika hali hiyo, walionekana kama mamba waliokuwa wakijificha athari mbaya za hali ya anga.

Mawimbi baada ya mawimbi ya joto yaliwafikia wakiwa pale. Lilikuwa joto lisiloweza kuvumilika. Na bila kutarajia, liliwatumbukiza kwenye usingizi wa masaa manne. Saa tisa alasiri, waliamka huku wakijihisi wamechoka tiki. Walianza kufukua changarawe kwenye kijito hicho wakitafuta maji, shughuli waliyoifanya kwa siku tatu zilizofuata.

Hatimaye, siku ya nne, waliwasili kwenye nyika ya nyasi nyingi. Kutoka hapa, waliweza kukiona vizuri kijiji cha Olchorro walichonuia kuvamia. Kilikuwa katika sehemu ya mteremko ya mlima mdogo. Moshi ulifuka kutoka kwenye nyumba zake za msonge na kupaa angani.

Ilikuwa adhuhuri. Vijana hao walijipanga na kuunda umbo la V huku aliyekuwa na bunduki akiwa katikati. Baada ya hapo, walikivamia kijiji. Walipiga kelele kwa sauti za juu zaidi.

Sauti zao za kutisha zilizua hali ya mshikemshike. Vijana waliokuwa wamepeleka mifugo malishoni walikimbia na kuwaacha mifugo hao na kukimbilia usalama wao. Wanawake walivibwaga vibuyu vya maziwa au maji na kukimbia huku wakipiga unyende.

"Watwaeni ng'ombe. Haraka!" Ritei aliamrisha. Alifyatua risasi huku akiuelekeza mtutu wa bunduki kijijini. Sauti ya mlipuko wa risasi ilisikika kama pigo la radi.

Kila kitu kilifanyika upesi. Baada ya muda mfupi, walikuwa wametoweka na mifugo walioiba huku nyuma wakiacha wingu la vumbi. Viboko vyao viliwaangukia ng'ombe hao kama mvua ya barafu. Pigo moja lilipasua ngozi na damu kububujika. Kwenye ujia Ritei na wenzake waliwakusanya ng'ombe na kutoweka nao. Ardhi ilitetemeka kutokana na mbio za wanyama hao. Walichofikiria sasa ni kutoroka kutoka kijijini humo haraka iwezekanavyo.

Wakiwa katika nyika hiyo ya nyasi ndefu, kijiji kile kilikuwa sasa hakionekani. Lakini wasingedhubutu kupumzika. Ritei alisisimkwa na hisia za ushujaa. Harufu ya ushindi ilihanikiza hewani.

"Tutahitaji kuwasha moto, tuwe tayari..." Ritei alipaza sauti.

Huu ulikuwa ujanja wa tangu zamani. Eneo hilo likiwa limesheheni nyasi zilizokauka, moto ungepoteza nyayo za ng'ombe walioibiwa. Moto huo pia ulihatarisha sio maisha ya wanakijiji wa eneo hilo tu bali pia mali zao. Kwa sababu hiyo, ingewabidi wanakijiji waliotaka kuwafuata ng'ombe wale wauzime moto kwanza. Hii ingewapa wavamizi muda wa kutosha wa kutoroka.

Bila kupoteza muda, moto uliwashwa. Ghafla, Seta aliona kundi la wanaume lililokuwa likiwafuata mbiombio. Lilikuwa umbali wa kama mita mia tano. Aliwatanabahisha wenzake kuhusu adui waliokuwa wanawafuata.

Ritei aligeuka na kufyatua risasi iliyokuwa imesalia. Kisha aliwaashiria wenzake kuziwasha moto nyasi zilizokuwa zimekauka. Walifanya hivyo. Mara moja, palikuwa na mioto miwili mikubwa. Ndimi zake zilijishaua na kuruka kuelekea kila upande. Mioto hiyo ilifanywa kubwa zaidi na wimbi la upepo lililovuma wakati huo. Wingu la moshi lilitatiza macho yao na kulizuia jua.

Hapo, vijana hao walitanabahi kwamba walikuwa sasa wanaukimbia moto, wala si adui zao. Walikimbia ovyo kwenye moshi huku mara kwa mara wakijikwaa kwenye vigongo. Katika kivangaito hicho, Kisiara aliangushwa na kukanyagwa na ng'ombe waliokuwa na woga. Alipiga usiahi akitaka msaada lakini sauti yake ilimezwa na sauti za moto uliokuwa unateketeza mimea.

"Siwezi kupumua!" Ritei alilalamika huku akikohoa na kujaribu kuitafuta njia kwa taabu kwenye moshi. Mikono yake iligusa tawi la mti. Aliiachilia bunduki na kuupanda mti huo. Akiwa amehofu ghaya ya hofu, alijutia uamuzi wao. Hata kabla ya moto kumfikia, alipoteza fahamu.

Seta na Kima walikuwa bado wanang'ang'ana kutafuta njia ya kujiokoa walipoangukiwa na matone baridi. Ghafla, bila hata kutarajia, mvua kubwa ilianza kunyesha. Kwa juhudi kubwa, mvua hiyo iliweza kuuzima moto ule.

Seta alishusha pumzi na kufuta maji ya mvua kutoka usoni mwake. Shuka lake lililolowa maji liliganda mwilini mwake na halikufaa chochote. Aligeuka nyuma lakini hakuona dalili ya ndugu yake wa kambo. Seta aliangua kilio. Alimgeukia Kima ambaye alikuwa amechomeka vibaya usoni.

"Tumefanya nini?" Seta alijuta. Kima alimtazama tu. Haku-taka kufungua kinywa chake kwani vidonda vyake vilikuwa na uchungu mwingi. Ilimwia vigumu hata kugeuza shingo yake.

Waliondoka kwenye njia waliyokuwemo na kupinda kando ili wapumzike. Walitulia kwenye ardhi iliyoinuka kidogo kando ya majabali yaliyoinukia kutoka ardhini. Kila kitu kilikuwa kime-chomeka. Sehemu yenyewe ilikuwa kama mahame. Kilichoweza kuonekana ni mabaki ya vitu vilivyochomeka.

Seta alibambua ngozi iliyochomeka kutoka usoni mwa Kima. Alitafuna matawi ya mwituni na kumwekea mwenzake kwenye vidonda vyake. Kima alilia kwa uchungu. Walikunywa maji kutoka kwenye vidimbwi vilivyokuwa vimeibuka hapa na pale.

Kufikia machweo, walikuwa wamepumzika vya kutosha. Ili-wabidi waanze kujiandaa kwa safari ya kurudi nyumbani. Lakini wazo la kupeleka taarifa za tanzia iliyowakumba liliwaogofya.

Sherehe.

Mahindi aina ya Bt: mahindi ya misimbojeni yenye uwezo wa kupam-bana na magonjwa ya mimea

~

Flames Of Vengeance
- Kapante Ole Reyia

The raucous voices of the warriors reverberated through the meadow. The four young men each fastened a sword around his waist after the chant then marched off into the night. They were decked in shawls dyed with red ochre. They wore blue beaded sword belts, their hair done into pigtails with carved ivory at their ends. They were about to leave the village for a raid across the border with Tanzania. It would be the ultimate test of their lives and a custom as old as the hills.

Across the hedge, an atavistic fear consumed Ritei's mother. Although she had beheld the spectacle before, her lean-shanked legs trembled. She felt as though they would give out. Her heart throbbed and spasms of pain swept through her back. A strange foreboding shook her. The disappearing figures reeled before her eyes. She steadied herself and said a quick prayer. After that, she returned to her hut.

In a file, the warriors followed a beaten path that cut through a grove. It was calm and serene, the night's silence disturbed only by an occasional tinkle of cowbells.

"It's my turn!" said Seta, wrenching an AK-47 rifle out of Kima's grasp.

"Give a lily-livered man a gun and he's none too secure," sneered Kima. He dived for the gun but Seta moved out of his way.

Ritei and Kisiara moved silently on.

"Better a coward than a brave novice," Seta snapped back. He cocked the gun and slung it over his shoulder.

"You seem to forget the day we attacked Simanjiro, killed everyone and made away with all the cows," Kima was saying again, quickening his strides to keep up with the others.

"All because you had outnumbered them," answered Seta.

Kima tried again to grab the magazine, which now rested on Seta's chest but he accidentally squeezed the trigger.

There was an explosive report of gunfire. The warriors froze. Ritei knew that they had lost two rounds of their scarce ammunition.

"What the hell ...?" he said, whirling around.

He swung his knobkerrie and hit Seta hard on the forehead. The blow sent him flying to the ground.

"How could he flick off the safety catch at rest?" breathed Kima. Ritei's club hit him so hard in the mouth that he spat out a tooth.

"Give it to me you son of a gun!" demanded Ritei. Seta climbed back to his feet and surrendered the rifle.

They had walked for about an hour when the ubiquitous red acacia began to peter out and was replaced with forests of strangler figs and moth trees. The white woolen blossoms of camphor sparkled in the moonlight.

Soon they came to a big river. Its waters kept up a roar which mixed with the chirping of crickets forming a mellifluous symphony. Crossing the knee-deep water, Ritei thought about the drought from the previous season. It had been the most abject of calamities. However, he felt lucky that he had survived. He was determined more than ever to rebuild his herd.

Across the river, the path turned into a labyrinthine network of new and disused tracks. The smell of rotten carcasses stung the air.

Overhead, the Pleiades hung curiously in an overcast sky, signaling the continuation of the short rains. Ritei regretted that the seasons were no longer predictable. The days were hot and the nights unbearably cold.

After a while, the moon hid behind a cover of clouds. Gradually, pitch darkness veiled the land. They detoured through a clearing, groping their way to a sheltered riverine nook. They had put up here for the night every time they had gone on raiding missions in Tanzania.

"Let's light a fire," suggested Seta, shivering. He took out a long smooth stick from his quiver. He ground it repeatedly into another piece of wood from the flame tree.

The others dispersed to collect firewood. In a few minutes, a fire started to burn. Seta added tinder to it. They all inched closer, forming a circle. The light accentuated the features of their hard faces.

"Where is Kima?" Seta asked.

Everyone looked over his shoulders. Then all their eyes rested on Kisiara, Seta's lanky half-brother. A grin parted his lips. He looked up; an eye partly shut from the smoke and his mouth agape; a ghoulish look on his face.

"Has he wimped out? I'll be hardly surprised," coughed Kisiara.

"You wouldn't say that Kima is a coward. He'll definitely not be the first to retreat," replied Seta.

"He ought to have surrendered his spear all the same," Ritei said, warming his hands over the fire, occasionally rubbing them together.

The fire crackled, sending up tiny red sparks.

An animal's loud groan pierced the still night air. A drawn-out scrunch of dry leaves followed. Ritei shot up and reached for his spear. The others stared somberly into the darkness. Just then, Kima's thin frame emerged out of the darkness dragging along an antelope's carcass. His spear's flat blade shone in the firelight.

"More of your jokes please, Kisiara," retorted Kima. "You wouldn't take an afterbirth from a she-goat yourself."

~

The others roared with laughter. They drew their swords and skinned the animal. The entrails were removed and roasted over the fire.

"We thank God that you were born, Kima. For once!" Kisiara smacked his lips as he turned over a piece of liver.

They devoured the meat with relish to the soothing sound of the wind in the trees. They ate to their satisfaction. Wiping their mouths with leaves, they then spread out their shukas on the grass. Kima threw a few logs into the fire and bedded down beside Kisiara.

They woke up at dawn the next day. Carrying with them some leftover meat, they started out on the second leg of the journey. They walked briskly, their way lit only by the luminous tinge of dawn. They set their faces in determination and braced themselves against the day's unforgiving weather. A few words passed between them as they worked their way through bush to find the original path.

As the sun rose, the weaverbirds sung in duets on the glossy leaves of the poison arrow trees.

"We are about to enter a difficult stretch," announced Ritei, his teeth rattling in the cold.

Before them lay a bare, windswept plain. They walked right into it. By a quarter past nine, their bodies were slick with sweat. It had grown hot and blustery. Ritei bared his bushy chest and fanned himself with his shuka.

"We've got to be at the stream before noon. Come on!" he hollered.

They plodded past defeated euphorbia trees, with branches pointing up as if in prayer. Seta and Kisiara now frequently tripped on the stones on the path. The long walk had reduced their paces to about ten strides a minute.

At this point, Seta had serious misgivings about their mission. The last drought had decimated three quarters of his herd. Although he still fervently hoped to rebuild it, he was not prepared to work himself to death. He toyed with idea of finding an alternative job. As it is, he had a small garden for growing Bt maize.

It was great relief when, an hour later, Ritei pointed to a stream about fifty metres ahead.

"We'll rest here until the heat subsides," he huffed.

They hunkered down by the stream for the afternoon. They each had beneath them a wet shawl and above an iridescent cover. Their postures reminded one of crocodiles hibernating.

The heat came in waves intolerable. It lulled them into a four-hour siesta. At three in the afternoon, they woke up feeling physically and emotionally drained. They dug for water under the sands of the stream. They would do this for the next three days.

At last, on the sixth day, they came to a vast grassland. From there, they could clearly see a herd of cattle ahead in Olchorro village. Smoke rose up from the conical grass-thatched huts into the sky in thick plumes.

It was around midday. The men lined up in a V shape, with the gun-bearer in the middle. They charged towards the village. All this while, they were shouting at the top of their voices.

Their blood-curdling cries brought down pandemonium. Herds boys abandoned the cows and ran for their dear lives. Women dropped their milk or water jerry cans and scampered away, screaming.

"Round up the cows. Quickly!" ordered Ritei. He aimed his gun straight at the village and pressed the trigger. A loud crack of gunfire like thunder rent the air.

Everything happened in a flash. Within a short time, they had rounded up the cows and guided the herd down the pathway. Then they vanished in a thick cloud of dust. The whips descended on the helpless cows like hailstones. At one hit, hair flaked off the skin and blood oozed out. The earth shook with the thunderous thump of footfalls. All that was in the warriors' minds now was to get away from Olchorro as fast as they could.

The village was no longer visible in the tall grass. However, they would not rest just yet. Ritei tingled with pride. The scent of victory hung in the air.

"We need a fire just in case," he shouted.

It was an old trick in the book. With the land round about covered with nothing but dry grass, a fire would provide a good distraction. It would jeopardize not only the property but also the lives of the inhabitants. Their men would first have to put the fire out before pursuing the raiders, allowing Ritei and his friends time to get away.

The fire caught on just as Seta saw a group of men hot on their heels. They were about five hundred metres away. He alerted the others.

Ritei whipped around and emptied the gun of their only remaining bullet. He then gesticulated at his colleagues to set the dry grass alight. They did so. In an instant, there were two big fires. Their giant flames fluttered and leapt in all directions. They grew intractably large, fanned by a sudden gust of wind. Its smoke obscured their view and even blotted out the sun.

Soon the warriors realized that they were no longer running away from their enemies but from the flames. They scurried through the haze, knocking themselves against tree stumps. In the ensuing confusion, the frightened cows trampled Kisiara down. He cried loudly out for help but his voice trailed off, swallowed up in the melee. All that his friends could hear was the snap of twigs in the inferno.

"I'm chocking!" cried out Ritei, coughing and flailing his arms in the swirling smoke. His hands caught a branch and he let go of the gun as he hoisted himself up the tree. So terror-struck was he that he immediately regretted their decision. By the time the fire lurched onto the tree, he was already seedy with asphyxiation. He, too, burnt to death.

Seta and Kima were still feeling their way through when they felt the touch of cold droplets. Heavy rain began to fall. It managed, with great effort, to douse the conflagration and stop its inexorable march.

Seta heaved in relief and mopped beads of rainwater from his face. His sodden shuka stuck miserably onto the skin. He glanced back but he saw no sign of his half-brother. He thought he saw the grim reaper walking about in the flames holding a sickle on the left hand. He burst out crying. He turned to Kima's scalded face.

"What have we done?" he cried. Kima stared back at him inscrutably. He was striving hard not to part his lips as the burns hurt seriously. Even turning his neck proved difficult.

They branched off the main route to rest. They flopped down on a low rise surrounded by rock outcrops. All around everything was burnt to a crisp. The land looked desolate. The remains of life were just burnt-out shells.

Seta wiped a thin film of soot away from Kima's face. He chewed some wild leaves and put them on the burns. Kima winced in pain. They drank from the pools of water that had collected here and there.

By nightfall, they looked robust enough. They had to prepare to start the journey back home the following day. Nevertheless, the thought of having to break the news of their peers' deaths to their parents weighed down heavily on their minds.

Notes

Bt Maize - A type of maize whose genetic material has been modified to make it resistant to diseases

Shuka- a type of shawl worn by the Maasai people in Kenya

Nyihia Hwaĩ

- Peter Mburu Kuria

Hwaĩ-inĩ nĩ twathiaga gũikaria cũcũ na guka. Rĩmwe cũcũ akoragwo agĩakĩrĩria gĩtheri kana akĩruga gakima, nake guka agaikarĩra njũng'wa yake harayaraya na mwaki. Kaingĩ cũcũ nĩakoragwo aumbĩkĩte ngwacĩ kana marigũ thiota-inĩ na twakinya agaciumbũria, agaciharahara na kahiga gakoragwo hau rikoinĩ, agatũnengera tũkairĩa. Gĩtheri nakĩo kĩahĩa, cũcũ nĩ atũtahagĩria o mũndũ kanini kanini na kauga keho endete mũno, ona gũtuĩka rĩngĩ nĩ twakoragwo nĩ tũcũngire, no rũta tũraita mwĩhĩrĩto. Irio cia cũcũ ciarĩ mũrĩo mũno na hatirĩ ũmwe witũ ũtendaga gũthiĩ gwake hwaĩ-inĩ, narĩ acicame.

No mũno makĩria twendete gũthiĩ gwa cũcũ nĩ ũndũ wa ng'ano iria atũganagĩra. Rĩmwe guka nĩakoragwo oka mwĩgirito o nake agateithĩrĩria cũcũ. Rĩngĩ cũcũ akanjia rũgano, guka akoyerera. Erĩ magagĩtũganĩra. Ngwĩciria hau nĩho kĩhumo gĩakwa gĩa kwenda ng'ano ona gũciheana.

Tũgĩtũnganagĩria mwaki tũkĩhĩhagia ngara, hĩndĩ ĩyo nacio irio no ndogo iraikia, cũcũ agakĩanjĩrĩria:

"Haiya, ĩ nĩmũĩ kĩania ũtukũ rĩmwe nĩ gĩũkaga! Tarekei ndĩmwĩre: niĩ ũtukũ ũmwe ndakomire na ngĩcoka gũkĩra ndakorire nguĩĩte mũtũngi wa maĩ. Na tiga nĩ kũheherwo ndaheheirwo mũno ndingĩamenyire atĩ ndarĩ gũtaha maĩ ũtukũ".

"Atĩ atĩa cũcũ?" ngĩmũria makĩte.

Hĩndĩ ĩyo kanua hingũrĩte gothe nĩ kũrigithĩo nĩ ndeto ĩyo. Ndarora mũrũ wa maitũ Ngũgĩ, nake maitho no ta mbirigũri kũhingũka na kwarama, kĩromo nakĩo gĩcuhĩte hakuhĩ kĩhutie thĩ. Wamwere wa maitũ nake, ngara egwakagĩria kanua acikumbatĩte na ngundi oyete guoko na igũrũ gũkarũgamĩra rĩera-inĩ o ũrĩa e gũthiaga gũikia kanua. Erĩ mahuana tũmĩicũhio, kana tũmũndũ tũmithie. Ĩthuothe tũthangayĩte gũthangaya.

Rĩu guka nake akoyerera rũgano:

"Twathiĩte toro o ũrĩa twamenyerete. Thutha wa gũkoma o kahinda ma, ngĩigua cũguo e nyagunyia. Ngĩcoka ngĩigua okĩra na agĩikarĩra gĩtanda mwena wake. Ngĩenda kũmũĩra atige gũthumbũra na kwayaya ũrĩrĩ. Itanauga ũndũ, ngĩigua ambĩrĩria kũnjagarara kahora acemete, na agĩkinya thĩ. Ngĩkĩigua akinyakinya na nduma ta arorete na mũrango-inĩ. No kaĩ ndaigana kuoya kĩbiriti kĩrĩa twaigaga kametha-inĩ hakuhĩ na gĩtanda, ĩ gĩa kũmũrĩka ũtukũ tondũ tũtiakĩrĩ toci. Ngĩgĩeterera ahingũre mũrango akiume nja, tondũ ndegereire atĩ arenda kuma nja ageteithie. No aca. Rĩu ngĩigua akorogocania indo riiko-inĩ. Ngĩyũria, 'Ĩ kaĩ Njeri e kũrĩa ũtukũ? Kaĩ atanahũna hwaĩ?'

Kanegene nako gagĩthira. Ngĩgĩciria hihi nĩ akĩona irio na ambĩrĩria kũrĩa. Ngĩkĩgarũra mĩrengeti-inĩ ndĩgĩkome wega atanacoka. Na kaĩ ũtoĩ ndoĩ ndoĩĩ! Githĩ kanegene karĩ ka agĩcarĩrĩria mũtũngi wa maĩ, na hĩndĩ ĩrĩa gathirire, nĩarĩkĩtie kũwona na nginya akona mũkwa wakũũkua, na rĩu nĩ mũkwa ũcio ohagĩrĩra mũtũngi! No ĩngĩakĩmenyire ũguo atĩa?

Ona itebangĩte wega, ĩ ndĩgĩcoke toro rĩngĩ, ngĩigua cũguo ahingũrania gacũhĩ ka mũrango na hinya, nagũo mũrango ũgĩkeka. Ngĩguthũka ngĩikara thĩ ndegete gũtũ ta mbawa. Rĩu ngĩigua nĩacomoka, naguo mũcomokere ũcio warĩ wa narua na mĩtũkĩ. Ngĩrũga kuma urĩrĩ ndore nĩkĩĩ eka. Kaĩ hihi gwekĩka atĩa?

Ngĩikia ritho nja, ĩ gĩceng'ũ-inĩ kĩa mũrango tondũ wakĩrĩ mũhingũranie, ngĩona mweri wacangararĩte guothe, nake cũguo akamũrĩkwo, kamithi kerũ karĩa ekĩrĩte agĩthiĩ gũkoma gagatũma oneke o wega. Ngĩona arĩ hakuhĩ na kĩhingo ahiũhahiũhĩte. Ndabara ngĩona e kĩndũ aigĩrĩire ng'ong'o na agakĩnyitĩrĩra gĩtikagwe; kwoguo moko nĩ akũnjĩte na magakuhĩrĩria mũtwe wake. Ndigana kumenya kĩarĩ kĩ."

Ngũgĩ akĩgarũrũka, akĩng'ethera cũcũ na akĩmũria na kamũgambo kaiyũire kĩmako, "Na hingo ĩyo yothe cũcũ ndwamenyaga ũrĩa ũreka?"

"We! Tareke gukaguo amwĩre", cũcũ akĩmũcokeria.

Guka agĩgĩthiĩ na mbere na rũgano. Rĩu mũgambo wake ũkĩrikarikĩra na ũkĩgũagũa, ta ũyũ wa mũndũ ũrerorera maũndũ makĩmwĩkĩkĩra.

"Ndĩgĩke atĩa ũngĩ tiga ndĩmũkinyĩre! Ngĩhutahutia harĩa twaigaga rũhiũ rwa gũtua mahuti thutha wa mũrango, ngĩrũigua na ngĩrũhuria, ngĩcoka ngĩcomoka naihenya. Ndagĩka-inĩ o ĩyo cũguo nĩ aumĩrĩte barabara na akabuĩria! Ngĩgĩcũa cũa ndorete ya kĩhingo ndĩmũkinyĩre".

"Ndwetigĩraga ndũkarĩyo nĩ hiti?" Wamwere akĩmũria, maitho make maragaĩtio nĩ kĩrĩa gĩtangĩakũranĩkire gatagatĩ ga kĩmako na gatogo kaumaga mwaki-inĩ.

"Reke njuge ona hatiarĩ ndagĩka ya kũigua guoya", guka akĩmũcokeria. "Ũndũ ũrĩa warĩ wa bata nĩ cũguo ndagatũngane na mũtino".

Hau guka akĩamba gũtithia, ta hihi onake eyũria kĩũria oro kĩu orio nĩ Wamwere. Agĩcoka agĩthamara hanini na agĩthiĩ na mbere na rũgano.

"Bũrũri wothe wacangararĩtio nĩ mweri, njata ikametameta, na gũgakiria ngiria. No mũkũgo wa kĩgui kĩmwe tu waiguĩkanaga gĩkĩgambĩra kũraya ma, ta gĩkĩ kĩoragia mweri na njata kaĩ matekũmenya mathaa mao nĩ mathiru macoke kwao, riũa riũmĩre heho ĩthire. Nako karũhuho gaceke ma nĩ kahurutanaga, nayo mbaa nĩyagwĩte na yakeraga ta rwenji.

Ndakinya kĩhingo-inĩ, ngĩikia maitho mĩena yerĩ ya barabara ngĩona cũguo arorete njĩra ĩrĩa twageragĩra twerekeire itomboya ria Kĩhenia, ĩ gũkũ mwĩtaga Ũndirĩ. Ngoro yakwa ĩkĩhiũka tondũ ndecirĩrie rĩu cũguo athiĩ kwĩikia maĩ-inĩ ma Ũndirĩ. Ngĩhiũha ma ngĩmũkuhĩrĩria ta makinya mĩrongo ĩtatũ. Tũgĩthiĩ, niĩ na cũgwo, we atongoretie ahiũhĩte ma na kamũrigo gake, niĩ naniĩ cũacũĩte ndĩmumĩte thutha, nũmĩtie banga wakwa na ndĩharĩirie kũguthũka ndĩmũhonokie kũngiumĩra ũru o wothe."

~

Ningĩ guka agĩtithia rĩngĩ.

Maitho maitũ ithuothe marĩ harĩ we. Guoko gwake kũrĩa athathayaga nderu ciake njerũ ta ira nakuo, agĩkũinamia. Akĩoya mbembe ahĩhagia mwena wake wa riiko, akĩmĩgarũra kahora.

Gũtiarĩ curu kana cere; gwakirĩte ota utukũ ũcio wa gĩcanjama kĩu.

Cũcũ agĩthekatheka hanini na, o akĩhuhaga ndogo mwena wake wa mwĩhĩrĩto, na mũgambo waiguĩkaga ũiyũire itherũ akĩũria guka:

"Na ndũngĩnjĩta kana ũhuhe kĩhũni?"

Guka akĩinamũka, akĩmũrora na akĩmũcokeria na mugambo waiyũire ruo:

"Ingĩagĩgũĩtire atĩa na ona niĩ nĩ ndaiguaga guoya na ngatukanĩrwo hakiri?"

Cũcũ ndaugire ũndũ ũngĩ. Thutha wa kahinda kanini, guka akĩorera rũgano. Ithuĩ naithuĩ tũtegete matũ hakũhĩ matuure.

"Twathianga ta ndagĩka ithano, tũgĩkinya mwahũko-inĩ wa njĩra ya gũthiĩ thukuru wa anake wa Alliance. Cũguo akĩyuna nayo. Ngĩthitũka. Ngĩyũria kaĩ hihi anyitwo nĩ rĩciria rĩrĩkũ gũkũ athiĩ thukuru ũtukũ. Kaĩ ataretigira mawocimeni? Rĩu ngĩmũbaara wega. Hau nĩho ndonire kĩrĩa akuĩte: nama nama, mũtũngi wa maĩ! Oro rĩmwe ngĩkuũkĩrwo atĩ arorete gũtaha maĩ!

Nĩ ũndũ wa wagi wa maĩ matheru, thukuru wa Alliance nĩ wathondekeire aikari a Maĩ-a-ihĩ mũberethi wa gũtahĩra maĩ, thĩinĩ wa mũbango metaga 'Community Relations'. Atumia nĩho matahaga maĩ ma kũhũthĩra mĩciĩ-inĩ, o hamwe na makũnyuo nĩ mahiũ mao.

Ngĩkiuga reke nũmĩrĩre cũguo tu, nyone kana athiĩ gũtaha maĩ kana nĩ kũgũrũka agũrũka." Guka akĩrĩkĩrĩria na mũgambo watũmire ona niĩ njigue mathangania ota marĩa aiguire hĩndĩ ĩyo.

Cũcũ akĩoerera rũgano:

"Mũtũngi ndawĩigire o wega rungu rwa mũberethi. Ngĩcoka ngĩhingũrĩra maĩ. Gukaguo nake arũgamĩte o hau hakuhĩ na niĩ no ndiamuonaga. Maĩ maiyũra ngĩoya mũtũngi, ngĩũkunĩka wega, ngĩũkomia na ngĩwoherera mũkwa. Ngĩcoka ngĩinamĩrĩra ngĩwoya na ngĩhiũrĩria ndĩũkue."

~

53

Rĩu nake guka agĩcokerera rũgano:

"Tũmaĩ tũrĩa twaitĩkĩire mũtũngi igũrũ tũkĩmũminjũkĩra. Hau nĩho cũgwo okĩrĩire. Agĩthanda rũbu na agĩtugutania mũtũngi ũrĩa. Naguo nĩ ũngĩamũgwĩrĩire na ũmũgere ngero, hihi ũmũtihie kũgũrũ. Kwa mũnyaka nĩndakoretwo ndamũkuhĩrĩria agĩtaha maĩ nĩ amu nĩndakoretwo ndeciria ahota kwaramũka agĩka ũguo. Ngĩkĩnyita mũtũngi ũtanamũgwĩra, ngĩũcugucania na kũu na ngĩmũhĩmbĩria.

'Nĩkĩĩ Njeri?' ngĩmũria na mĩhehu ya kũmũthuthĩra.

'Nĩ kũheherwo. Humbĩra', akĩnjokeria akĩinainaga na mũgambo waiyũirwo nĩ guoya.

"Ngĩmũrũmia ciande, ngĩmũthiũrũrũkia tũkĩrora nanakũrĩa tũkumĩte. Ngĩcoka, kahoora ngĩmũtwarithia tũrorete ya mũciĩ".

~

54

Kupitisha Wakati Jioni
- Translated by Paul Nganga

Nyakati za jioni, tulikuwa tunaenda kupitisha wakati kwa nyanya na babu. Wakati mwingine, tulimkuta nyanya akiandaa chajio cha (githeri) au ugali. Naye babu aliketi kwenye kigoda chake cha miguu mitatu, mbali na jikoni. Aghalabu, nyanya alikuwa akichoma pia viazi vitamu au ndizi kwenye jivu moto. Kila tulipofika, nyanya angetutolea viazi hivyo au ndizi kutoka kwenye jivu. Kwa kutumia kijiwe alichohifadhi karibu na mafiga, aliyaondoa maganda yake na kutupa, nasi tungekula kwa furaha kubwa. Nayo, ilipokuwa tayari, nyanya alitupakulia kiasi kidogo akitumia (kaihŭri - nusu ya kibuyu kidogo kilichotumiwa kama kifaa cha kupakulia). Mara nyingi muda kama huu tungekuwa tayari tunasinzia huku denda zikitutoka midomoni hapo karibu na moto. Tulitamani kumtembelea nyanya nyakati za jioni kwa sababu chakula alichokipika kilikuwa kitamu. Mbali na chakula, sababu kuu ya kumtembelea nyanya ilikuwa hadithi alizotutambia. Wakati mwingine, babu alijiunga nasi karibu na moto ili kushiriki masimulizi ya hadithi hizo. Aghalabu, nyanya angeanza kusimulia. Babu angejiunga naye kisha wakashirikiana kusuka visa walivyotusimulia. Nadhani hapo ndipo yalipootea mapenzi yangu ya ngano na utambaji wake.

Wakati tukiuchochea moto na kuchoma mahindi mabichi, huku chakula kikiiva polepole, nyanya angeanza kusimulia:

~

"He! Mwajua kwamba wakati mwingine mambo ya ajabu hutokea? Kuna siku nililala kisha nilipozinduka, nilikuwa nimebeba mtungi wa maji mgongoni. Kama sio ubaridi niliohisi, nisingejua ya kwamba nilienda kuchota maji usiku!"

"Ilifanyikaje nyanya?" Nilimuuliza.

Hapo, mdomo wangu u wazi kwa mshangao. Nikamtupia macho kakangu, Ngũgĩ. Macho yake yanafanana na gololi, ya mviringo na yamemkodoka. Mdomo wake wa chini unaning'inia chini. Kakangu mwingine, Wamwere, ambaye alikuwa na punje za mahindi mkononi mwake tayari kuzirusha mdomoni, mkono umemgandia hewani. Wawili hao wanaonekana kama vinyago, au miamba vile. Sote tumepigwa na bumbuazi.

Babu akashika usukani wa kusimulia:

"Tulikuwa tumeenda kulala, namna tunavyofanya nyakati zote. Tulipokuwa tunalala, nilimsikia nyanya yenu akiweweseka. Nilimsikia akiamka na kuketi kwenye sehemu yake ya kitanda. Hapo, nilitamani kumwambia asinisumbue katika usingizi wangu lakini kabla sijatamka neno, nilimsikia anatambaa polepole kwa makini juu yangu na kukanyaga sakafuni. Nilimsikia akipiga hatua kuelekea mlangoni. Nilikuwa na hakika kwamba hakuwa amechukua kiberiti ambacho tuliweka kwenye kimeza karibu na kitanda. Kiberiti ambacho kilitupa mwanga usiku kwa kuwa hatukuwa na kurunzi. Hivyo, nilisubiri kusikia akifungua mlango kwa sababu nilikisia alikuwa anaenda nje kujisaidia. Lakini, hapana! Badala yake, nilisikia akishika vyombo vya jikoni, nikajiuliza: Njeri anataka kula usiku mkuu hivi? Kwani hakushiba tulipokula jioni?

"Mambo yalitulia. Nilifikiri kwamba alikuwa amejipakulia chakula na kuanza kula. Kwa sababu hiyo, nilijigeuza kitandani nikiwa na nia ya kuendelea kulala kabla hajarudi. Kumbe nilikosea! Sikujua kwamba sauti nilizokuwa nimesikia zilitokea wakati anatafuta mtungi wa maji gizani, na kwamba mambo yalipotulia, alikuwa anafungia mkanda wa kubeba kwenye mtungi! Ningejuaje?

"Hata kabla sijalala tena, nilimsikia nyanya yenu anang'ang'ana kutoa komeo la mlango ambao ulitoa kelele ya kuudhi. Nilibumburuka na kuketi kitandani, makini yangu yote yakiwa kwenye kilichokuwa kinatendeka. Nilimsikia anatoka mbio kuelekea nje. Nilitoka kitandani haraka kwenda kujua ni nini kilichompata, au ni kitu gani kibaya kilikuwa kimetokea.

"Nilitazama nje kupitia mlango uliokuwa wazi. Mbalamwezi iliangaza vizuri na kumulika nyanya yenu aliyekuwa amevaa kamisi nyeupe. Sasa alikuwa karibu na lango, akitembea kwa haraka. Alikuwa amebeba mzigo fulani mgongoni mwake kwa kuwa mikono yake iliyoonekana kuushikilia mzigo huo kichwani. Sikuweza kutambua alikuwa anabeba nini."

Ngũgĩ aligeuka na kumtazama nyanya yangu. Kwa sauti iliyojaa mshangao, akamuuliza:

"Wakati wote huo, nyanya, ulikuwa hufahamu chochote?"

"We! Acha tu. Hebu mwache babu yenu aendelee kusimulia," nyanya alijibu.

Babu aliendelea kusimulia. Sauti yake ilishuka, ikawa nzito kana kwamba alikuwa anashuhudia tukio hilo upya.

"Sikuwa na jingine la kufanya isipokuwa kumfuata. Nilitafuta upanga ambao tulitumia kukatia malisho ya mifugo. Aghalabu tuliuweka nyuma ya mlango, nikauchukua na kutoka shoti. Katika kipindi hicho kifupi, nyanya yenu alikuwa ameshafika barabarani na kutoweka! Nilikimbia kuelekea langoni nikitumaini kwamba ningemfikia."

"Hukuogopa fisi?" Wamwere alimuuliza babu.

Macho yake yalitonesha machozi, jambo ambalo lilikuwa muhali kubaini kama lilitokana na kisa hicho au moshi uliofuka kutoka kwenye moto.

"Sikuwa na woga wakati huo," babu alijibu. "La muhimu lilikuwa kuhakikisha kwamba nyanya yenu alikuwa salama."

Alisita, kana kwamba alikuwa pia anajiuliza swali lilo hilo. Kisha alisafisha koo taratibu na kuendelea.

"Kila mahali kulikuwa wazi, kumemulikwa na mbalamwezi. Nyota ziling'aa vizuri na kulikuwa na kimya cha kuogofya. Sauti ya kubweka kwa mbwa ilisikika kutoka mbali. Ilikuwa kana kwamba inaukemea mwezi huo na nyota kwa kutotambua kwamba wakati wake ulikuwa umepita, na sasa jua lilihitaji kupishwa ili lichomoze na kuipasha ardhi joto. Upepo baridi ulivuma na kibaridi cha asubuhi hiyo kilipenya mwili

~

57

kama wembe. Nilipofika kwenye geti, nilitazama pande zote za barabara na kumwona nyanya yenu akielekea kwenye bwawa la Kĩhenia, pale mnapopaita Ũndirĩ. Niliogopa kwa sababu nilidhani nyanya yenu alitaka kujitosa bwawani humo, afe. Niliongeza mbio na kumfuata umbali wa takribani mita kumi hivi. Alitembea harakaharaka, nami nikimfuata unyounyo. Upanga nao ulikuwa tayari mkononi ikiwa pangetokea hatari fulani."

Babu alisita. Macho yetu yalitua kwake. Aliuteremsha mkono alioutumia kuchezea ndevu zake zilizoota mvi, akachukua hindi alilokuwa anachoma kwenye upande wake wa moto na kuligeuza.

Kulikuwa na kimya cha kuogofya, kama usiku huo tuliokuwa tunasimuliwa.

Nyanya alicheka kidogo, wakati huo huo akipuliza moshi kutoka upande wake wa moto. Kisha, kwa sauti ya kijeuri, akamuuliza babu:

"Na hungeniita au hata kunipigia mbinja?"

Babu aliketi wima zaidi, akamwangalia na kwa sauti iliyojaa huzuni akamjibu:

"Jinsi nilivyokuwa nimechanganyikiwa kwa woga, ningewezaje kukuita?"

Nyanya hakujibu. Baada ya muda mfupi, babu aliendelea kutuhadithia. Tulitega masikio ndi!

"Baada ya kutembea kwa muda wa dakika tano hivi, tulifika kwenye makutano ya barabara ya kuelekea Shule ya Upili ya Wavulana ya Alliance. Nyanya yenu aliifuata barabara hiyo. Hatua hiyo ilinishangaza. Nilishangaa kilichomfanya kuamua kwenda shuleni humo wakati wa usiku. Hakumwogopa bawabu wa shule hiyo? Nilipomtazama vizuri niliweza kutambua alichokuwa anabeba: mtungi wa kuchotea maji! Hapo hapo, ilinibainikia kwamba alikuwa anaenda kuchota maji!

"Kutokana na uhaba wa maji safi katika kijiji cha Maĩ-a-ihĩĩ, shule hiyo ilikuwa imeandaa sehemu ya kuchotea maji kupitia mpango wa Uhusiano Mwema na Jamii. Hapo, wanawake waliweza kuchota maji kwa ajili ya mahitaji ya nyumbani na ya mifugo wao. Kwa hivyo, nilimfuata nyanya yenu ili nione kama kweli alikuwa anaenda kuchota maji au alikuwa amechizika," babu alimalizia kwa sauti iliyonifanya pia kushuku nia ya nyanya akilini mwangu.

Hapo, nyanya alichukua usukani:

"Niliuweka mtungi kwa makini chini ya mfereji. Kisha niliifungua birula. Babu yenu alikuwa amesimama karibu nami lakini sikumwona. Mtungi ulipojaa, niliuchukua, nikaufunika vizuri, nikauangusha na kuufunga kwa mkanda tayari kuubeba. Niliinama, nikauchukua na kuutupa mgongoni."

Babu sasa aliendelea:

"Maji kidogo yaliyokuwa yameumwagikia mtungi yalimumwangikia nyanya yenu. Hapo ndipo alipozindukana. Alipiga unyende na kuutupa ule mtungi mbali naye. Pengine ungemuumiza mguu lakini kwa bahati nzuri, nilikuwa karibu. Nilishuku kuwa angeamka wakati huo. Hivyo, niliudaka ule mtungi kabla haujaanguka na kuutupilia mbali. Kisha nilimtia mikononi, nikampiga pambaja."

"Ni nini, Njeri?" Nilimuuliza kwa sauti ya kumtuliza.

"Nimelowa maji," alijibu kwa sauti iliyojaa kitetemeshi.

"Nilimshika mabegani, polepole nikamwelekeza kurudi nyumbani.

Evening Pass-Time
- Translated by Peter Mburu Kuria

We used to visit our grandparents in the evenings to while away the time. At times, Grandma would be preparing her supper of gĩtheri or ugali. Grandpa would be sitting on his three-legged stool, some good distance away from the fireside. Often, we found Grandma roasting some sweet potatoes or bananas in the hot ashes. On our arrival, she would remove the roasted tubers or bananas from the fire, scrape them clean with a small stone she kept by the fireside for that purpose, and pass them to us. We would eat them with relish. When the gĩtheri was ready, she would dish out small helpings to us using her favourite kaihũri, ladle. By this time, some of us would be nodding off and drooling by the fireside. Grandma's food was delicious. It was the reason we all loved to visit her in the evenings.

Besides the food, the other reason we loved visiting Grandma was the stories she narrated to us. Sometimes, Grandpa would join in the storytelling. Once Grandma started telling a story, Grandpa would chip in, the two collaborating, weaving the tale. I guess that was the genesis of my love for stories and for story-telling.

As we stoked the fire and roasted green maize, and while the food slowly cooked, Grandma would start, "Oh my, do you know what strange things sometimes happen? I once went to bed and woke up to find myself carrying a water container on my back. Were it not that I got too cold, I wouldn't have known I'd gone to fetch water at night."

"What do you mean, Grandma?" I asked her, my mouth wide open in wonder.

I glanced at my brother, Ngũgĩ. His eyes were like marbles - extremely round and wide open. His lower lip was drooping. My other brother, Wamwere, who had some roasted maize grains in his fist and was about to thrust them into his mouth, had his hand frozen in the air. Both were like carvings or statues. We were mesmerised.

Grandpa took up the story.

"We'd gone to bed as we always did. As we slept, I felt your grandma stir. I heard her move and sit on her side of the bed. At that point, I felt like asking her not to disturb my sleep, but before I could utter a word, I felt her crawl over me and land on the floor. She took a step towards the door. I was sure she didn't pick the matchbox that we usually placed on the bedside table. We used the matchbox to light the room at night since we didn't own a torch. I waited for her to open the door because I imagined she was going to relieve herself outside. But, no! Instead, I heard her rattle the kitchen utensils. I asked myself: Does Njeri intend to eat in the middle of the night? Didn't she get satisfied last evening?

"The rattling stopped. I assumed she had taken the food and had started eating. And so, I turned over in bed, intent on getting back to sleep before she came back. Little did I know that the noise had come as she groped in the dark for the jerry can, and that when it was over, she was tying a strap on the container! But how could I have known?

"Even before I could doze off again, I heard your grandmother unbolt the door latch. The door squeaked open. I shot up and sat on the bed, all my attention on what was going on. I heard her shoot out of the house in a tearing rush. I scrambled out of bed ready to find out what had happened to her.

"I glanced outside through the open doorway. The moon was shining bright, clearly illuminating your grandmother in her

~

white camisole. She was now near the gate, walking briskly. I noticed that she was holding some load on her back since her arms were angled close to her head. But I couldn't tell what it was that she was carrying."

Ngũgĩ turned and faced my grandmother.

"All this time, Grandma, you weren't aware of anything?" he asked, his voice filled with wonder.

"My, my! Let your grandfather continue," she said.

Grandpa's voice went a notch lower, deeper, like he was witnessing the scene afresh.

"I had no option but to catch up with her. I groped behind the door for the machete we kept there after cutting fodder for our goats. I grabbed it and off I went. Within those short moments, your grandmother had already hit the road and disappeared. I sped towards the gate, hoping I'd find her."

"Were you not afraid of hyenas?" Wamwere asked. His eyes were watery. It was unclear whether the tears were because of the story or the stinging smoke coming from the fire.

"There was nothing like fear at that point," Grandpa said, "the important thing was to make sure your grandmother was safe."

He hesitated, like he was asking himself the same question. Then he softly cleared his throat and continued.

"The whole countryside was flooded with moonlight, stars shone bright and there was an eerie silence. The howl of a lone dog, some long distance away, could be heard, sounding like a tirade against the moon and the stars, asking them why they couldn't realize that their time was up and that they should have left, for the sun to rise and warm the earth. A biting wind drifted and the morning cold cut like a razor.

At the gate, I checked both directions of the road and saw your grandmother headed towards Kĩhenia swamp, the place you call Ũndirĩ. I panicked for I imagined your grandmother wanted to go and drown herself in the swamp. I hurried after her but kept a distance of about ten metres between us. And so, we moved, your grandmother and I, she leading, striding, and I following at a trot, my machete at the ready in case of any danger."

Grandfather paused.

All our eyes were fixed on him. He lowered the hand that had been stroking his white beard, took a maize cob he was roasting on his side of the fire, and turned it around.

It was deathly quiet, just like that night of the narrative, I imagined.

Grandma gave a small laugh, and blew away smoke from the fire. Then in a mischievous voice she asked grandfather, "And you wouldn't call me or whistle at me?"

Grandpa sat upright, looked at her and in a voice full of pain answered, "How could I have called you with all my fear and confusion?"

Grandma did not respond. After a while, Grandpa continued with the story. Our concentration was total.

"After walking for about five minutes, we came to the road branching off towards Alliance Boys School. Your grandmother took that road. That surprised me. I wondered what might have made her decide to go to the school at night. Wasn't she afraid of the school's watchmen? I took a sharper look at her and was now able to identify whatever it was she was carrying: a jerry can. It dawned on me that she was going to fetch water.

"Due to a scarcity of clean water in Maĩ-a-ihĩĩ village, Alliance School had set up a water collection point for the residents through their community relations programme. From this point, women would draw water for their domestic and livestock needs. I decided to follow your grandmother and see if she was actually going to fetch water or if she had simply gone crazy," Grandpa said in a voice that echoed his doubts to my mind.

At this point, Grandma took over.

"I carefully placed the jerry can under the tap. Then I opened the tap. Your grandfather was standing just nearby but, of course, I didn't see him. Once the jerry can was full, I took it, corked it properly, laid it on the ground and tied the strap round it, ready for carrying. I then bent down, grabbed it and started to swing it onto my back."

Grandfather now continued.

"Some water which had spilt on the jerry can dripped onto your grandmother's back. That's when she woke up. She screamed and thrust the jerry can away from her. It would have wounded her, possibly injuring her leg. Fortunately, I was near her for I had surmised she would wake up at that point. I grabbed the container before it fell and flung it away. Then I held her in my arms.

"'What is it, Njeri?' I asked her in a reassuring whisper.

"'I'm wet. Please, cover me,' she said, her voice shaking.

"I held her tightly by the shoulders and slowly steered her towards home."

Rugono rwa Njaa ya Mubea

- Naomi Ndumba Kimonye

Susana akurukire mpingirone ya ntura yao akamatite kiondo kiari
na matunda jamaingi mono. Kiondo kiu kiari na machunkwa,
mabokando, maembe na matunda jangi jamaingi jaria agurite
thokone ya Gakoromone. Ntura yao yari akui na barabara ya
lami. 'Matatu' iria yamukamatite, ikumwika nthi yaumire au
rwiro. Makanga wa ngari iu natigi na 'cinji' ya Susana. Atari aku-
mucokeria. Arathura mono ni makanga gwita na 'cinji' yawe.
Inya nyuma ya kwithirwa namwuititie cinji iu maita jamaingi,
akinyire nthi aticokeretue mbeca ciawe.

"Ka antu bonthe baraere amba! Arogwa nau makanga
mwamba." Susana aramuruma na guciitira kwao.

Susana nionere bojuwe bagitindania ome ya nja yao. Nyomba
ya Mubea yari nyomba yakitwe na maiga. Yari nyomba inene
ya rangi injeru ta nkamia ya kirima kia Kirinyaga. Nyomba ya
Mubea yari gatigati ka nyomba ingi ciakitwe na mpau na ingi
ciakitwe na ntaka imithiukite. Nyomba iu ya Mubea noyo yari
ya ngoroba na ya iga nturene iu ya Kigene na yakitwe igita ria
mukoroni uria wathaga nthi ya muntu u mwiru. Igitene riu,
nyomba inene ta iu ciakagwa ni acunku. Antu ba bairu bataiji
gwaka nyomba cia maiga. Bakaga cia ntaka.

Amiconari bakwija guku afrika nibo bari bambere gwaka
nyomba cia mpau na cia maiga. Nyomba ya mbere ya maiga

gwakwa yari ya batiri wa kanisa ya katholiki. Aturi ba Kigene bamwitaga batiri uu, Mubea. Igita riria Ndiira, baba wa Susana akire nyomba inene ya maiga, aturi barauga, "Ndiira agwaka nyomba ing'wanene na ya Mubea." Na kuma au aturi baratua kumwitaga Mubea. Au nio ritwa ria Ndiira riacencerue na aretwa Mubea ni akari ba Kiingene. Ndiira arakenua ni ritwa riria atwiririe ni aturi bawe. Kinya we aratua guciatanga Mubea. Mwanka gukua kwa ndiira etagwa Mubea.

Bojuwe ba Susana bakumwona ejite baratiga gutindania barogea kumukethia. Bojuwe bau ibamwendete mono niuntu igita rionthe Susana aumite thokone nabaretagira matunda jaria bendete mono. Susana kinya we arakenua ni bojuwe mono na nyuma ya kubatara arona kajuju kamwe gatario.

"Ariku Kajuju?" Susana araboria.

"Namami ni muthuro," baramucokeria.

Susana arenda kumenya gitumi kia Kajuju kumama muthenya ta muthao nikiriku. Baracokeria juju wao uju.

"Juju, niuria tumuthekere tukimwiraga niwe muntu uria muraja mono nturene iji yetu. Kinya mwiriga jwa mberenya juti antu baraja tawe. Kajuju niumutune ta mucunku na mutundu jwawe ti jumwiru ta jwetu. Guti muntu ung'wanene nawe njetu."

"Kajuju ti mwana wa Njaa ya Mubea," barauga.

Susana atakenerue ni nteto cia bojuwe na arabatetia mono ni kuthuria Kajuju. Susana naturaga abakanitie kumuthekera Kajuju indi bataigagwa.

"Bajuju bakwa, nibukwenda kumenya gitumi kia Kajuju gukara uu akari?" Susana aroria bajuju bawe.

"ii juju twire," bonthe baramucokeria.

"kareni nthii mbwire." Susana arabera.

Barakara nthi gitinene kia muti jumunene na Susana arakarira giti.

"Jukieni rugono." Susana arauga.

"Twajukia," bajuju baramucokeria.

"Tene tene mono, ni kwari mukuru umwe wetagwa Naangakiiri. Aumite gutu kuraja gwetagwa Sai. Antu ba Sai bari ariithi ba ng'ombe na betikitia ati ng'ombe cionthe ciari ciao. Naangakiiri aetwe ritwa riu niuntu bwa kuraga simba. Ntumurume wonthe wa sai amenyekaga ni ncamba nyuma ya kuraga simba. Naagakiri ari muntu umuraja mono na ari na mwiri juri na inya inyingi mono. Mwekuru wawe etagwa Nalangu.

Ntuku imwe Naangakiiri akirithagia ng'ombe ciawe netire kuraja mono na ntura yao ya Sai. Ari na mwekuru wawe, Nalangu na kana kao ga kaiji karia kairitwe. Nyuma ya kumenya netire kuraja na kwao, Naangakiiri areta na mbere na rugendo rwawe. Nyuma ya ntuko ing'anona arakinya ntura yetagwa Abogeta. Antu ba ntura ya Abogeta bamwona ibarigarire mono bona muntumurume aciogete leso intune na wina bangiri inyingi njarene. Amwe na jau, ekirite mikathi kaunene na nkingone yawe. Mwekuru wawe kinya we aciogete leso. Nkingo yawe yari na mikathi imingi kinya arakunikira mwana uria wari mugongo jwa ng'ina. Antu ba ntura iji riria babonere ibarigarire mono na bangi baramaka mono.

Naangakiiri nakenerue mono ni ntura ya Abogeta niuntu yari na nyaki inyingi na ruji rua kung'ana ng'ombe ciawe na rwawe rua gutumira. Naangakiiri araka nkanasa ya ng'ombe na araka kaganda karia bakaraga. Nyuma ya ntuko inyingi, ng'ombe cia Naangakiiri cirambiria kunora na irongera iria mono. Kinya mwekuru wawe nakenere niuntu nikwari na biakuria bia mwana biakung'ana.

Ntuku imwe ugoro, Naangakiiri aumite kurithia arethira mwiji wawe akirira wenka ome. Gutonya kagandene kao ndene, arethira mwekuru wawe noragirwe ni antu atiji. Naangakiiri arathura mono. Arenja mbirira na arathika mwekuru wawe. Nyuma ya kumuthika, arajukia mwiji wawe na araringa ngombe ciawe na kwambiria rugendo rua gucoka kwao Sai. Indi riria Naangakiiri akinyire ntura ya Kibiricia, muundu jurambiria kugwa. Naangakiiri aratirimana na mukuru umwe wetagwa Baba wa Marete. Baba wa Marete ararigara mono nikwona mukuru uri na ng'ombe, akamatite mwana utuku na ari na muthuro jumwingi mono.

"iitu aba! Ntigukuria murume, inawitite utuku?" Baba wa Marete aroria.

Naangakiiri arera Baba wa Marete mathina jawe jonthe.

"Ntikwenda gukara naja kairi. Ntikwenda kuragwa tau-ria mwekuru wakwa aroragirwe kana mwiji wakwa oragwe ni oragani. Ntikwenda na ntikwenda! Gancoke gwetu Sai!" Naangakiiri aramwira Baba wa Marete.

Baba wa Marete arathikira rugono rua Naangakiiri. Ararigara mono tontu kwao gutari na oragani. 'kana ii nthaka iria citikwenda mukoloni?' araciuria.

"Murume utikinya Sai thaa iji. Ukariwa ni mbiti iria cikuth-iuruka utuku. Ija nkwee kiraro. Ruju tukaria na akuru ba njuri ncheke." Baba wa Marete aramwira Naangakiiri. Niuntu bwa gukira kuriwa ni mbiti cia kithaka, Naangakiiri aretikiria kurara kwa Baba wa Marete. Rukiri Baba wa Marete areta kiri akuru ba kiama kia njuri ncheke. Arabera akuru ba kiama uria gukari. Nyuma ya rwaria, kiama kirauga guti na gitumi kia Naangakiiri gucoka kwao Sai. Mwekuru wa Naangakiiri oragirwe ni nthaka bakithuganagia aari mumaitha. Kuma riria muncuku ambiririe kujukia miunda ya muntu umwiru, bonaga mugeni bakathugania ni muthigani wa mucunku mukoloni.

Akuru ba kiama barauga ati batina thina nawe. Baretikaniria atwike umwe wao na njira ya guciarua. Naangakiiri aretikiria guciarua ja mumeru. Araretera kiama mburi ya guciarwa na aratwika mumeru na gwitwa ritwa ringi.

"Kuma narua ugetwa Kagworo," Mukuru wa kiama arauga. "Mwana waku nawe agetwa M'agworo (mwana wa Kagworo)."

Kagworo na M'agworo batona thina kairi. Baraka nkanasene yao kiujujune. Bararekera baria boragire Nalangu. Baratura bag-wiritue bakigwatanaira na antu ba Kiujujune mantune jonthe. Kinya barambiria guciritana urimi. Naangakiiri arambiria kurima ikwaci bia mirijo, matuma, ikwa na ugimbi. Naangakiiri atagu-rana kairi. Arerere mwana wawe atigutethua ni muntu kinya u.

Nyuma ya M'agworo gutanwa, naguranire. Agurire mwekuru wetagwa Nduru. M'gworo na Nduru baratharimwa na kana ga kaiji. Mwana uu aretwa Ndiira. Ndiira endete micetho mono na kurithia ng'ombe cia ithe. Ntuku imwe Ndiira baragwatana na nthaka cia nyunyaga ncobi na ciari amba ba ng'ombe. Barabanga kuia ng'ombe ciaitha. Nyuma ya wamba buu amba baria baiite ng'ombe barakararania na ndiira. Ndiira arojurua ni muthuro na arabera.

"Nkabutemanga na kibanga giki giakwa!" nthaka cirona ja mucetho. Ndiira araboraga bonthe. Nyuma ya kuboraga araigua ugwaa na aramatuka areta Sai kiri juju wawe wa mukuru uria wari Sai igita riu. Na nyuma ya gukaranga nau, Ndira aracoka Meru. Ndiira agucoka Meru natirimanire na mwari umuthongi mono na aramugura. Baraka njaa yari na thiiri. Murungu arabatharima na twana twiri.

Ntuku imwe Ndiira aragwatwa ni muthuro ari nja yawe. Gitumi kia Ndiira kuthura kiari nyungu. Mwekuru wawe endaga kugura nyungu inene ya kurugira ageni baria bejaga kumucerera. Indi ndiira atendaga. Ntuku imwe, Ndiira agwita Buuri, mwekuru areta thokone na kugura nyungu. Indi iria acokere njaa, Ciokiruga aramutirima mwirigene na kumwira,

"Ituraguriire nyungu ya kurugire tuona uria ukathithia!"

Ndira arajukia ncuguma yawe na kumugerera mwekuru wawe uria wa kiaga ucuru. Indi ncuguma iu iratirima kana ga kaiji karia kari ome. Kararingwa na karakua. Ndiira kwona mwana wawe wa mwiji agukua, arathura nkuruki. Arajukia ncuguma yawe kairi na aroraga mwekuru wawe nayo.

Ndiira aratigwa na kana kawe ga kaari karia getagwa kathambi. Guti muntu kinya umwe woririe Ndiira kiuria kana kumutetia. Antu bonthe ibamukirite niuntu bwa muthuro jwawe. Kinya anene ibakirire kumugwata.

Ndiira nejire kugura ekuru bangi. Kwari na Ciokiruga uria wari ng'ina wa Evagerine, Kaimuri na Wanja. Ekuru bau bangi ibatharimirwe na ana ta, M'muketha, Ndethiu, Mkiambati, Gerrad, Peris, Mkirimania Mugambi, Gikunda, Mbaya, Mbaabu na Karoki...baari ana babaingi mono. Ana babaingi bonekaga ja utonga."

Susana oakigonagira bajuju bawe rugono rwawe, umwe wa bajuwe aroria, "Juju niki maritwa jaria ukugwetaga nkujamenyaga jonthe. Bau ukugwetaga ni antu betu. Juju rugono ru rwaku rurituritana atia?"

"Uni nimbije. Juju arienda gutwira ati njaa ya Mubea iri na ndamu ya Sai. Juju arienda tumenya gitumi kia uraja bwa Kajuju na muthuro jwawe," umwe wa bajuju arauga.

"iiiima!" barauga bonthe na kaju kamwe. Susana arabameny-ithia kaumo ka njaa ya Mubea. Boonthe baramuthikira. Nyuma ya kuthikira rugono ruu, baramenya gitumi kia kurea gwa kajuju na muthuro jwawe jumwingi. Mathuganio jamaingi jarabojura. Baronekana bakinainia biongo. Baroria juju Susana,

"Indi juju niki Kajuju atunii ta mucunku. Naa gwetu guti muntu utunii tawe. Nakinya antu ba Sai ni babairu." Susana aratega bajuju bawe baria baari na biuria bibingi.

Susana aratuma juju umwe amuretere ucuru bwa ugimbi buria bwari gikirini nyomba. Nyuma ya gukunda makai jathatu, arakarira giti bwega na arambiria kubagonera rugono rungi.

"Jukieni rugono," Susana arabera.

"Twajukia," bajuju bonthe ba Susana barauga.

"Nibukurikana M'agworo?" aroria.

"Ari juju. Twire,"

"Ari juju wakwa wa mukuru. Ndamwendete mono. Riria juju atuikire muthaka, ari nthaka intamburuku. Nambiririe kugambia. Ntuku imwe nonere mwari umuthongi mono. Ari mwari umutune ja mulaika. Mutundu jwawe jwari jumuraja na jumuiru kiri. Jwari mutundu jutenderi ja jwa mucunku. M'agworo aramaka mono kwona mwari umutune ntura yao na wina mutundu ju muraja mono. Juju arakethia mwari uu na kumuria,

"Mwari u muthongi, muuga,"

"Muuga mono," mwari uu araketheka ena nthoni mono.

"Witagwa atia?" juju aroria.

"Mbitagwa Kiruga."

Kiruga aumite ntura yetagwa Kithangari. Ni ntura yari na ari ba bathongi na batune mono. Juju na Kiruga baratuma ucore. Ntuku imwe juju ari mundane araigwa kuri na kiatho kia ekuru na aari gwikirua turoso na nkuro. Kiruga ari umwe uria wetite gutemwa ruthia, kiu na mugongo. Gitumi gia kuthithia uu ni gucua uthongi buria bugakenia nthaka nikenda bomba kugurua. Juju aumire mundene na areta aria kiatho kiu kiathithagirua.

Aramujukia Kiruga na kuuga guti gacunci ka mwiri kabataranitie gutemwa mwari umuthongi ta Kiruga.

Ekuru ibambiririe gukararia Kiruga bakiugaga, "Mwari uti nkuro kana turoso atikorogurwa. Agakurira nyomba ya ithe na nti mwanka etwe ntindiri. Guti muntu murume ukamwenda."

Indi riria juju aigirue uria aka bagukuriria Kiruga arogea kiri aciari ba Kiruga na kuracia. Nyuma ya gutuma uthoni, baragurana. Aana bonthe baria baciarirwe bari babaiuru kiri! Gutari kinya umwe umutune ta Kiruga. Kajuju niwe wa mbere kujukia uthongi buu bwa Kiruga. Kajuju agwanene na Kiruga buru. Utune bwawe, uthongi bwawe na kinya mutundu nita juria jwa Kiruga.

"Ui itubu Kajuju. Na uria tuturite tumuthekagira tukiugaga ti wa njaa ya Mubea. Kwou niwe ugwanene na kiujui wetu buru. Nandi tukathithia atia? Tukamuromba urekeri atia?" bajuju ba Susana baroraniria amwe. Igita riu Kajuju arauma nyomba rwiro na kuugia barabarene na kuthuta matatu iria yarungi mwiriga jwao. Baria bari akui barageria kurungika matatu iu bararemwa. Bothe baragwata mitwe yao. Baraga bwa kuthithia tontu ibaiji muthuro jwa Kajuju. Bataiji naria eta kugwa ni naa.

Njaa ya Mubea yoonthe ireja kwona nimbi igwita na mbere. Barambiria kwibanga uria bagacua Kajuju. Aciari ba Kajuju ibari bakuambiria kurigara mono. Ba muntu wao barambiria gutumana nturene. Bangi baraibanga gwita gwa cibu na akuru ba ntura. Nyuma ya kagita ga karaja ga gucua Kajuju, matatu ingi irarungama mwiriga jwao. Kajuju arauma matatune iu ari na mbaacha inene agwete na njara. Nyuma yawe kwari na mwekuru wekirite irinda riraja na ria rangi injeru. Aciogete gitambaa gikieru mutwe. Nkingone yawe nacuritie ruthario rwaringi mbica ya Jesu ari mutharabene. Mwekuru uria Atari mugeni nja ya mubea. Aciitaga Sista Clara. Nabo antu bamwitaga Sista Kirara. Ari ndagitari sibitari ya Abogeta. Kajuju akinya kiribo ararita karatasi mbaachene iria akamatite aranenkera o muntu karatasi kawe.

"Jau ni macokio ja dagitari nyuma ya kunthithiria kithimi kia DNA. Kuringana na kithimi uni ndi wa njaa iji," Kajuju arabera.

"Mwanokwa, DNA nimbi?" Susana aroria.

~

"Juju, DNA ni kithimi kia dagitari kiria kionanagia kaumo ka muntu. Ndirajukirie mata ja ntii na baba kuma mikinyine yao ya maigo na icanurini biao ndirarita mitundu. Ndiraikia kiri ndagitari uria arajathimire amwe na jakwa. Macokio nijo jau bugwete njarene cienu. Kuringana na karatasi kau bugwete, uni ndi wa njaa ya Mubea. Kinya kethira ntigwanene na bangi," Kajuju arauga ari na muthuro jumwingi mono. Metho jawe jari na methori. Nyiuru yawe yari na mamira jaria angurire na burana iria ekirite. Kajuju atomba kuaria mono.

"uni ninogete gukara ngitagwa mugeni njetu. Magita jonthe tugicetha bambiraga uni nti wa njaa iji." Kajuju arauga.

Kajuju arajukia kagita ga karaja kwira njaa ya Mubea mibango yawe yonthe na uria atethetue ni Sista Clara kumenya uma. Bojuwe ba Susana baraigwa nthao inyingi mono. Bararomba Kajuju urekeri nawe arabarekera. Bajuju ba Susana baragwatana na kuambiria gutindania. Kuuma ntuku iu, bonthe ibaciritanire kwendana na gutindania amwe batigutega uria batiganite.

Susana aratigwa akari nthi acitegerete bajuju bawe aragwata ruthia. Atona giakuga. Kinya kwethirwa bajuju ba Susana batajukirie untu buu na uritu nonere uritu bwa untu buu.

O ari au akirite muturi wao Mukathera aratonya njaa ya Mubea arigite ng'ondu ciawe mirongo ithatu. Aretete ng'ondu ciawe cinyua ruji. Ari na rumenyeria rwa kuretaga ng'ondu ciawe kwa Mubea nikenda cinyua ruji. Ari na nkuruki ya miaka mirongo itantatu agikiagia ng'ondu ciawe kwa Mubea.

Mukathera ambiririe kurithia ng'ondu ari na ukuru bwa miaka ikumi na itano. Mubea niwe wamuritanire urithi bwa ng'ondu. Igita riu Mukathera ari na thina mono. Mukoloni ari akujukia munda jwao na kuraga aciari bawe. Mukathera atari na wa kumutethia. Mukathera arabanga gwita kwa Mubea gucua utethio tontu naigitwe uria Mubea atethanagia. Nthaka inyingi icietaga kwa Mubea igita ria kuracia na akabanenkera ng'ondu cia kuracia. Mubea ni atetherie Mukathera. Amuere ng'ondu inya na kithaka kia kurithia ng'ondu iu. Ntuku cionthe Mukathera ejaga kwa Mubea nikenda ng'ondu ciawe inywa ruji. Mwanka narua iji, ng'ondu cia Mukathera inyunyaga ruji kwa Mubea.

"Muuga," Mukathera arakethia Susana.

"Muuga mono," araketheka.

"Gitumi kia kugwata ruthia ikiriku?" Mukathera aroria. Ruthanju rwa ng'ondu ciawe rwari giturone. Susana aratega Mukathera na kutheka, aramuria.

"Umite naa na ng'ondu cia Mubea?"

"Ndauma kurithia. Ka ndareta ng'ondu cinywe ruji muro."

Nturene ng'ondu cionthe ciari na minyiritha imiraja na iminene cietagwa ng'ondu cia Mubea. Mubea ari mukuru wa mbere kurithia ng'ondu ciri na minyiritha iminene. Mukathera arareterwa giti na arakara nthi na areterwa ucuru bwa gukia buri gikirine.

"Ntiga tiga kumuthurira mukoloni niuntu bwa guntunya Baba Mubea. Mubea anditanire mantu jamangi mono. Ntuku cionthe mbijaga aja ndina witikio nkamwona Baba Mubea." Mukathera Arauga.

"Ukamaka. Aria ari ni aega." Susana arauga.

"Nau ari i naa? Tikaba kuringi kwithirwa na kaburi ga kurikira maua. Nandi muntu kujukua otu. Atimenyekane ina ari. Mukoroni na nthuririe mono!'

"Niki?" Kanyua aroria.

"Mucunku ejire aramujukia baba Mubea. Kinya tutona kanya ka kumuriungira." Mukathera arauga. Mukathera amujukagia Mubea ta ithe. Mukathera arambiria kugona rugono rwawe. I rugono endete mono kugona ririia arikana Mubea.

"Mubea ari na kithaka gikinene Ruibi akui na Subuiga. Kithaka kia Mubea kiathiraira rujini rwa rugucu. Ruji rwa Rugucu rwari mwanka jwa kithaka kia Mubea na mucunku wetagwa Mali. Mali na Mubea bari na ucore. Atakari ja akoloni baria bajukagia miunda ya antu ba baiuru ja batwi. Ari na kithaka gikinene mono. Ari na mbarasi ya kumuthiurukia mundene jwawe. Nyuma ya kwona mbarasi yawe ni ikunoga, aragura ndege ya kuthiuruk- aga kithaka kiawe. Mubea na riganiritie na acunku bangi bairi, Boys na Muranga. Bonthe bari acore ba Mubea. Bejite nthigu- rune nyuma ya kuewa miunda ni thirikari yao nyuma ya gutuika nchamba igita ria ndua ya nthiguru.

Mubea ari umume mono. Arairiga munda jwawe na rwego rwa mabage, matura, majara na marao jaria jathiurukire kithaka kiawe kionthe. Mukoloni arageria kuia kithaka kia Mubea araremwa tontu kithaka kia Mubea ikiairigi bwega. Bwanthi ikwari na ruji rwa Rugucu. Mukoloni arathura mono igucindwa uume I muntu u mwiru.

Mubea ari na ng'ondu inyinge mono. Ng'ondu cia baba ciai-jikene mono tontu iciari na minyiritha imiraja na iminoru. Uria wa tirimanaga na ng'ondu iri na munyiritha jumuraja amiringaga igatonya njaa ya Mubea. Ng'ondu cia Mubea iciari na karumenyeria ga kunyunyaga ruji rua Rugucu. Ciarikia kunyua ruji iciaunaga muro na gwita mundane jwa Mali.

Mali kinya we ari murithi wa ng'ondu inyinge. Ng'ondu ciawe ciari na minyiritha imikui. Nyuma ya igita, ng'ondu cia Mubea na cia Mali cirambiria guciarithania. Mbegu ya ng'ondu cia Mali irambiria kuunguanana na ya Mubea. Aragia ng'ondu ciri na minyiritha imiraja ta iria cia Mubea... ntiji ina bamwikirie Mubea...kuma akuthekwa ntikumenya naria etire. Ntikumenya kethirwa ibamurathire kana abamuitire." Mukathera ararikia rugono ruawe.

"Ibumwonere Kajuju. Ndigwa nakuumarite."

"Iiii akwija. Nagutindania na bangi." Susana arauga.

"Imantu ja mega kethirwa bukumwona. Butigwe bwega."

Mukathera arajukia ruthanju na kuringa ng'ondu ciawe iria ciari cikurikia kunyua ruji. Susana aratigwa akari nthi bena Kanyua. Rugano rua Mukathera rurabarikania ntuku cia Mubea.

"Maama, juju Mubea ari na muturire jumwega mono. Ima ati juju Mubea nathitangite mukoloni igotini?" Kanyua aroria. Okagita kau, Maingi aratonya njaa ya Mubea. Maingi ari juju wa Mubea. Maingi amwendete mono Mubea. Aije muturire junthe jwa Mubea. Susana akumwona Maingi aramwira acokerie Kanyu kiuria.

"Ima. Juju ibaretanire thina na mucunku umwe. Muncuku araikia Mubea igambene. Mubea atamakirue ni igoti ria mukoloni. Nthiguru yonthe ikwigwa mantu jau iramaka mono kuona muntu u mwiru utikirite igoti ria mukoloni. Antu barauga ati muntu umwiri atishinda igamba ria mukoloni. Atari na ugwaa. Mubea ari mugambi waijikene ntura yonthe ya Abothuguci..."Maingi arauga.

~

"Igamba riu riari riai?" Kanyua aroria.

"Juju ari muntu wendete gutethania mono. Atumaira utonga bwawe gutethia baria bena thina. Ntuku imwe, cibu Mboori arajukia irandu ria Mubea ria shilingi magana jathatu. Indi Mboori ararega kuria irandu riu. Juju arathura mono. Ntuku Imwe kogoro, juju arajukia tuciu twiri. Areta kiri cibu Mboori akiendaga kumuraga. Njuri iria yakaritie cibu ikwona juju iramatuka na gwita kwa DO kuthitanga juju. Juju aranenkera cibu gaciu kamwe nawe juju aratigwa na kangi. Cibu arojurua ni uguwaa. Ararega kujukia gaciu kau.

"Irandu riakwa ugacokia. Warega umwe wetu agakua narua ii!" juju arauga. Cibu arainaina na uguwaa. Juju ararekera Mboori na guciitira kwawe. DO areja na kaborio baria bakamatire juju. Juju arathekwa mwaka jumwe. Kiri mwaka juu jumwe, juju ataria irio bia nchera. Ekuru bawe nibo bamuretagira irio biria endete mono. Bamuretagira nyama, ikwa na kithanda.

Juju akuthaurwa arakurukira kwa DO na kumwira, "Ndeta njaa yakwa. Nkaria nyama mieri itantatu. Mweri jwa mugwanja tugeta igambene."

"Niki?" DO aroria.

"Wanthekere ntina meia," Mubea arauga.

"Igwe wendaga kuraga cibu," DO arauga.

"Igwe wandigiririie ntikamurage? Riria ndari kwa cibu kinya njuri yawe ni yamatukire. Inu uu wonere nkienda kumuraga cibu?"

Nyuma ya gukara njaa yawe mieri intantatu akirijaga nyama, mweri jwa mugwanja juju areta igambene. Juju ari nchamba inene. Aragamba na mukoloni mwanka aramucinda igamba. Mugambi arauga juju ariwe ikuthekwa ati na meia. Na arauga juju ariwe kairi tontu ari nchera atarijaga irio bia nchera. Mbeca iria Mubea arirwe ciari inyingi mono. Ciakamatirwe ni ekuru bawe ciikiri nkuniene. Bagukinya njaa baracionoria nyunguni yari nyomba. Mbeca iu citatarirwe.

Gucinda igamba ikwa mukenerie mono. Antu ba bairu kinyabo ibakenerue ni igamba riu. Mubea aratuika muntu u mwiru wa mbere kumushinda mucunku igambene. Gucinda igamba riu

~

75

kurabaa antu babairu inya ya kuruira miunda yao iria yajukitue i mukoloni.

Igita ria emergency rireja. Kuragia na ugwaa bubuingi. Igita riu mweri jwa ikumi, Baba Mubea arakamatwa ni kaborio ba mukoloni. Mubea arakamatwa tontu naejanaga muuma. Mubea arathekwa amwe na bangi baria batetaira uiathi bwa muntu u muiru ja ba Kimathi na Jomo. Riria bari nchera, Mubea ibaurirwe mono. Irio biria baejagwa bitabang'anaga. Ibagwatirwe ni mirimo imingi mono na batona ndagitari. Amwe na kuragwa imirimo, mukoloni nawe aboragaga uria akwenda.

Indi iria ari nchera, juju ni athurire mono kumenya ati bakaborio ba mukoloni ibathinjire ng'ondu ciawe na ng'ombe ciawe cionthe mwanka cirathira buru. Kithaka kiria kiojuri ngondu kiratigwa gikirite ki. Nyuma ya au mkoloni aratuma kaborio gwetu. Baratuithiria nyomba cionthe na kuinyangia into bietu bionthe. Anthu betu barambiria gututhekera bagitucambagia nturene. Utonga bunthe bwa juju Mubea burathira buru.

Juju athekerwe Tharaka miaka imikai. Baracoka baramwikia nchera ya Lodwar. Nau Lodwar, juju ataritaga ngugi inya iriku. Juju oragirwe ni ukuru enau Lodwar. Mwiri jwawe jwatigirwe nau. Tutingiumba kujureta njaa tumuthika bwega. Juu niju jwari muthia jwa Juju Mubea." Rugono rua Mangi rurathirira au. Bonthe barakira na kurikana muturire jwa Mubea.

"Nkwijite kuona kethirua ibumwonere Kajuju. mbigirue ati niaurire nja." Maingi arauga.

"Iii nejira. Nagucetha na bangi. Uria aria," Susana arauga.

"Nkurigara mono. Kajuju uu umwe uria ukaraga acikiririte wenka na aithikirite, narua niwe uu ugucetha na ana bangi. Narua natia gwacencia."

"Mantu jagucencia narua." Susana arauga.

Thimu ya Maingi irambiria kurira. "Uuni ambite. Butigwe bwega." Maingi araumara akiaragia na thimu yawe. Susana na Kanyua barambiria gukurukia iti biria bakaririte. Mundu ijwari jukwambiria kugua na mpio yambiria kwingia.

Nasaba ya Mubea

- Naomi Ndumba Kimonye

Suzana aliingia kiamboni akiwa amekingisa chondo kilicho-
jaa matunda ya kila aina. Si machungwa, si maparachichi, si
maembe, almuradi kila aina ya matunda aliyopata sokoni ili-
kuwa mle ndani. Chondo kile kilionekana kumlemea Suzana
aliyekuwa amekonga si haba. Mgongo wake ulikuwa umepinda,
si kwa uzito wa chondo bali kwa kula chumvi chungu nzima.
Suzana aliitazama matwana iliyomshusha ikiondoka kwa kasi.
Utingo alikuwa amekataa na baki lake la shilingi hamsini.

"Siku hizi kila mtu ni mwizi! Mwana hizaya huyo! Kumbe
adui wa mtu ni mtu. Kafilie mbali! Mjalaana!" Suzana alimlaani
utingo aliyempoka. Aliirusha mikono yake dhaifu hewani.

Kwa mbali aliwaona wajukuu wake kumi na wawili wakicheza
nje ya boma la Mubea. Walikuwa wakibembea kwenye bembea
alizotengeneza Suzana. Wengine walikuwa wanafukuzana huku
wakifurahia kuteleza kwenye nyasi za kijani zilizolifunika boma
lile. Boma la Mubea lilikuwa kando ya barabara ya lami. Yali-
kuwa mazoea kwa magari kupita pale kwa kasi. Ajali zilitokea
kwa wingi, waathiriwa wakiwa watoto waliopenda kuchezea
kando ya barabara. Honi za magari yale ziliwakera wanajamii.
Walikuwa wamelalamika kwa wizara husika ila masikio ya vion-
gozi yalikuwa yametiwa nta.

Katikati mwa safu ya nyumba za msonge na mbao, kulikuwa na bahari ya nyumba iliyosimama tisti. Jumba lenyewe lilikuwa la orofa tatu, lilikuwa jeupe kama theluthi. Ndilo jumba la kipekee la gorofa kijiji kizima cha Kiigene. Lilikuwa limejengwa wakati wa ukoloni. Mja wa kwanza kujenga jumba kama hilo alikuwa padri wa kanisa la Katoliki aliyeitwa Mubea. Suzana alionapo jengo la baba yake lililosimama tisti, hukumbuka enzi za ukembe wake, marafiki zake walizoea kumwambia, "Nyumba yenu inafanana na ile ya Padri Mubea." Na mara, kijiji kizima kilianza kuwarejelea kama 'wana wa Mubea'. Padri Mubea aliporejea Roma, jina la baba yao, Ndiira, lilitokomea. Jina Mubea likatwaa nafasi ya Ndiira. Mwenyewe Ndiira hakulalamika, aliipenda lakabu yake mpya.

Wajukuu walipomwona nyanya Suzana walimkimbilia kwa furaha. Walijua kuwa kila mara Nyanya Suzana akija lazima angewaletea matunda wayapendayo. Walifika wajukuu kumi na mmoja wenye nyuso zilizoshiba bashasha. Mjukuu mmoja hakuwemo.

"Yu wapi Kajuju?" aliuliza Suzana.

Wajukuu wake walimweleza kuwa Kajuju alikuwa amelala kwani alikuwa amekasirika sana. Kisa na maana ni kuwa wenzake walimtania kwa vile alikuwa tofauti sana nao. Nyanya yao alikuwa amewaonya dhidi ya kumtania Kajuju ila utundu wao wa kila siku ulikuwa mwingi. Kila mara walipokuwa michezoni, walizoea kusema kuwa Kajuju si wa nasaba yao. Wana wale walikuwa na ushahidi wa kutosha. Kwanza, Kajuju alikuwa msichana mrefu ajabu. Katika jamii ya Eru hakukuwa na watu warefu mithili ya Kajuju. Tena alikuwa mweupe pe pe pe sawa na mzungu. Weupe wake Kajuju haukuwa ule wa jamii ya Eru. Ulizidi. Tena wazazi wake Kajuju walikuwa weusi ti ti ti.

"Mbona mnapenda kumchokoza mwenzenu? Hamwoni kuwa mizaha yenu inamuumiza? Wajukuu wangu, mzaha mzaha hutumbua usaha eti," alilalamika Suzana.

"Lakini nyanya, Kajuju ni tofauti sana. Urefu wake, umbo lake, rangi yake ya ngozi, hata nywele zake si za kwetu. Lazima ametoka ukoo mwingine. Kajuju ni mtu baki." walisema. Suzana aliutua mzigo wake mzito. Aliwagawia wajukuu wake matunda, akakivuta kiti kilichokua kando na kuketi kitako.

"Wajukuu wangu, kaeni chini niwatambie kisasili cha nasaba yetu." Alisema

"Hadithi hadithi," Akasema.

"Hadithi njoo!" walisema wajukuu waliojawa na hamu.

"Hapo zamani za kale, kabla ya mkoloni kuivamia jamii yetu, palitokea mzee mmoja kwa jina Naangakiiri. Alitoka jamii ya Sai ambayo inajulikana kwa kufuga ng'ombe wengi. Alipewa jina hilo na wazee wa Jamii baada ya kumuua simba kwani alionekana kuwa shujaa. Alikuwa mwanamme mrefu, mweusi na mwenye misuli mithili ya Fumo Liyongo, yule shujaa wa Pate.

Siku moja, katika shughuli zake za kulisha, Naangakiiri alitanabahi kuwa ameenda mbali sana na kijiji chake. Hata hivyo hakubabaika, alikuwa ameandamana na mkewe aliyeitwa Nalangu na kifungua mimba wao. Aliwafuata mifugo wake hadi giza liliposhuka. Naangakiiri akajipata eneo la Eru. Alikuwa amejifunga shuka nyekundu ja damu. Kiunoni, mikononi na miguuni, shanga za rangi tofauti zilijiviringa. Mkewe alikuwa amejifunga shuka ya kitambaa cha kunguru chenye rangi nyekundu na nyeusi. Shingoni kulikuwa na shanga chungu nzima. Shanga zile zilimfunikia mtoto aliyekuwa amekitazama kisogo cha nina. Wanajamii wa Eru walipowaona watu wale ajinabi, walichanganyikiwa. Kuna wale waliowaambaa huku wengine wakiwakazia macho. Naangakiiri alipofika eneo la Abogeta, alikita kambi pale. Nguvu zilikuwa zimemwisha. Hangeweza kuendelea na safari. Alipendezwa na eneo lililokuwa na kichaka kikubwa.

"Tumeishi Sai kwa miaka mingi. Tunahitaji kubadilisha hewa," alimwambia Nalangu. Aliuchukua upanga wake na kufyeka nyasi na kukata miti. Mkewe alijenga nyumba ambayo wangeishi, naye akajenga zizi alipowafungia mifugo. Naangakiiri alizingira eneo lile kwa ua wa duara. Eneo lile lilikuwa na nyasi na maji tele kinyume na kwao. Walifanya makazi yao pale. Hawakutamani kurudi kwao Sai. Siku zilisonga zikawa juma. Majuma nayo yakaunga miezi. Waliselelea eneo la Abogeta. Ng'ombe waliongeza uzito na maziwa yakawa maradufu. Mkewe alilipenda eneo lile kwani kulikuwa na chakula cha kutosha. Mwanawe hakukosa lishe bora.

Siku moja, Naangakiiri alitoka malishoni na kumpata mwanawe akilia kwa kite. Alipigwa na butwaa alipouona mwili wa Nalangu ukielea kwenye kidimbwi cha damu. Alipandwa na mori. Hasira za kwao zilimjaa. Lakini afanyeje? Hakujua waliomuua wala sababu ya kufanya hivyo. Alijibidiisha kuchimba kaburi pa mtima pa moyo. Alimzika mkewe na kuondoka eneo lile upesi kwani aliogopa. Alijua kuwa kupigania haki ya mkewe kulikuwa sawa na kujitosa katika bahari kubwa yenye mawimbi mengi. Njiani, alimshuku kila mtu. Kweli aliyeumwa na nyoka akiona ung'ong'o hushituka.

Alipofika eneo la Kibiricia, jua lilikuwa tayari limetua na giza lilikuwa tayari linabisha hodi. Naangakiiri alipatana na mzee mmoja aliyeitwa Baba Marete. Baba Marete aliweza kutambua kwa haraka kihoro chake Naangakiiri.

"Aiseee, kwa nini unatembea usiku na mtoto mkembe mabegani huku umefuatana na ng'ombe wako wote. Walekea wapi?" Baba Marete alimuuliza. Naangakiiri alimsimulia kisa chake bila kusita.

"Sitaki kuyapoteza maisha yangu wala ya huyu mwanangu ndio maana ninataka kurudi kwetu Sai kwa familia yangu." Naangakiiri alisema.

"Ndio ni kweli kuwa ng'ombe akivunjika mguu malishoni hujikokota zizini kusaidiwa ila si kila wakati. Sidhani kurudi kwenu Sai kutakufaa kitu." Alisema Baba Marete.

Baba Marete hakumruhusu Naangakiiri kuendelea na safari yake kwani Sai kulikuwa mbali sana. Badala yake alimpa malazi. Asubuhi, Baba Marete aliwaeleza wazee wa Eru kisa kile. Wazee walimwambia kuwa hakukuwa na haja ya kurudi kwao Sai. Ilibainika kuwa kifo cha mkewe kilitekelezwa na vijana wa Eru waliokuwa wamepewa jukumu la kushika doria. Walipogundua kuwa kulikuwa na wageni, waliwashuku kuwa maadui na basi kumuua Nalangu.

Baraza la wazee lilimweleza namna ya kuzaliwa katika jamii ya Eru. Angekuwa mmoja wao na wangempa ulinzi. Kwa vile Naangakiiri alikuwa ameipenda sehemu ile alikubali ushauri wa wazee. Aliwapelekea wazee mbuzi na kisha tambiko kufanywa. Huo ukawa mwanzo mpya kwake. Alikubalika kama mmoja wa wanajamii wa Eru na kupewa jina, Kagworo. Mwanawe akaitwa Mtuagwaro.

Baada ya miaka mingi Mtuagwaro alibaleghe na kuasi ukapera. Alijaliwa na mwana wa kiume aliyejulikana kama Ndiira. Ndiira alikuwa mvulana machachari mno na alipenda ufugaji sana. Siku moja, Ndiira alishikana na genge lililoenda kuiba ng'ombe. Baada ya wizi ule, genge lilizozana. Kwa hasira, aliwaua wenzake. Hakujua afanye nini. Alitorokea Sai. Alirejea Eru alipofikisha umri wa miaka thelathini.

Ndiira alianza maisha mapya. Akawa mwajibikaji na mtendakazi. Katika shughuli zake za ufugaji, alipatana na msichana mrembo na kumwoa. Waliishi kwa amani na Mola akawajalia wana wawili. Binti aliitwa Kathambi na bin akaitwa Kiremana. Kwa vile mkewe aliziogopa hasira zake Ndiira, alichelea kumuudhi. Hayawi hayawi huwa. Siku moja, Ndiira alikasirishwa na mkewe. Mkewe alikuwa amenunua chungu sokoni kinyume na amri za mumewe. Kwa hasira, aliichukua fimbo yake na kumrushia mkewe. Fimbo ile ilimpata mwanawe Kiremana aliyeaga dunia papo hapo! Ndiira alihuzunika kumpoteza mwana wa kiume. Alimlaumu mkewe. Mkewe alipoona kuwa Ndiira amepandwa na za kwao, aliamua kuponda wa fisi. Hata hivyo, Ndira alikuwa na kasi ja swara. Aliizoa fimbo ile ile na kuirusha kwa nguvu, wakati huu, ilimpata mkewe, ilimpasua kichwa naye akaaga dunia huku akimwacha bintiye Kathambi aliyekuwa akilia, "Mama usiniache," Wanakijiji walichelea kumrudi Ndiira kwani walizijua hasira zake. Hakuna hatua iliyochukuliwa dhidi yake. Wazee wa kijiji pia walimwogopa.

Baadaye Ndiira alioa wake wengine na kupata wana. Mkewe wa pili alikuwa Ciokiruga. Huyu alibarikiwa na watoto watatu, Evegeline, Kaimuri na Wanja. Naye wa tatu alibarikiwa na wavulana wanne, Mmuketha, Ndethiu, Mkiambati na Gerrad. Naye mke wa nne alibarikiwa na wana wawili, Peris na Mkirimania. Mke wa mwisho ni mama wa Mugambi, Gikunda, Mbaya, Mbaabu na Karoki..."

"Nyanya, mbona hayo majina yote twayajua. Hayo ni majina ya nyanya na babu zetu tunaoishi nao hapa kiamboni. Hicho kisa chako kina maana gani?" waliuliza wajukuu.

"Mimi ninajua. Sisi tuko na damu ya Sai. Na ndio maana urefu wa Kajuju ni ule wa jamii ya Sai. Hata hasira zake." Mmoja akadakia.

"Ndiyoooo." Walisema wote kwa pamoja. Suzana aliwaeleza kuhusu chimbuko la ukoo wao. Sasa walielewa kwa nini Kajuju alikuwa mrefu ajabu na mwenye hasira za mkizi.

"Lakini nyanya, kisa chako kinaelezea tu urefu na hasira za Kajuju. Na weupe wake je? Kajuju ndiye mweupe zaidi kijijini. Sote tunajua kuwa jamii za Sai na Eru hazina watu weupe kama Kajuju." waliuliza huku wakitingiza vichwa vyao. Suzana aliwatazama wajukuu hao waliokuwa na hamu kuu ya kupata ufafanuzi zaidi.

"Haya basi wajukuu wangu, tegeni masikio yenu ndi! Mnamkumbuka Ntuagwaro? Alikuwa babu yangu. Hamkuweza kumpata. Babu Ntuagwaro alipobaleghe alianza kumsaka mchumba. Katika pita pita zake, alimwona msichana mmoja aliyekuwa amehiri. Malaika! Msichana mweupe pe pe pe. Meno yaling'aa. Nywele zake nyeusi kama makaa ziliulalia mgongo wake kwa madoido. Babu alishindwa kujizuia.

Babu alimpenda sana malaika yule aliyeitwa Kiruga aliyetokea kijiji kilichoitwa Kithangari. Ni kijiji kilichosifika kwa kuwa chemchemi iliyobubujika wasichana warembo zaidi duniani. Kila mara babu alipomwona Kiruga alijikuta akighani,

Shombe shombe,
Mtoto laini laini,
Anawaka waka...

Siku moja, kulikuwa na sherehe ya wanawake kujiremba. Katika sherehe ile, wanawake walichanjwa tumbo, mgongo na hata mashavuni. Waliamini kuwa alama zilizobaki baada ya kuchanjwa ziliwafanya wawe warembo na kuwavutia wachumba. Babu alikuwa shambani akilima alipofikiwa na fununu kuwa Kiruga alikuwa mmoja wa wanawake waliokuwa wameenda kuchanjwa. Aliiacha rato yake shambani na kuelekea mivigani. Alimchukua mpenziwe na kukataa kata kata achanjwe.

Alisema, "Halifai la Kupumbaza! Mwanamke mrembo hastahili kuumizwa kwa kijembe. Tayari ameshashupaa mwili huyu. Damu yake haistahili kumwagwa eti kwa ajili ya urembo! Kwa mujibu wangu, urembo wake Kiruga umezidi upeo wa kukubalika."

"Mwanamke ambaye si mrembo. Hatapata mchumba! Ataishi kuozea kwa baba yake." Walisema wanakijiji. Bila kupoteza muda, babu alimchukua nyanya na kwenda kwa wazazi wake kumposa.

"Mbona haraka?" aliuliza Kiruga.

"Mpenzi, haya maisha ni sawa na ndizi kwenye mgomba. Nikisubiri uive zaidi, utaoza hurulaini wangu," alisema babu kimzaha. Babu alitafuta wazee kadhaa na kwenda Kithangari kwa kina Kiruga kulikoandaliwa sherehe ya na kisha kumwoa. Walibarikiwa na watoto waliouchukua weusi wa babu. Lakini baada ya vizazi kupita, nyanya amezaliwa! Mjukuu wangu Kajuju ameuchukua weupe wa nyanya."

"Aaaaaah sasa tunaelewa nyanya." Wote walisema.

"Tunajuta sana kumtania bintiamu yetu Kajuju. Laiti tungalijua ukweli." walisema.

"Majuto ni mjukuu," alisema Suzana.

Wakati huo huo, Kajuju alitoka ndani ya nyumba mbio kama mshale. Rununu yake ikiwa sikioni. Aliabiri matwana iliyokuwa inamshukisha abiria. Huyooo... akatokomea kule. Walijaribu kumfikia ila matwana ile ilitimua mbio. Wote walijawa na woga ja kunguru. 'Ameenda wapi?' walijiuliza. Kajuju alikuwa na hasira nyingi sana. Hawakujua alichokuwa amepanga.

Baada ya masaa mawili, Kajuju alirejea nyumbani. Alikuwa na bahasha mkononi. Nasaba nzima ya Mubea ilipomwona, ilijongea. Alimkabidhi kila mtu nakala fulani.

"Mjukuu wangu, umetoka wapi? Na nini hicho mkononi?" Suzana aliuliza. Kajuju alimweleza kuwa alikuwa ametoka hospitalini. "Kwani u mgonjwa?"

"Tena hali mahututi. Nimechoka kuitwa mgeni, nimechoka kuitwa mtu baki, kejeli zenu zimeniuguza!" Kajuju alifoka.

"Mjukuu wangu, samahani kwa hayo yote. Huko hospitalini wamesemani?"

"Hayo ni matokeo yao. Mkiangalia hapo, mtaona kuwa mimi si mgeni kama mnavyodai. Damu yangu ni ya hii hii familia ya Mubea!" alisema Kajuju.

"Mjukuu wangu, DNA ndio nini?" Aliuliza Suzana.

"Nyanya, ni kipimo kinachofanywa na madaktari kuchunguza urithi. Majibu yake ni ya hakika. Binadamu na wanyama wote wana DNA ambayo hueleza habari zote za urithi wa kiumbe aliye hai. Habari za tabia zote hupitishwa kutoka kwa mzazi..."

"Mjukuu wangu, mimi sielewi kuhusu hizo DNA... lengo lako ni nini? Hizi karatasi zina maana gani?"

"Nyanya, baada ya kutumia mate ya mama na baba niliyotoa kwa miswaki yao, na pia nywele zao, ni bayana kuwa mimi ni mtoto wao. Nimechoshwa na kila mtu kuniita mgeni. Kila mara tunapocheza na binamu zangu wao huniita mgeni." Kila mtu alionekana kuelewa alichokuwa anazungumzia Kajuju isipokuwa Suzana ambaye hakufahamu chochote kuhusu DNA. Kila mtu aliyekisikiliza kisa cha Kajuju chenye machungu, alimwonea imani mtoto yule. Watesi wake walizificha nyuso.

"Kajuju tusamehe kwa kukudhalilisha. Hatukujua kuwa mizaha yetu ingekuletea simanzi. Tusamehe kwa ujinga wetu," walisema.

Kajuju aliwasamehe binamu zake na mara michezo ikaanza. Walicheza michezo ambayo haikuwa na ubaguzi. Kila mmoja alishiriki. Suzana alibaki pale chini ya mti akiwatazama wajukuu wake. Alikaa kimya kwa muda. Kitendo kilichokuwa kimetendeka kilionekana kuwa chepesi kwa watoto ambao tayari walikuwa wamesameheana na kuendelea na michezo yao lakini kwake Suzana lilikuwa jambo nzito.

Mukathera aliyekuwa mzee wa miaka sabini na mitano na aliyekuwa jirani alifika pale akiwaongoza kondoo wake thelathini mtoni ili wanywe maji. Ni kitendo ambacho amekifanya kwa zaidi ya miaka sitini. Mukathera alianza kufuga kondoo alipokuwa na miaka kumi na mitano. Mubea ndiye aliyemfunza kufuga kondoo. Wakati huo Mukathera alikuwa anapitia wakati mgumu. Mkoloni alikuwa amewaua wazazi wake na kulinyakua shamba lao. Alibaki bila mwenza wala pa kulaza ubavu wake.

Alimwendea Mubea kwani, alizisikia sifa za ukarimu wake. Alikuwa tegemeo kwa wanakijiji wengi. Kila mtu alipopatwa na shida ya aina yoyote ile alienda kwa Mubea na kusaidika. Inasemekana kuwa wakati wa posa, vijana wengi walienda kwake na aliwapa kondoo, mbuzi na hata ng'ombe wa kupeleka kama mahari.

Kama alivyotarajia, Mukathera alisaidika. Mubea alimpa kondoo, sehemu ya ardhi ya kuwalisha kondoo na pia alimpa malighafi ya kujenga nyumba; mbao, mabati na misumari. Kwa vile mto ulipita kwenye shamba la Mubea, Mukathera aliwaleta kondoo wake pale kuwanywesha maji. Hadi leo imekuwa ibada kwake kufika nyumbani kwa Mubea kila siku kuwanywesha kondoo wake.

Hamjambo alisema.

Hatujambo Suzana akajibu.

"Mbona mmejishika tama? Kunani?" Aliuliza Mukathera huku ameining'inizia fimbo yake begani. Suzana alilazimisha tabasamu na kisha kusema,

"Umetoka wapi na kondoo wa Mubea?"

"Nimetoka malishoni. Nimewaleta wanywe maji." Akasema.

Kondoo wenye mikia mikubwa na minene walijulikana kama wa Mubea. Inasemekana kuwa ndiye aliyekuwa mtu wa kwanza kuwahi kufuga kondoo wa jinsi ile katika eneo hilo. Mukathera alivuta kiti na kuketi. Aliandaliwa uji uliokuwa kwenye kitoma cha hudhurungi. Kanyua alimimina uji kutoka kwa kitoma hadi kwa mboko. Aliukonga uji ule uliochachuka.

"Wakoloni waliwachukua wavyele wangu, ndio. Lakini mimi huwalaumu zaidi kwa kunipoka Baba Mubea. Alinifunza mengi. Kila mara ninapofika hapa, huwa ninatarajia kumpata. Ningali na matumaini kuwa huenda atarejea." Alisema Mukathera.

"Usijali ndugu yangu. Alipo ni salama." Alisema Suzana.

"Na huko alipo ni wapi? Ni heri kungekuwa na kaburi la kuzuru. Lakini mja kuondoka na asijulikane alikotokomea... huyo mwingereza alitukosea sana!"

"Mbona?" aliuliza Kanyua.

85

"Mkoloni alimchukua Baba Mubea. Hata hakutupa nafasi ya kumuaga." Alisema Mukathera ambaye kama watu wengi pale kijijini alimwona Mubea kama baba. Mukathera alishusha pumzi na kuanza usimulizi wake wa kawaida. Ni kisa ambacho yeye husimulia kila mara anapomkumbuka 'baba' yake.

"Mubea alikuwa na shamba kubwa sana katika eneo la Ruibi karibu na Subuiga. Shamba lake lilifika kwenye Mto Rugucu. Mto huo ulikuwa mpaka wa shamba la Mubea na lile la mlowezi aliyejulikana kama Mali. Mali alikuwa jirani mwema si kama wale wazungu wakoloni walionyakua mashamba ya waafrika. Shamba la Mali lilikuwa kubwa sana. Mwanzoni alinunua farasi wa kumtembeza kwenye shamba lake. Lakini alivyozidi kulipanua shamba lake ndivyo farasi wake alivyozidi kuchoka. Hatimaye alinunua ndege ya kumzungusha shambani. Mali, Boys na Muranga walikuwa walowezi waliopewa mashamba eneo lile na serikali ya mwingereza. Hii ilikuwa baada ya kuwa mashujaa kwenye vita vya dunia. Watatu wale walikuwa wandani wake Mubea.

Mubea alisifika kwa kuwa mzee mwenye hekima chungu nzima. Alipanda ua uliolizunguka shamba lake. Mkoloni alijaribu kulinyakua shamba la Mubea lakini ua ule ulimcheka. Upande wa chini kulikuwa na mto. Mubea alikuwa na Kondoo wengi ajabu. Kondoo wa baba walijulikana sana kwa kuwa na mikia mirefu mikubwa iliyojaa mafuta. Kila aliyemwona kondoo mwenye mkia mrefu na mnene alimpeleka kwa Mubea.

Kondoo wa Mubea walikuwa na mazoea ya kwenda kwa shamba la Mali baada ya kunywa maji ya Mto Rugucu. Mali pia alikuwa na kondoo wa kawaida. Baada ya muda, kondoo wa Mubea walizalishana na wale wa Mali. Kondoo wa Mali wakaanza kufanana na wale wa Mubea.

"Miaka imepita... Sijamwona Baba Mubea... Sijui walichomfanyia huko... kizuizini. Sijui kama walimpiga risasi au walimnyonga." Mukathera alitamatisha usimulizi wake ghafla. Aliwakumbuka kondoo wake.

"Mlimpata mwanetu Kajuju. Nimesikia kuwa mnamsaka" Aliuliza Mukathera.

"Naam, tumempata. Ndiye yule pale anacheza na wenzake," alijibu Suzana.

"Vyema hivyo. Leo ameonekana akiwa amechangamka. Si kama kawaida yake. Haya basi. Naondoka. Asante." Mukathera alisema huku akiichukua fimbo yake na kuondoka.

"Nyanya, hiki kisa cha babu kinaonekana kuwa cha kuvutia sana. Ni kweli kuwa babu Mubea aliwahi kumshtaki mkoloni?" Kanyua akauliza. Kabla ya Suzana kumjibu, Maingi akaingia. Maingi alimpenda sana babu yake Mubea. Aliyajua mambo mengi kumuhusu. Mengi alikuwa amejionea na mengi alikuwa amejitafitia. Suzana alilielekeza swali lile kwa Maingi aliyekuwa ameshaketi.

"Ni kweli. Nchi nzima ilistaajabu sana kusikia kuwa kuna mwafrika mmoja jasiri aliyethubutu kupambana na mzungu mahakamani! Kila mtu aliifuatilia kesi ile kwa makini. Kuna wale waliosema kuwa Mubea anaupoteza muda tu. Hakukuwa na uwezekano wa mwafrika kupata haki katika nchi iliyotawaliwa kiimla na mwigereza." Maingi alimweleza Kanyua aliyekuwa anamtilia uji kwenye mboko.

"Kwani kesi ilihusu nini hasa?" aliuliza Kanyua aliyejawa na hamu.

"Kama unavyojua, babu alikuwa tajiri mkubwa sana huku Buri. Tena alikuwa mkono wazi. Alimsaidia kila mtu aliyehitaji. Siku moja, Chifu Mboori alimkopa babu shilingi mia tatu. Lakini Chifu Mboori kwa kiburi chake hakulipa. Babu alipandwa na mori kwani alijua kuwa dawa ya deni ni kulipa. Usiku mmoja, babu alichukua visu viwili na kuelekea kwa chifu. Damu yake ilikuwa inamchemka. Alipofika kwa chifu, walinzi walikuwa langoni. Hakuwajali. Aliwapita na kuelekea alikokuwa chifu. Babu alimkabidhi chifu kisu kimoja. Moyo wa chifu ulimpiga beni. Alikitazama kile kisu kilichotiwa makali lakini akakikataa.

"Deni yangu ninaitaka leo! La sivyo, mmoja wetu ataaga dunia. Usiponiua, basi mimi nitakuua," babu alimwambia Chifu Mboori. Walinzi wa chifu walipoona ku moto, walitoroka na kwenda kwa mkuu wa wilaya kumshtaki babu kwa mauaji. Akilini mwake aliisikia sauti ikisema, 'Achilia madiuni, na

Mungu akuauni,' Sauti ilimpelekea babu kumsamehe chifu na kurejea nyumbani.

Mkuu wa wilaya alifika nyumbani kwa babu akiandamana na askari waliomkamata babu. Alisingiziwa mauaji na kufungwa gerezani mwaka mmoja. Babu alidhaliliwa sana na askari jela. Aliathirika! Hakula chakula cha pale jela. Kila siku, wake zake walimletea chakula alichopenda. Si nyama ya kuchemsha, si nyama ya kukaanga, si Chakula chote alichohitaji babu aliletewa na wake zake wanne.

Baada ya kutamatisha kifungo, babu alienda kwa mkuu wa wilaya na kumwambia, "Naenda kwangu nyumbani. Wake zangu wataniandalia nyama nzuri. Nitaila kwa miezi sita. Katika mwezi wa saba, nitakushtaki kortini."

"Kisa na maana?" Mkuu wa wilaya aliuliza.

"Ulinishtaki kwa kosa ambalo sikufanya. Chifu Mboori yu hai."

"Lakini ulitaka kumuua," alisema Mkuu wa Wilaya.

"Na aliyenizuia ni nani? Aliyemwokoa chifu ni nani? Na kwa taarifa yako nilipofika kwa chifu, walinzi walitoweka. Mashahidi wako ni kina nani?"

Babu alielekea nyumbani na kufanya kama alivyoahidi. Baada ya miezi sita ya kula nyama, alielekea mahakamani. Alikuwa na ushahidi wa kutosha. Ujasiri wake uliwashtua waafrika wengi. Babu alishinda kesi. Hakimu aliamuru babu alipwe kwa kuzuiliwa bila kosa. Tena alilipwa kwa kugharamia chakula chake na mahitaji mengine alipokuwa amezuiliwa. Sijui alilipwa pesa ngapi ila ninachojua ni kuwa wake zake walizibeba pesa zile kwa magunia yaliyokuwa mazito kama nanga. Pesa zile zilitiwa ndani ya chungu kubwa kilichokuwa katika chumba chake cha malazi. Inasemekana kuwa watu watatu wazima wangetoshea ndani ya chungu kile.

Ushindi wa kesi hiyo ulimfurahisha sana Mubea na waafrika wote. Akawa mwafrika wa kwanza nchini kumshinda mzungu kwenye kesi. Waafrika walianza kuwa na matumaini. Waliona kuwa hata wao waliodhulumiwa na mkoloni wanaweza kuzitetea haki zao na kushinda. Waliokuwa wameyapoteza mashamba yao

kwa wakoloni walianza kutetea haki zao. Waafrika walishiriki-
ana na kuanza kupigania uhuru wao.

Ninakumbuka miaka ya hamsini. Siku moja, mwezi wa kumi,
hali ya taharuki ilitanda kijiji kizima na nchini pia. Gavana ali-
tangaza hali ya dharura. Wakati huo, Baba Mubea alikamatwa
na askari na kuwekwa kuzuizini. Sababu za kukamatwa ni madai
kuwa alilisha wanajamii kiapo chenye itikadi kali. Ilisemekana
kuwa alishirikiana na wakereketwa kama vile Kimathi na Jomo.
Kule kambini walikozuiliwa, walipambana na ndwele za kila
aina. Hawakupokea matibabu. Wengi walilemewa na magonjwa
hadi wakaipa dunia kisogo. Chakula kilikuwa nadra. Waliteswa
sana. Kando na yale maumivu makali waliyopata, waliuwawa
kinyama.

Kilichomghadhabisha babu ni kuwa, alipokuwa amezuiliwa,
askari waliwachinja mifugo wake. Kila siku wangefika nyum-
bani kwa Mubea kuchukua ng'ombe na kondoo kadhaa. Boma la
Mubea lililojaa mifugo lilibaki kimya. Hakukubaki hata kondoo
mmoja. Wote walitafunwa na askari walafi! Kuzidisha, mkuu wa
wilaya alituma vijana kwenda kulivamia boma la Mubea. Mali
ya babu yote iliharibiwa na nyumba zote kuchomwa isipokuwa
kasri hili hapa. Nakumbuka tulivyohangaishwa. Maadui zetu
walitucheka. Lile shamba la babu liligawiwa watu sabini. Milki
ya babu ikaanguka pu!

Baadaye wakoloni walimhamisha babu kutoka Tharaka
hadi Lodwar. Huko hakufanya kazi yoyote ile. Alikaa tu. Hati-
maye, umri wake ulisalimu amri. Babu akaaga dunia kwa uzee.
Mwili wake ulibaki huko. Hakukuwa na gari la kumsafirisha
hayati Ndiira. Na hata kungekuwa na gari, familia haingekuwa
na uwezo wa kuigharamia safari ile. Sote tulikuwa tumebaki
fukara." Maingi alikikamilisha kisa chake. "Hayo ndiyo yaliyo-
okuwa maisha ya Babu Mubea."

Wote walishusha pumzi na kurejea katika ulimwengu halisi.
Walikipenda sana kisa cha Mubea. Kila mtu alikuwa na usimulizi
wake. Wakati mwingine, visa vingepingana. Lakini wote wali-
kubali kuwa Mubea alikuwa shujaa, mkarimu na mtendakazi.

"Nilikuwa nimefika kuona ikiwa mmempata Kajuju. Nime-
sikia kuwa ametoweka," alisema Maingi.

~

"Naam. Tumempata. Ndiye yule pale. Anacheza na wenzake."
Alisema Suzana.

"Maajabu! Kila mara nifikapo hapa ninampata mtoto yule
amejikunyata na kujiinamia kwa upweke. Leo hii amechan-
gamka. Mageni haya." Maingi alisema.

"Leo mambo yamebadilika," alisema Suzana.

Rununu ya Maingi ilikiriza. "Haya basi. Mimi ninaondoka.
Ninahitaji kuzungumza na anayenipigia simu. Kwaherini."
Maingi aliondoka huku simu ikiwa sikioni.

Suzana na Kanyua walivibeba viti na kuviingiza ndani ya
nyumba. Giza lilikuwa linabisha hodi. Kijibaridi nacho kilikuwa
kishaanza kuzivamia ngozi zao.

The Mubeas' Family
- Naomi Ndumba Kimonye

"That money will haunt you till you go down to hell," shouted
Susan, wildly gesticulating towards the matatu from which she
had alighted. She was seething with anger, foaming at the cor-
ners of her mouth. She hated to think the conductor had swin-
dled her of her hard-earned money.

"Daylight robbery! May you never know a moment's peace,"
she cursed again, glancing towards the road. The vehicle had
already sped off and a cloud of dust drifted over her.

Carrying her kiondo filled with oranges, avocadoes, mangoes
among other fruits, she strode into her compound. The basket
seemed heavy. Her back had bent from old age.

From a distance, Susan could see her grandchildren playing.
Some were swinging on the improvised swings she had made.
Others were running around chasing each other, sliding on the
green grass that carpeted the compound. Mubea's homestead
was beside the tarmac road. From the homestead you could see
vehicles zoom off on the road. The hooting irritated the villagers.

In the middle of several round huts with conical roofs, there
stood a majestic three-storey mansion painted a pearly white. It
was the only house of its kind in the village of Kiigene. In fact,
the only other colonial-style ranch of its kind in the district was
ten kilometers away. It once belonged to a famous Catholic priest

~

called Mubea. But this mansion that stood apart from the rest of the buildings had once belonged to Ndiira, Susan's father.

Mubea would later leave his mansion and return to Rome. To keep the missionary's memory alive, the villagers renamed Susan's father Mubea. Ndiira loved his new nickname.

"Grandma! Grandma!" called some of her grandchildren as the old woman strode to the hut. She set the luggage down and pried open the door.

"Where is Kajuju?" Susan asked.

"She went to sleep because she was upset," they said, peeping happily inside the basket.

"Why?" Susan asked, concerned.

"She couldn't handle our teasing. This time, she is furious."

The children had this bad habit of teasing Kajuju because of her appearance, which set her apart from her cousins. Susan hated the teasing. She had warned her grandchildren several times but they were too stubborn.

"But she isn't one of us," they would defend themselves.

"She's very different from us. It's very clear she isn't from our lineage. First of all, Kajuju is the tallest girl in the entire village. We all know that in the Eru community we don't have tall people. Secondly, Kajuju is fair-skinned. We have never seen such a mzungu-looking girl in our village. Kajuju must be from another community," the grandchildren would explain with confidence.

Susan was afraid that one day the teasing could lead to a disaster. It was high time she did something to save the situation.

She brought fruits for all the children who had by now filled the entrance to the hut. Cutting the fruits and giving them to the children, she said, "My dear grandchildren please sit down in a circle. I need to narrate to you a story about our lineage."

"Story story," Susan said happily.

"Story come!" said the excited children.

"A looong long time ago, before the colonialist invaded our community, there was a man named Naangakiiri. He came from the land of the Sai who owned large herds of cattle. He was so named after he had killed a lion. He was a hero in his community. He was a very dark, tall and muscular man.

~

"One day as Naangakiiri was grazing his cows together with his wife Nalangu and son, they wandered far from their home. They soon found themselves in Eru country. His wife was decked in a checkered kikoi and the finest of beaded necklaces and bracelets. Naangakiri wore a red and black cotton loincloth and metal hoops on his stretched earlobes.

"They were extremely tired, having walked for quite a distance. But they loved their new environment. Naangakiiri cleared a section of the land. His wife constructed a loaf-shaped hut. Naangakiri then constructed a circular fence. The area had good pasture and enough water for his cows. They settled at the new place. After a few months, Naangakiri's cows began to fatten.

"One day, Naangakiiri came home from the grazing fields and found his child crying. The poor child had been crying for a while. He was losing his voice. As he picked his child, he noticed his wife's body lying in a pool of blood. Nalangu had been murdered. But who could have murdered such a good creature? And what was the killer's motive? Naangakiri was angered. He dug a shallow grave, buried his wife, took his child and the herd of cows and left the place in a hurry. He was petrified and bitter. On the way, he didn't utter a word to anyone. He was suspicious of everybody. When he arrived at a place known as Kibiricia, it was already dark. A man known as Baba Marete accosted him.

"'Hey you there, why are you walking at night with a small child on your shoulders leading a herd of cows?' the stranger inquired. Naangakiiri opened up to this stranger. He narrated his sad story and expressed his fears.

"'That's the reason I am travelling this late. I don't want to lose my life or that of my son as well,' Naangakiiri said in a low rumbling voice.

"Baba Marete didn't allow him to proceed with his journey since his destination, Sai, was miles away. Instead, he offered him a place to spend the night. In the morning, Baba Marete held a meeting with the elders. The elders sympathized with Naangakiiri. After investigations, they found out that it was their young warriors who had killed Nalangu. Apparently they thought she was an enemy spying out the village.

~

"The elders offered him a chance to be born traditionally into the Eru community. He would be part of the community and he and his son would be given protection. Naangakiiri had already fallen in love with the place. He didn't require a lot of convincing. He took the goats needed for the ritual. After the ceremony, Naangakiiri was accepted into Eru community. He was baptized Kagworo and his son Mtuagwaro. They settled at Kiujujune.

"Many years passed and Mtuagwaro became of age. He married and was blessed with a son whom he named Ndiira. Growing up, Ndiira was a restless boy but who loved grazing his father's cows. One day, Ndiira was hanging out with his age mates. They decided to steal cattle. After the raid, there was a wrangle. Full of rage, he killed some of his gang members. He went into exile. But at the age of thirty, Ndiira returned to Eru, having turned a new leaf.

"Ndiira started living a more responsible life. He acquired a herd of cattle and married. He was blessed with two children, a girl named Kathambi and a boy named Kiremana. He and his wife were very hospitable. His brothers would often visit them. The cooking pots weren't enough. They needed to buy bigger ones.

"'Don't buy new pots just yet,' Ndiira told his wife. But when he was away, his wife bought new pots. On his way back, a nosy woman met him.

"'Your wife dared to break your rules. She bought new pots,' the nosy woman said. Ndiira was enraged. He held his club and dashed into his compound. On seeing his wife holding a new pot, he threw his club towards the woman. Unfortunately, the club landed on his poor son who died instantly. His anger boiled over. He chased after his wife who was running for her dear life. Kathambi ran after her mother screaming, 'Mommy, don't go!'

"As she stopped to calm her daughter, Ndiira caught up with her. He held his club firmly. He hit his wife so hard on the head. She fell down and fainted. After ensuring that she was no more, he left her body lying on the ground. The elders remained mum. Everybody knew about his wrath.

~

94

"Later, Ndiira married a woman named Ciokiruga. They were blessed with three children, Evegeline, Kaimuri and Wanja. He married again and was blessed with other children who were Mmuketha, Ndethiu, Mkiambati and Gerrad. His other wife had two children, Peris and Mkirimania. The youngest wife is known as Mami wa Mugambi, Gikunda, Mbaya, Mbaabu na Karoki."

"All those names sound familiar, Grandma. Aren't those our grandparents? What is the meaning of your story?" they asked.

"Oh, I know, I know," one interjected, "we originated from Sai. That's why Kajuju resembles people from the Sai community. Her height and her temperament are those of Sai people."

"Thank you, Grandma. But why is she light-skinned?" they asked, "the Eru and Sai people are all dark-skinned."

Susan took a deep breath. She looked at her grandchildren who were eagerly waiting for an explanation.

"OK, my dear grandchildren. I will tell you why. Do you remember Ntuagworo? He happened to be my grandfather. Unfortunately none of you met him. When he was searching for a soul mate, he came across the most gorgeous lady. At first, he thought she was an angel. Her white teeth shimmered. She was charming. It was love at first sight. Her name was Kiruga and she was from a village called Kithangari which was south of Eru. The village had the most beautiful fair-skinned women. Every time Grandpa saw Kiruga, he would sing to her.

"One day, there was a ritual performance in the village. According to the Eru community, every woman who was of age was to be tattooed on the cheek, back and stomach for beauty. They believed that the tattoo marks left on their skin attracted men. Grandpa heard that Kiruga was among those undergoing the ritual. He left his hoe in the shamba and rushed to the ceremony. He grabbed Kiruga and left. He said that a beautiful girl didn't have to go through the torture of being tattooed in the name of searching for beauty. Shedding her blood would be a disgrace.

"The villagers opposed the idea. They said, 'Any woman who doesn't have a tattoo won't get a suitor. No man will ever come near her. She will rot in her father's house.'

~

"Grandpa proposed to Kiruga, took the dowry to her parents and had a simple marriage ceremony. They lived happily ever after. Their children were all dark-skinned. Kajuju is the first person to inherit my grandma's appearance. She is an exact replica of her," Susan concluded her story.

"We now understand why Kajuju is fair-skinned," they said remorsefully.

At that moment, Kajuju dashed out of Mubea's compound and waved at an oncoming matatu. The driver didn't see her but stopped for a passenger to alight. She boarded the matatu. It all happened so fast. The Mubeas tried to stop the matatu but in vain. It was already speeding off. No one knew where she was headed. Her temper was already boiling.

After two hours, Kajuju ran back into the compound flaunting a white piece of paper. She skidded to a halt steps away from her grandmother and the other children. She looked at them one after another as though to size them up.

"Where are you from?" asked Susan.

"The hospital," answered Kajuju, her lips trembling with sadness.

Susan pulled her to herself and kissed her. She patted her shoulders gently.

"Are you sick?" asked Susan.

"Yes, I'm very, very sick. I'm tired of theses ones calling me mzungu-white because of my fair skin," said Kajuju, tears streaming down her cheeks.

"I'm sorry Kajuju. What did they tell you at the hospital?"

"I have just picked my lab results. I had my DNA tested last week to find out if I belong to this family. And guess what? I'm as much a Mubea as any of you," Kajuju wiped away her tears.

"Strands of hair were extracted from my father's comb and the DNA from them was compared to mine. They matched."

"You prodigious children will kill me one day with your wit," said Susan under her breath. "Did you have to go that far to prove your paternity?"

They all begged for forgiveness. Kajuju gladly forgave them all. They promised to treat each other better. All the cousins hugged in reconciliation. They went back to their games. This time round they were friendly. Everybody was included.

It was amazing how the children were quick to forget their differences and move on. At that silent moment, a neighbour, Mukathera, came in leading his thirty sheep. He had brought them to drink water like he had done for the last sixty years. The villagers saw it as a fixation. Mubea had introduced him to sheep rearing. It was during a time when Mukathera was going through a rough patch. The colonialist had brutally murdered his parents and grabbed their piece of land. He was left with no one to look after him. He decided to seek help from Mubea who was renowned for his generosity. He had assisted young men seeking brides with goats, sheep and even cows to take as dowry.

As he had expected, Mubea gave Mukathera four sheep, a grazing field and shelter. Since there was a river flowing through Mubea's land, he would bring his sheep to drink water every day. Till today, he brings his sheep to drink water from the river that still flows through Mubea's land.

Mukathera greeted Susan who was seated under a tree.

"Why the long silence?" asked Mukathera.

Susan said with a simple smile, "Where are you coming from, leading Mubea's sheep?"

"From grazing. I have brought the sheep to get some water," Mukathera answered.

All the sheep with long fat tails were referred to as Mubea's. He was the first person to ever keep those kinds of sheep. He pulled a chair given to him and sat down. He was served a calabash of porridge.

"The colonialist took away my parents but I do blame them more for taking away Baba Mubea. He taught me everything I know. For years I have been coming to this homestead hoping that I will find him," said Mukathera.

"Don't worry my brother. He's safe now," Susan consoled him.

"Where is he? I wish there was a grave to visit. Damn those colonialists!" said Mukathera.

"Why?" asked Kanyua who was collecting the used utensils.

~

"The colonialist just took him away. We never had a chance to say goodbye," said Mukathera who like so many people in the village saw Mubea as their father. He sighed and started narrating his usual story.

"Mubea had a large tract of land at Ruibi near river Subuiga. His shamba extended all the way to River Rugucu. This river separated his land from that of a settler known as Mali. Mali was a good neighbour. Mali wasn't like the colonialist whose main agenda was to grab Africans' fertile lands. "Other settlers who had a good a relationship with Mubea were Boys and Maranga. They were gifted pieces of land by their government after being victorious in the battle.

"Mubea was the wisest man in the village. He planted a security fence around his land. The colonialist tried to grab his piece of land but the strong fence prevented them from doing it. Mubea had a flock of sheep that was unique. The sheep had long fatty tails. Anyone who came across a healthy sheep with a long fatty tail took it to Mubea's place.

"Mubea's flock had a tendency of crossing River Rugucu and going to Mali's land. After a while there was crossbreeding between Mali and Mubea's sheep. Years have gone and I haven't seen my dad. I really don't know what they did to him at detention. I don't know whether they shot him dead or hanged him," Mukathera concluded.

He had remembered his sheep that had just finished drinking water.

"And by the way, have you found Kajuju? Somebody told me that she had gone missing."

"Yes, we found her. There she is playing with the rest," Susan answered.

"Wow, that's amazing. Today she looks jovial," Mukathera said. He took his staff and bid them goodbye. Susan was left seated under the tree.

"Maa, Grandpa's story is quite interesting. Is it true that Grandpa once sued a colonial master?" Kanyua asked. Even before Susan had answered the question, Maingi entered the compound. Maingi was Mubea's grandson. He knew everything about Mubea. Maingi greeted them and sat on an empty seat.

"This child," she croaked, pointing at Kanyua, "wants to hear about Mubea's case."

Maingi took a sip from his calabash and placed it down. He rubbed his hands and smiled.

"The entire nation was stunned by this black man who dared to sue his colonial master in a colonial court," he began.

"Everyone followed that case keenly. Mubea's audacity shocked many. They criticized him. In fact they said that he was wasting his time and money. There was no way an African would win a case against a Briton," Maingi answered.

"What was the case all about?" Kanyua asked, pride surging inside her.

"You know, my grandpa was the most generous person in our village. He was also the wealthiest African in the entire Buuri area. He assisted anyone who needed his help. One day he loaned chief Mboori three hundred shillings – this was a lot of money. But chief Mboori was an arrogant man. He refused to pay back the cash. Grandpa was furious. So one night, Grandpa took two shinny sharp knives from his house and went to Mboori's place. One could see his rage. When Mubea arrived at chief's place holding two knives, his security officers fled. Grandpa handed the chief one knife. He didn't take the knife.

"'Today you will clear the debt you owe me! If not, one of us will have to die.'

"The chief pleaded for mercy and Grandpa finally forgave him. Grandpa went back to his house. At that time, the chief's men were already at the District Officer's (DO) office accusing Grandpa of murder.

"Later that night, the DO arrived at Grandpa's house accompanied by police officers. They arrested him. He was accused of attempted murder. Though the evidence wasn't convincing, he was sentenced to one year imprisonment for a crime he did not commit. While in jail, he refused the food given to him. Instead he had his wives bring him food daily. They brought fried meat, boiled meat, mashed potatoes and any other food that he desired.

"After his release, Grandpa went to the DO and told him, 'I am going to my home. I will feast on meat for six months. On the seventh month, I will sue you.'

"'Sue me for what?' asked the DO.

"'Because of you, I was jailed for a crime that I didn't commit,' said Mubea.

"'But you wanted to murder the chief,' the DO said.

"'I wanted, you say. So who stopped me from killing the chief? Were you there? Were the chief's security officers present? So who were your witnesses?'

"Grandpa went back home. After six months, he sued the DO. He had gathered enough evidence. His courage shocked many Africans. Grandpa won the case! The judge ordered that the complainant be compensated for being wrongly accused. He also ordered he be compensated for the expenses he incurred while in jail, one of them being the food brought to him by his wives. The compensation was a large amount of money. His wives carried the money in sacks. On arriving at home, the money was put inside a very big basket, enough to fit three grownups.

"Winning the case made Mubea a happy man. All the Africans were overjoyed. Mubea was the first African to ever win a court case against a white man. Africans now had high hopes of gaining back their rights that had been infringed on by the colonialist. In one spirit, Africans started fighting for their land that had been grabbed and also their freedom.

"I remember that back in the fifties, the then governor declared a state of emergency. Our village was in great tension and so was the entire nation. I remember very well, during the month of October policemen invaded my grandpa's homestead. They arrested and detained him in Tharaka prison for a while. He was accused of administering an oath to the villagers and collaborating with activists like Kimathi and Jomo. While in detention, they faced so many challenges. There was an outbreak of diseases that led to death. They lacked medication and proper food. They were often mistreated and even killed.

"While in detention, Grandpa received a message that the police officers were feasting on his cows, goats and sheep. Every day they would go to Mubea's homestead to slaughter the cattle till none was left. This angered him. He was so stressed. But what angered him the most was what happened after. The police invaded our homestead. They burnt everything. My grandpa's homestead was flattened within a second. Only the white mansion was left standing. The green-eyed monsters laughed at us and humiliated us. Later, my grandpa's piece of land was subdivided and given to seventy people. The Mubeas' kingdom fell!

"Grandpa was later transferred to Lodwar where he was further detained. He wasn't given any chore. He would wake up, bask in the sun, take a walk around and retire to bed in the evening. Finally his old age couldn't take any more. We couldn't afford to bury him here at home or give him a proper send-off. It was quite expensive to ferry his body for burial. At that time, poverty had struck our entire family," Maingi took a deep breath.

They all exhaled and came back to the real world. It was an intriguing story. Mubea's story had various versions depending on the narrator and the reason. But they all agreed that Mubea was a great man. He was generous and hardworking.

"I came to enquire if you've found Kajuju. Word has it that she's missing," Maingi said.

"Yes, we have found her. There she is playing with her cousins."

"Wonders. Today she's so jovial. This is new. What has changed?"

"Mubea happened," Susan replied.

Maingi's cell phone rang. "Sorry. I have to leave. I really need to talk to someone," Maingi picked the call and left.

Susan and Kanyua carried the seats inside the house. It was getting dark and chilly.

Enka ya Mobeya

Naomi Ndumba Kimonye –
translated by Isaac Nyabisa Oteyo

"Chibesa echi chaga chikoiranane goika ogende inse!" Susana
akaria ekeririanda kagosiema ematatu konyora aikire korwa.
Nigo arenge konyegerigwa omobere n'obororo, amate y'obororo
kagoiteka korwa ase ebikoba biaye. Taganetie korengereria buna
omokonyi bw'omorundi egari amoiberete chibesa konye arigirie
n'obokong'u.

"Oboibi bwa mobaso. Chaga tonyora omorembe," akaragere-
ria eriakabere gakorigereria gochia ase enchera. Egari eyio konye
yachire chimbero na gotiga ebuse magega.

Kabogoretie egekabu kiaye aeroseretie geichire amatunda
aoao, agasoa ase enka yaye. Egekabu ekio nigo kiare kororekana
koba ekerito mono. Omogongo oye konye bwekumbire.
Ogwekumba okwo nkwarenge korwa ase engencho y'oborito
bw'egekabu ekio, korende korwa ase obogotu.

Korwa ase oboare, Susana akarora abachokoro baye bak-
ogosoria. Abande nigo bare gosugunana ase emesungo Susana
arosetie. Nabande nigo bare kominyokania bakweturunkania
ase obonyansi bwaichire ase enka eyio. Enka ya Mobeya nigo
yarenge ang'e n'enchera y'erami. Nabo kware korora chigari
chinyinge gachigoeta. Chinyinge chie chigari echio nigo chiare

~

102

kogenda ase chimbero chinene. N'eriogi chiare kobugia nigo riare kogechia abanto b'ekenyoro.

Gatigati yechinyomba chieringete inse na koba n'ebichuri igoro, gokaba nenyomba yechikoroba isato, eakire erangi endabu. Nigo yarenge enyomba y'ekeene ase ekenyoro kia Mekenene. Enyomba yende buna eyio yaagachire ase enchera y'ekerero nigo yarenge ase oboare bwechikiromita ikomi. Enyomba eyio nigo yarenge ey'Omosasiroti bw'Egekatoriki ore korokwa Mobeya. Enyomba eye yende entang'ani nigo yarenge eya Onchera, ise Susana.

Mobeya agatiga enyomba eyio akairana Borumi. Kobeka ekeinyorio ki'Omosasiroti oywo, abanto b'ekenyoro bakamobaka ise Susana Mobeya. Onchera agancha mono erieta riaye ri'okobakwa.

"Magokoro, magokoro!" abachokoro bande bakarangeria ng'inakoro kagosoa nyomba. Akabeka egekabu inse erinde anyare koigora egesieri.

"Kachocho kai are," Susana akaboria.

"Nigo araire. Obororo nigo bwamoria," bakamoteebia, bakorigereria egekabu ime.

"Ase ki?" Susana akaboria n'omoichano.

"Tare konyara esekererio yaito. Engaki eye, nigo agechigwa mono."

Abana nigo babwate chimbwa chimbe chiokomosekerera Kachocho ase eng'encho arenge kororekana enchera eng'ao korwa ase abamwabo. Susana tanchete esekererio eyio. Konyora obakanirie abachokoro baye chintunda chinyinge bakamwena. "Tari oyomo oito," nabo bare goteeba.

"Tatobwekaini. Nabo ekororekana buna atari korwa ase ororeri rwa sokoro oito. Ritang'ani, Kachocho nigo are omoiseke omotambe ase ekenyoro gionsi. Twensi ntomanyete ng'a egesaku kia aba'Eru nkebwati banto batambe. Eriakabere, Kachocho nigo are omorabu ase okororekana. Titwanya korora omoiseke okorerakana buna omosongo ase ekenyoro giaito buna ere. Kachocho goika arwete ase egesaku ekeao." Abachokoro nigo bare gokwana n'oboegenwa. Susana nigo aoboete buna esekererio eyio erache korenta amabe kero kende. Konyora engaki yaikire abwenerete gotigia na gokora esekererio eyio.

Akarentera abachokoro bonsi amatunda. Akanacha amatunda ayio, akaa abachokoro kagoteeba.

"Abachokoro bane abanchwa, ikaransango inse. Nintagete kobaganera omogano bwechisokoro chiato."

"Mogano, ngonchande?"

"Mogano inchwo!" abachokoro bagaitaberia.

"Kare kare, konye abanyamorero bataracha ase egesaku giaito, narenge omonto oyomo ore korokwa Nyagakeiri. Nigo are korwa ase ensemo y'Abasai, bari babwate etugo enyinge. Nigo arogetwe erieta erio nyuma y'ogoita endo. Nigo arenge omonto omosike ase egesaku kiaye. Eriakabere, nigo arenge omonto omomwamu ekerage."

Rituko erimo Nyagakeiri nkorisia arenge chiombe n'omorugi oye ore korokwa Nyarangi na momura oye. Bakagenda aare korwa ase enka yabo. Bakaenyora ase ense ya Eru. Omorugi oye nigo abegete egetambaa kere n'ogochaberwa amatonto, chirumba ase ebigoti, nechindege ase amagoro. Nyagakeiri nere nigo abegete eanga embariri n'emwamu, n'echirumba ase amato aye.

Konye barosire mono ase eng'encho yogotara ase egeka egetambe. Bagancha ense eyio enyia. Nyagakeiri akarabia ensemo y'omogondo. Omorugi oye akaagacha enyomba yare kororekana buna omogati. Nyagakeiri nere akagaacha orobago. Ense eyio nigo yabwate endagera n'amache aisaine chiombe chiaye. Bakarosia obomenyo ase ense eyio enyia. Nyuma ye'emetienyi meke, chiombe chiaye chigachaka konora.

Rituko erimo, Nyagakeiri akairana korwa korisia akanyora omwana oye gakorera. Ase okororekana, konyora omwana oywo orerire ase egeka getari geke. Konyora omoika ong'eire komoerera. Gakobogoria omwana oyio, akarora omobere bwo'omorugi oye inse goichire n'amanyinga. Nyarangi konyora oitirwe! Gose ning'o ore gocha goita egetongwa ekiya mono buna ekio? N'engencho yaye n'ereri? Nyagakeiri akaba n'obororo. Akarema oboina, akamotindeka omorugi oye, akaimokia omwana oye n'etugo yaye akang'anya korwa ase abwo n'obwango. Akaba n'obwoba n'obororo obonge. Kare inchera kong'anya, takwaneti n'onde bwensi. Ekero aigete ase are korokwa Kebirichia, konye bwairire. Omonto ore korokwa ise Marete akamotunyana.

"Aye, ninki ogotarera botuko n'omwana omoke ase amareko kogotema chiombe?" Ise Marete akaboria. Nyagakeiri akamoteebia omogano oye. Akamwoorokia obwoba bwaye. Akamoteebia, "eyio nero engencho egerete ngotara chinsa echi ekiagera tintageti gosiria obogima bwane n'obwomwana one."

Korende Ise Marete tamoanchereti kogerenderera n'orogendo rwaye korwa Sai, eyio yarenge aare. Akamoa ase ogotimoka obotuko obwo. Emambia koyaika, Ise Marete agasemania n'abagaka bande b'ekenyoro. Bonsi bagatwara ogoichana gochia ase Nyagakeiri. Nyuma yogotuka, bakanyora ng'a abamura bare korenda ekenyoro nabwo baitete Nyarangi. Nigo babugete omokungu oywo n'omobisa ase ekenyoro.

Abagaka abwo bakamoa Nyagakeiri ribaga ri'okoba oyomo bw'egesaku kia aba'Eru. Koba egesaku, bakamoa ere na momura oye oborendi. Nyagakeiri konye bwanchire ense eyio, tabwate tang'utang'u chinde chionsi koba egesaku kia aba'Eru. Akarwa chimbori chiatakeire kongw'answa erio abe oyobw'egesaku ekio. Goetera ase ekengw'anso, Nyagakeiri akaba bw'egesaku kia aba'Eru. Akabakwa erieta ria Makworo. Momura oye nere akabakwa Montoomakworo. Bakarosia obomenyo ase are korokwa Kiochochone.

Emiaka emenge egaeta, Montoomakworo agakina. Akaba banto, bakaibora omwana omomura, bakamoroka Onchera. Kagokina, Onchera akaba omwango, bwanchete korisia etugo ya Ise. Rituko erimo, Onchera kagosanga n'abagisangio, bagancherana kogenda koiba etugo. Eriomana rikaba egati yabo. Onchera, noboro agaita abagisangio baye. Agatama gochia ase ense eng'ao. Korende ekero aigetie emiaka emerongo etato, Onchera akairana ase egesaku kia aba'Eru n'ogoonchoreria.

Onchera agachaka komenya obogima oboikeranu. Agatwara etugo na koba abanto. Bagaseseniwa n'abana babere, omoiseke ore korokwa Nyakambi, n'omomura ore korokwa Keremana. Onchera n'omorugi oye bakaba abanto abaya. Bamura bamwabo Onchera bakaba bagocha kobakwania kera engaki. Omorugi bw'Onchera akanyora chinyongo chiokoruga chiakeire. Agataka kogora echinde korwa echiro.

"Tiga koragora chinyongo chinyia," Onchera agateebia omorugi oye. Korende ekero Onchera arenge aare, omorugi oye akagora chinyongo chinyia. Gakoirana, Onchera akaumerana n'omokungu ekenyamang'ana inchera.

"Omorugi oo obunire amachiko ao. Ogorire chinyongo chinyia." Onchera akagechigwa mono. Akaimokia ekenungu-chu gakominyoka gochia ase enka yaye. Akamomogia amaiso omorugi oye kabogoretie enyongo enyia, akamomocha ekenun-guchu abwate koboko. Korende, ekenunguchu ekio gegaikeera omwana oye, gekamoaka na komoita kegima. Bono obororo bwaye bokamenteka. Akamominyokia omorugi oye oyio orenge gotama gotoria obogima bwaye. Nyakambi akamobwatia ng'ina kagoteeba, "baaba, tiga gotama!"

Ekero atenenete komokiria moiseke oye, Onchera akamoi-kera. Akaimokia ekenunguchu abwate igoro na komoaka mono ase omotwe. Akagwa inse na kogireka. Ekero aeneganetie ng'a omoitire okure pi, Onchera agatiga omobere oye inse abwo. Abagaka b'ekenyero bagakira. Kera oyomo nigo aoboete obororo bw'Onchera.

Nyuma y'ayio, Onchera akanywoma omosubati ore korokwa Mokeruga. Bagasesenigwa n'abana batato: Ebarini, Gesunte, na Mocheche. Akanywoma eria gatato, bagasesenigwa n'abana bande: Momanyi, Nyansira, Mokambati na Cherati. Omorugi oye o kabere akaibora abana bande babere: Perisi na Mokeremani. Omorugi omoke nigo are korokwa Ng'ina Mogambi, Nyakundi, Mbaya, Baabu na Orioki.

"Magokoro, amarieta aywo onsi ntoyamanyete. Abwo tari chi-sokoro chiaito? Oboene bw'omogano oyo mborobi?" abachokoro ba Susana bakaboria.

"Oo, namanyire," oyomo obo akairaneria. "Nigo torwete korwa ase egesaku gia Sai. Nakio gekogera Kachocho abwekaine abanto ba Sai. Obotambe n'obororo bwaye nobw'abanto ba Sai."

"Mbuya mono magokoro. Korende ninki gekogera are omo-rabu?" Bakaboria. "Abanto b'egesaku kia aba'Eru na aba'Sai nigo

bare abamwamu." Susana akaeyana mono. Akarigereria aba-
chokoro baye baganyete goteebigwa.

", abachokoro bane abanchwa. Nkobateebia inde ninki gek-
ogera. Moinyorete Montoomakworo? Nigo are esokoro yane.
Korende onde bwensi oino taiyo omoikereete. Ekero abete
omonto omogima, agachaka korigia omoencheri. Rituko erimo
akaumera omosubati omuya mono. Ritang'ani sokoro agakag-
era buna oumeranire neriraika. Akarora amaino aye amarabu
gakomesa. Nigo arenge omosubati omuya. Nigo yare obwan-
chani korwa omochakano. Nigo are korokwa Nyakeruga korwa
ase ensemo ya Getang'are eyio y'arenge Sugusu ya Eru. Ensemo
eyio nigo yabwate abasubati abaya mono naende barenge
abarabu. Kero kende gionsi sokoro are korora Nyakeruga nigo
are komoterera."

Oo esese yane endabu
Riraika riane rirabu
Nigo okomesa!

Rituko erimo, ekeng'wanso ngokorekana kiarenge ase eken-
yoro. Koreng'ana n'gesaku kia aba'Eru, kera omosubati konye
oisaneire koba abanto, nigo arenge gosaragwa ase chimboto,
omogongo, n'enda. Abakungu nigo baegenete buna ogosaragwa
okwo nigo kware kobarentera abasacha barabanywome. Sokoro
akaigwa ng'a Nyakeruga nere nkogenda arenge gosaragwa.
Agatiga obokombe mogondo akaayerera gochia ase ekeng'wanso.
Akamobwata Nyakeruga, agatama n'ere. Agateeba ng'a, omu-
subati omuya buna Nyakeruga tabwenereti gosaragwa.

Abanto b'ekenyoro bagatema gokana. Abande bagateeba,
"mosubati onde bwensi otasaragiri, takonyora mosacha ora-
monywome. Mosacha onde bwensi takomoika ang'e. Nabo
akogotera ase enyomba ya ise. Sokoro akaba abanto na Nyaker-
uga. Akamoakanera chiombe, bagakora enyangi, bakamenya
n'omogoko. Abana bonsi basesenetigwe nabwo bakaba abam-
wamu. Kachocho nere omotang'ani kobwekana magokoro ase
okororekana. Kachocho nigo abwekaine magokoro kegima.
Susana agakoora omogano oyio ore goteeba ninki kiare kogera
Kachocho arenge omorabu ase okororekana.

"Bono twamanyire ninki gekogera Kachocho atatobwekaini," bagateeba n'ogoechanda kwa amabera.

"Ase obwango obwo, Kachocho akaminyoka korwa ase enka ya Mobeya". Esimi ya koboko kere goto rwa komosi. Okoboko kwaye gw'okorio kogatenenia ematatu yarenge gocha. Omorundi bw'egari tamorochi. Korende gokanyorekana ng'a omonto nare bare goikia korwa ase egari. Akarina egari ime. Aywo onsi nigo akorekanete ase obwango. Enka ya Mobeya egatema gotenenia egari eyio, korende tenyarekanetie. Egari konye yachire ase chimbero chinene. Kera oyomo agachaka kuoboa. Onde taiyo omanyete nkai Kachocho are gochia. Obororo bwa Kachocho konye bwachire igoro.

Ase engaki ye'chinsa ibere, Kachocho akairana inka kabogoretie risakara rirabu. Ase okoboko kwaye gw'okobee nabogoretie egechanuo ekebariri. Agatenena ang'e na ng'inakoro, n'abamwabo. Akabarigereria kera oyomo buna oria okobareng'ania. "Nkai okorwa?" Susana akaboria.

"Nyagitari," Kachocho akairaneria ebikoba biaye bikonyegera n'obwoba.

Susana akamong'usa ang'e n'ase are na komoboania. Akamokuna ase amareko n'obwororo.

"Nigo kwarwara?" Susana akaboria ase obwooororo.

"Nabeire omorwaire mono. Narosire na kera oyomo konya kondoka omonto omorabu buna omonyamorero," Kachocho agateeba amariga kagoiteka ase chimboto chiaye.

"Inyabere Kachocho. Ninki bagoteebia nyagitari?"

"Nigo bandega DNA yane gotuka gose inche noyomo bw'enka eye. Banyora nabo inde oyomo bw'enka eye buna inwe." Kachocho agatinyia amariga.

"Ninki gwatakerete egechanuo?" Susana akaboria nomoichano.

"Eke negechanuo gia tata. Chituki nigo chiarusigwa korwa asekere na DNA yabo yareng'anigwa neyane. Chiabwekana."

"Inwe nabana bogokumia. Mosuko mong'ite nobong'aini bwaino," Susana agateeba gakoeyana. Goika kware kogenda enchera eyio yonsi komanya ororeria rwao?"

Bonsi bagasaba okoabera. Kachocho akabaabera ase obwango. Bakaria eira y'okoba amo. Bonsi bakaboanania erio kwoorokia ogocha amo. Bakairana ase chigosori chiabo. Engaki eye bakaba amo bonsi.

Nabo ere ogokumia buna abana bakoaberana bwango. Ase egeka ekio, eamate, Moiseru agacha kagotema ching'ondi. Moiseru nigo arentete ching'ondi konywa amache buna are gokora botambe ase emiaka emerongo etano n'omo. Abanto b'ekenyoro bakanyerora buna enchera yokoegimeria.

Mobeya nere omoorogetie gotuga ching'ondi. Nigo yarenge chingaki ekero Moiseru are goetera obokong'u. Abanyamorero konye baitire abaibori baye na koira omogondo obo. Agatigwa entakana etabwati onde bwensi okomorenda. Moiseru akanacha enkoro koboria obokonyi korwa ase Mobeya ase eng'encho ekenyoro ekegima nigo kiamosigete Mobeya ase obuya bwaye. Abamura bande nigo bare gochia ase Mobeya ekero batagete koba abanto, n'ere akaba gakobaa chimbori, ching'ondi, nonya ne'chiombe chi'ogoakana oboko.

Buna asemeretie, Moiseru agakonywa na Mobeya, oyio omoete ching'ondi inye, ensemo y'okorisia, n'enyomba. Ase eng'encho orooche ndwarenge goeta ase omogondo o Mobeya, Moiseru nigo arenge korenta ching'ondi kera rituko konywa amache aroro. Goikera rero Moiseru nabo akorenta ching'ondi konywa amache ase orooche orwo.

Moiseru agakwania Susana oyio oikaransete inse y'omote. "Ninki ogokirera mono igo?" Moiseru akaboria.

Susana akamoiraneria ase okwoororobia obosio bwaye. "Nkai okorwa, kogotema ching'ondi chia Mobeya?"

"Inkorisia inkorwa. Ching'ondi narentire konywa amache." Moiseru akairaneria.

Ching'ondi chionsi chiabwate ebibimincha ebinoru nigo chiabagetwe echia Mobeya. Nere omonto omotang'ani gotwara ching'ondi buna echio. Moiseru akang'usa ekerogo aetwe agaikaransa.

Akaegwa erongori ase egesanda.

"Abanyamorero nigo bairete abaibori bane, korende nigo inkobamochia mono ase okoira Omogaka Mobeya. Nigo

~

ansometie kera egento. Ase emiaka emenge nabeire kingocha ase enka eye n'okogania gw'okomonyora." Moiseru agateeba.

"Tokumia aye oyominto. Ase are, intoegenete ng'a mbuya are." Susana akamoteebia.

"Nkai are?" Nigo nkogania gose oboina mbwarenge oo. Chaga bachi abanyamorero abwo!" Moiseru agateeba.

"Ase ki?" Nyakenyuri ore gosangereria ebisanda akaboria.

"Abanyamorero nigo bamoirete igo. Titwabwate ibaga nonya nerike ri'okomoganeria amaya gakogenda." Agateeba Moiseru oyio oirete Mobeya buna ise. Moiseru akaeyana mono, agachaka kogana omogana oye o botambe.

Mobeya nigo abwate omogondo omonene ase ensemo ya Roebe aang'e n'orooche rwa Soboiga. Omogondo bwensi nigo oigete ase orooche rwa Rogocho. Orooche orwo nigo rwaatekanetie omogondo oye korwa oria bw'Omari. Omari nigo arenge omoamate omuya. Taarenge buna abanyamorero bande babwate endamwamu y'okoira emegondo y'abanto b'Abirika. Omari nere nigo abwate omogondo omonene. Ase omochakano, nigo abwate ebarasi arenge gokorera emeremo ya mogondo. Maega yaye akagora endege. Abande babwate oboamate obuya na Mobeya nigo barenge abamura ba Maranga. Nigo baetwe emegondo n'obogambi ekero babuete esegi.

Mobeya nere orenge omonto omong'aini mono ase ekenyoro. Akagita omogondo oye buya. Abanyamorero bagatema koiba omogondo oyio bagasinywa ase eng'encho y'orobago orwo orokong'u. Mobeya nigo abwate etugo y'eching'ondi. Ching'ondi echio nigo chiabwate emekera emetambe naende emenoru. Onde bwensi ore konyora eng'ondi enoru ebwate omokera omotambe omonoru, nigo are konyeira ase enka ya Mobeya.

Etugo ya Mobeya nigo yabwate okoenaria gw'okoamboka orooche rwa Rogocho kogenda ase omogondo bw'Omari. Nyuma y'engaki etari inke, ching'ondi chi'Omari na Mobeya chikabiariana. Emiaka yaetire ntaramorora tata. Timanyetie ninki gose bamokorerete ase egesibo. Timanyeti gose nigo bamorasete risasi, gose nigo bamong'entete." Moiseru agakorera. Akainyora ching'ondi chiaye konye chiakorire konywa amache.

~

110

"Eria kabere, mwamonyorire Kachocho? Omonto nanteebia buna nasira korwa inka."

"Ee, intwamonyora. Nere ooria okogosoria n'abamwabo," Susana akamoiraneria.

"Igo mbuya kegima. Rero nigo akororekana kare n'omogoko." Moiseru agateeba. Akaimokia enyimbo yaye akagenda. Susana agatigara gaikaransete inse y'omote n'abana.

"Magokoro, omogano o sokoro n'oyobwogokumia. Nase ekeene ng'a sokoro Mobeya namosoerete omonene bw'abanyamorero?" Nyakenyuri akaboria. Konya Susana ataramoiraneria, Mayenga agacha ase enka eyio. Mayenga nigo arenge omochokoro o Mobeya. Nigo amanyete kera egento igoro ya Mobeya. Mayenga akabakwania, agaikaransa ase ekerogo kiarenge bosa.

"Omwana oyo nigo atagete koigwa igoro y'ekina kia Mobeya." Mayenga agasiba korwa ase egesanda kiaye na gokebekerera inse. Akaboania amaboko na kwororobia obosio.

"Ense engima nigo yamokumetie omonto oyo omomwamu otemete komobekera ekina omonene bw'abanyamorero," agachaka.

"Kera oyomo nigo abwatetie ekina ekio mono. Oboremu bwa Mobeya bogakuma ase abanto abange. Mbare baria barusetie sokoro amamocho. Bagateeba nechinsa chiaye, n'echibesa asaretie. Nchera teiyo omonto omomwamu are kobua ekina n'omonyamorero." Mayenga akairaneria.

"Ekina ekio nigo kiarenge igoro ya gento ki?" Nyakenyuri akaboria n'okoegokia okonene ime yaye.

"Buna momanyete mwensi, sokoro nigo arenge omonto omuya ase ekenyoro eke. Naende nigo arenge omonto omotenenku ase ense ya Boori. Nigo arenge gokonya onde bwensi otagete obokonyi. Rituko erimo akamokobesia omogambi Mboori chisiringi amagana atato. Chingaki echio, chisiringi amagana atato nigo chiarenge chibesa chinyinge mono. Omogambi Mboori nigo arenge omonto bw'ogosiereria. Akanga koirania rikobeso erio ri'amagana atato. Sokoro akagechigwa. Obotuko obomo, sokoro akabogoria emeyio ebere korwa nyomba, akagenda mwa Mboori. Onde bwensi nabo are korora obororo abwate. Ekero aigete enka y'Omogambi n'emeyio ebere, abarendi b'omogambi bagatama.

Sokoro akamoa Omogambi omoyio oyomo. Omogambi akanga kobwata omoyio oyio."

"Rero goika oakane rikobeso riane. Konye tekoba igo, oyomo oito goika akwe rero."

Goetera ogosaba okoabera kw'omogambi, sokoro aka-moabera. Sokoro akairana ase enka yaye. Chingaki echio, abar-endi b'omogambi konye baikire ase obisi y'Omoobisa bw'etisiri-giti. Bakamosoera sokoro ase ogoita omogambi.

Obotuko bwe rituko erio, Omoobisa bw'etisirigiti n'amanyany-imbo aye bagacha ase enka ya sokoro. Bakamobwata na komo-soera ase amamocho y'ogoita, na bakamosiba egesibo ki'omwaka oyomo ase oboiti atakorete. Kare egesibo, akanga endagera are koegwa. Abarugi baye bakaba bakomorentera endagera. Kera rituko abarugi baye nigo barenge gocha komorora ase egesibo babogoretie endagera anchete ase egekabu. Nigo bare komoren-tera enyama eng'iyeke, ebiasi, n'endagera ende yonsi aganetie.

Nyuma y'ogokora egesibo, sokoro akagenda ase Omoobisa bw'etisirigiti akamoteebia, "Ase enka yane ngochia. Niindie chin-yama chionsi ase engaki y'emetienyi etano n'omo. Ekero ki'omo-tienyi o gatano nakabere, ningosoere ase ogonkorera rimocho."

"Ase ki?" Omoobisa bw'etisirigiti akaboria.

"Naye kwagerete ingasibwa egesibo ase amamocho intako-rete." Mobeya agateeba.

"Ngwatagete komoita omogambi," Omoobisa bw'etisirigiti agateeba.

"Nabo natagete okwane igo. Ning'o onkanetie komoita omogambi? Nkwarenge oo? Abarendi b'omogambi mbarengeo? Mbarabi barenge kirori bao?"

Sokoro akairana inka. Nyuma y'emetienyi etano n'omo, buna atebete, akamosoera Omoobisa bw'etisirigiti. Konyora obekeran-irie obokerori boisaine. Oboremu bwaye bogaichania Abaabirika abange. Sokoro akabua ekina ekio. Omonachi ekina akabeka ase oboronge ng'a sokoro aakanwe ase ogosoerwa n'amamocho ata-korete, egesibo, n'ebinto bionsi biatumegete ekero arenge ase egesibo buna endagera arenge korenterwa n'abarugi baye kera rituko. Egeakano ekio nigo kiarenge gie'chibesa chinyinge. Aba-rugi baye bakabogoria chibesa echio nechigunia. Ekero baigete

~

ase enka yabo, chibesa echio chikabekwa ime y'egetonga ekenene keraisane kobeka abanto batato abagima.

Kobua ekina ekio gokarenta omogoko ase Mobeya n'Abaabirika bonsi. Mobeya nere orenge omoabirika omotang'ani komobua omonto omorabu ekina. Abirika ekaba n'ogosemeria gw'okonyora oboegenu bwabo konye bwasarigwe n'Abanyamorero. Ase obomo, abaabirika bagachaka korwanerera emegondo yabo konye yairirwe. Nabo igo, bagachaka korwanerera obosibore bwabo.

Ning'inyorete ase ebiro bi'emiaka ya 1950, oywo orenge omogambi omenene akararia chingaki chi'obokong'u. Ekenyoro n'ense yonsi bikaba n'ebirengererio bi'ogochandeka. Nabo ng'inyorete buya mono buna abanyanyimbo bachete ase enka ya sokoro omotienyi o ikomi. Bakamobwata na komosiba ase egesibo gia Taracha. Bakamosoera ase okobakora abanto b'ekenyoro koria chimuma. Nabo igo bakamosoera ase okoba amo n'abanto bande bare korwanera obosibore buna Kemati amo na Chomo. Kobare ase egesibo, bagaetera obokong'u obonge. Amarwaire arenge goita akabwata abasibwa ase eng'encho y'ogotaba na amariogo. Mbabwate ndagera ngiya. Nigo bare gochandwa mono, n'abande bagaitwa.

Kare egesibo, sokoro akanyora amang'ana ng'a abanyanyimbo n'etugo yaye bare koria. Kera rituko nigo bare kogenda ase enka ya Mobeya konyenya etugo goika yonsi ekaera. Eng'ana eye ekamogechia mono. Akaba n'ogoichana okonene. Nekere giakorekanete maega y'eng'ana eyio, gokamogechia mono. Abanyanyimbo bagacha ase enka. Bagasamba kera egento bare konyora. Enka ya sokoro egasarigwa ase egeka egeke. Togasekererwa. Omogondo o sokoro okabaganwa na koegwa abanto emerongo etano n'ebere. Enka ya Mobeya ekaera.

Nyuma y'ayio, sokoro akairwa Rotwa kogenderera n'egesibo. Korende igaa Rotwa, sokoro taetwe gasi ende yonsi. Nigo arenge koboka, bwota omogaso, otaratara na korara. Egaika engaki emiaka yaye ekaba emenge. Sokoro agakwa ase eng'encho yobogotu. Ntwarenge konyara komoenia inka gaa. Nigo yaganetie chibesa chinyinge korenta omobere oye koenigwa. Chingaki echio konye obotaka bwasoire ase enka yaito yonsi." Mayenga akaeyana mono.

Bonsi bakaeyana ase omogano oywo bw'ogokumia. Omogano o Mobeya nigo obwate ogoatananeka ao ao kobwatekana noyore koyogana. Korende bonsi bagancherana buna Mobeya nigo arenge omonto bw'ogokumia, omuya naboigo bw'ogokora emeremo nechinguru chiaye chionsi.

"Nigo nacha koboria gose mwamonyorire Kachocho. Amang'ana nigo agoteeba buna tamanyekanetie ase are." Mayenga akabora.

"Ee intwamonyora. Oori ore aaria okogosiria n'abamwabo."

"N'ogokumia. Rero nigo are n'omogoko. Eke negento ekeyia. Ninki kiaba?"

"Mobeya nabete," Susana agateeba

Esimi ya koboko ya Mayenga ekabuga. "Bono chinsa chi'okogenda chiaikire. Omonto nare intagete gokwana n'ere mono." Mayenga akagenda. Agachaka gokwana n'omonto ase esimi ya koboko.

Susana na Nyakenyuri bakabogoria ebirogo bakabiirania nyomba. Konye egesunte kiabeire, n'obokendu konye bwang'eire gosoa.

~

Tinkoirana Naende
- Kefah Onchaga

Mechando, oyio orenge n'obororo obonene, nigo aikaransete
ase ekerogo kiaye kierigori rinene mono nyomba mwaye eero.
Bororo bwaye tari bororo bwa goakwa gose kobetwa na igwa.
Nigo bwarenge obororo bokoretwa n'ebirengererio bi'okoba
omonto omomwamu. Tari gwancha kwaye koiborwa omonto
omomwamu. Obomwamu bwaye nigo borwete ase chisokoro
chiaye echio chiiboire ase riroba rimwamu. Agaikaransa inse,
atamanyeti ekemobwenerete gokora. Ere nigo are oroiboro
rw'abanto abamwamu b'ense ya Abirika, ense etenenku korende
entaka. Agaonchora amaiso aye na korigereria enyomba yaye.
Akaerigarigereria erinde agaseka ase eriogi rinene. Ime y'eriogi
erio imbwarengeo obororo obonge kobwatekana na aria aeteire.
Akaerigereria naende ase entunda ya kabere korwa omotwe
goika amagoro inse, akarora amaote oka!

Ekero asinywa korobereria ebirengererio biaye, agaetumata
na goitona eero yaye orakage ere nomogeni. Akarigereria igoro
akarora oborabu! Akarigereria ase etibi enene yabekire enyasi.
Eye nigo ayegorete korwa ense ya Dubai. Amaiso aye tachieti
gotimoka. Akarigereria ase atachete erio akarora egetambaa
ekebariri kiaareirie inse ase enyomba yonsi. Amaiso aye agako-
rera ase ebicha yaye yabekire ase ekerore gesunkire ase enyasi
omwaka oyomo oetire. Akayerigereria orakage buna nerituko

~

riaye ritang'ani koyerora. Ebicha eye akayerora koba engiya mono as'engencho yabwate chinyomba chingiya chi'ense ya Dubai.

Ase egeka egeke, akaigora egetabu kiaye ki'ebirengererio na gochaka koeinyoria onsi aria aeterete ekero amenyete ase ense ya Dubai, ense y'oboke n'amabere. Akainyora rituko atugutetwe nchera na Rachuni, omosacha Omoarabu oria omorigete emer-emo. Abwoabwo omoyo oye ogachaka komoboria na komoirane-ria amaborio amange; "Aye oroche okoigwanana nkoreo? Aseki otakoremereria emechando eye yonsi? Bono kai ogochia? Tiga korera. Irana ase oyokomenyetie. Orokia amasikani na komos-aba amabera. Ayio takonyarekana inse y'erioba. Omotugamere! Nkorwa ririri Nyachieni achagete gosasimwa?" abwoabwo, akaeiraneria bweka omonyene ase ororo; "Inakorete amamo-cho bono tinkonyara koirana magega naende. Mbuya ing'irane seito Abirika."

Nonya ogechirie, omoyo oye totigete komoa ogosemeria. Ogoakera inse kwaye gokamoa chinguru chi'ogotenena naende. Akamanya obuya bw'ekaramu yerikara koba n'omobira bw'ogotinyeria amariko. Agaonchora ekaramu yaye na gosaria kera ring'ana arigete bobe.

* * *

Riberera rigachaka goichora. Rikamentekana na koreta obwoba. Ekerengo kieriberera nigo kiarenge chiting'iri emerongo etato na isanonaibere. Amang'ana agakong'a. Ning'o otamanyeti omora-kera? Onye tomanyeti omorakera tiga bono inkomanyie. Omor-akera nengaki y'omobaso eng'era otabwati mbura nonya nke. Omobaso okabara n'ororo obonge n'obwoba bogaichora ase chinkoro chi'abamenyi ba Motengecho. Abande bakarora buna nebiro bia kera engaki. Ase Mechando, ebiro ebi bikamoretera ogoichana okonene mono. Akarora omomaraika oria okoreta amakweri okomochera na komoura enkoro yaye na komotiga buna omote omwomo. Akaba n'obwoba! Nkoebisa arenge bori? Arenge gotema koebisa nigo are gocha goitwa mono. Bono agas-oka maisomarore kaerusetie moyo na koborwa ogosemeria.

Nabo yarenge gocha koba ekemama ere kourwa enkoro n'omobisa oye.

Kware gocha koumerana n'ere, nabo okoondoka buna oria kwarorire ebikone bia Musa. Ekero agotara, amagoro aye nigo aigogete gochia isiko buna omonto obwate ebitega. Tari ogwancha kwaye koba igo, nas'eng'encho atabwati kobua konde. Keria getari konyarekana nigo kegokoreka.

Ekiabwate ase obogima bwaye bwonsi nesaiga yoka! Ekerama gi'esaiga eyio nigo kiarenge eki'amagoma amagotu, ebisamunye bi'amabati amagotu. Ebinde bi'ebisamunye ebio konya biarusigwe n'abaibi gochia koroiseria ebioge biabo. Biria bike biatigarete biamokonyire mono gotanga ebibao biria amache agochera nyomba. Bono abanto abange nigo bakoroka enyomba yaye egesa. Erieta eri nario rikomotiga n'amaborio amange; "Abanto nigo bakoroka esaiga yane egesa? Naende nigo bagoteeba buna nigo keroiseirie amagena n'amarooba? Gose bono imbatamanyeti egesa ninki? Inee, nas'engencho enyasi y'esaiga yane ere buna omobira omobariri, n'etirisa yaye yerisakara ribariri n'egesieri kiaye keroisirie korwa ebisamunye bi'ebiba?" Abwoabwo, akaeiraneria bweka omonyene; "Tari mang'ana."

Ere naisanegete buna enyomba yaye eroisirie, nonya kebwate rimusu ritindi ase baria bagoeta aang'e n'ero. Riberera rinene rikamosoa ase obogima bwaye na komosamba mono ase egiototeri na komokora gochandeka ase ekero egetambe. Nere orenge ogosemeria kw'abanto batano na babere b'eamate yaye. Birundu, ng'ina, nigo aerwete mono gokonya mwaye. Bono iga kai are? Obogotu bwamomereire amate na komong'enta ebigoti. Nigo are ase emogoroba y'obogima bwaye. Obogima bwaye nigo bore aase abe. Tari koria ndagera gose konywa mache. Ime yaye tari na kemobere taiyo. Birundu otemire gokwana na Mechando kera engaki. Omokia oye ororekanire koba bosa. Nigo amoirete Mechando esukuru korwa ogosira gwa ise, goikera bono okorire ekorechi na kobekerwa egutwa.

Rituko erimo, Birundu akaborera Mechando; "Nakagete omwana one notokonye na gotokora koeyana embeo engiya? Naichanire gokorora koba emechando n'egurube. Kwabeire bosa, tori koruga tori koiyora."

~

"Tari igo baba. Natemire gotara chinsemo inye chi'ense korende kero kende giensi inkonyora ribaga nigo bakomboria,'ning'o ore n'ere?'" Mechando agataboria amang'ana.

"Irana naende omwana one. Irana naende. Rituko erimo nonyore ebisio," ng'ina akamoborera.

"Tinkoirana naende. Tinkoirana naende!" Mechando agatiana.

"Omwana one bwatia orooche, kaa noikigwe enyancha orube, nabo orabwate ensu toroisie omosori tonywe," ng'ina akamoebereria.

Mechando agaseka ase obwoba na koa ng'ina chingaki chi'okorengereria. Amariga agatonya korwa ase amaiso aye, ekemanyererio ki'amang'ana enkoro etanyare koyakwana. Akaruta amangana buna ritimo na komoaka ng'ina.

"Ekio tigekonyarekana, baba. Nabo indachie koruba inyore narubire ching'endainse, amaagaga gose chinswe chiria chibwate obosongo echio chirambeke aase akong'u," Mechando agateeba.

* * *

Rituko rikobwatia, chinsa isano n'emo, omosacha oyomo okorokwa Karata agaika ase enka ya Mechando. Tarenge mogeni ase Mechando. Imbaumeranete na komanyana engaki y'okoenigwa gwa ise Mechando. Rituko erio ri'enyangi, Karata nigo atenenete ase ekegutu na gokwana amang'ana y'okomotogia nyagosira naende akaria eira y'ogocha korwa chibesa gochia ase enka ya nyagosira. Akaba omokwani omuya naende bw'okogokia. Agakorera goteeba, "Omonene Nyasaye abae okoremereria, abamorerekere oborabu naende abeke nyagosira aase agaya."

Mechando takwaneti kende gionsi, agakira tanyorwa na ing'ana rinde ekiagera amanyete ng'a monto okoigwa ing'ana na tariteeba, takonyorwa na ing'ana erio.

Tinkomanya gose aye ogosoma noancherane n'amang'ana aya? Nasinyirwe n'eri. Tari nonye nas'omoyega o ise Mechando oka. Aya nigo agokorekana ase emeyega y'abataka basiririe amagima abo. Nkorora abarwaire abange abataka bagokwera

~

ase baraire onde tari kobachandekera. Nonya nab'aamate tibari gocha kobarora. Omotaka gakure, chibesa nigo chigosangererigwa erio koroberia kera egento buna chimonyo. Abagambi na baria bakoboria ebirogo bi'obogambi tibagotiga gochecherania na koruterana amang'ana amakong'u, na gotamoa nyagosira esiko yaye y'omoerio. Tari gokumia kobaigwa bagokwana; "Oyominto orarire ekero tomoganetie mono kegima. Intwamwanchete korende Omoneno Nyasaye nigo amwanchete goetania. Tiga atimoke aase agiya are n'amaya."

Mechando akagenderera goechanda ase enkoro yaye; "Nasinyirwe komanya buna abagambi aba bare. Mbamanyete buna nyagosira achandegete ase obogima bwaye bwonsi? Mbamanyete buna chibesa chi'okogora amariogo chiaborete omorwaire?" Ekero atenenete, agakwana iga; "Tiga imbateebie omogwekano omuya oyogoikerania aya onsi. Nyagosira tata ekero arenge korwana n'omomaraika bw'amakweri, akabera nyagitari omotienyi omogima atari konyora obogwenia as'engencho mariogo tarengeo. Ekebe mono, mama agatema na goakanera tata chibesa ase ekati ya nyagitari erinde emokonye korwarigwa. Nonya magega y'okoba na kera egento, abanyagitari bagatotoma gochia chinyagitari chiabo chinke kogora amariogo. Monto amache akoira tari gotiga gosegasega goekonya. Chibesa chiria chinke twanyorete, nigo chiagorete amariogo y'ogokeyia ogoatigwa omobere gwoka. Keria egeke obwate nabo gekogokonya ekero ki'emechando. Aya onsi agerire abataka koba abataka n'abanda kogenderera koba abanda mono."

Ekero Mechando aroche Karata emambia eyio endere, ime yaye akamanya buna nkere kiamoretire mwaye. Akainyora eira amoete rituko ri'okoenigwa gwa ise. Eira eyio tiyarenge na keene korende nigo yarenge ey'okogokia abanto bachete komoreresia. Ogosemeria gokaba buna kobucha amache nechinsanyi. Ekero aigete agachaka n'amang'ana amansu ararusie eng'iti ekeronga ime.

"Ekeene, engaki entambe yaetire, korende tokumia. Nakoreteire amang'ana amaya ayio ararete obuya ase obogima bwao bwa motwe," Karata agakwana.

"Tinakoigwa buna ogokwana, tigango goetanania amang'ana yaanekere keoreri," Mechando akamosoanana.

"Toba na gokumia momura. Inatomeretwe riuko korwa ase ense y'Abaarabu, Omosani one korwa ense eyio natagete omonto bakobera n'ere na komorendera enka yaye. Nigo aramoakane chibesa chinyinge mono. Rituko ndire obotaka boratame korwa as'ore," Karata agateeba.

Ekero bakorete egambo yabo, Karata akamoa amasakara ase atakeire goichoria amang'ana gete are imeo. Ekero akorete goichoria akarora eng'enang'eni yaye y'ebisio. Akaeba eira entang'ani aetwe. Akarora buna omomaraika onachire ekina ase oboene. Obongo bwaye bogachaka komominamina na komosekereria bogoteeba maisomarore, 'moegene noche komomanya mono'. Ring'ana erio rikamoichania. Inaki arakore arwe aiga as'are n'obotaka bwaye bwensi? Akaegena amang'ana a Karata n'obongo bwaye bwonsi. Korende ensemo yende y'obongo bwaye nigo yarenge g'osoma obwoba. Abwo ase akomerera amate, mbare bachireo na koirana birati. Mbareo aigure bakoria eira ase erieta ria Nyasaye.

"Amaene bi! Tinkoirana naende ase Abamanga."

Ring'ana riamoete obwoba mono na komoberia buna amaguta are aang'e n'omorero, nenyaroka ya Mechando, omoamate oye ochiete Boarabu gokora emeremo ya nyomba korende Abaarabu bakamoonchora na komokora nere okobarusia abasacha erang'o yabo. Magega ya ayio gokorekana akabotigwa enda n'ememera ya Boarabu. Egakwaneka buna abasacha barenge komochera kera rituko n'ekerenga gi'okorika risakara riyia egetabu kiaye. Tibarenge koba inse ya batano n'omo. Oborito arenge koigwa nigo bwareng'aine oborito bw'enyundo goakerania omosumari. Emeremo emerito ekamoretera embambaru, eyio yaretetwe n'emeremo yakorekanete! Omwana oiboretwe Manga akaretwa Abirika gotinyia amariga y'omongina n'omogaka Mechando.

Eraba ekamokonya Mechando gotinyia ebirengererio ebi ebibe biatagete komokania tagenda ense ya Boarabu. Ime yaye namanyete engencho y'omobayeno ogoteeba buna 'egesio ki'oyomino inkegwekaini ekiao'.

Karata akamoteebia rituko n'ebiro bagocha koumerana na korobereria kogenda Boarabu. Akarora ase risakara ritararikwa ri'egetabu kiaye amariko y'erangi y'obobui. Obobui bono bokaba as'are.

* * *

Rikaba rituko riaye ritang'ani goika ase ense yabande. Ense yaegenire koba entenenku. Ebirengererio biaye bikamobeka omokia na komotuntuba amaiso. Akaerora koba omonda. Endamwamu egachaka kobimbia omotwe oye na komokora gokwana n'amachaya. Akaigwa omokubio aigete Boarabu omerwe n'emetienyi ende, erinde engaki aetwe akore emeremo eere bwango erio airane sobo Nyagoochogania. Kagoika arooro, nabaerorere na kobaenekeria baria barenge komosekerera ng'a tibari kende bosio bwaye.

Erio koegena chingaki n'ebiro, kera egetumo atachete ase ense ya Boarabu gekamoretera ogoetumata okonge. Ekero arinete endege gochia Boarabu nigo aroche buna kera egento nabo gekonyarekana aiga inse y'erioba. Tamanyete buna Boarabu nigo enga Misiri, aase Omoabirika akororekana buna etigere; mbuya ekwe ko ebinto eimogetie biike buya.

Akaariganigwa ase enyomba eyemo. Akarora egekone mono. Tanya korora enyomba enene buna eyaroche; egoroba. Chinyomba anarete korora Abirika nechisaiga chioka. Agakumia korora chinyomba chinene chierigori. Bono enyomba eye are nigo eitwegete chinyomba chinde gochia igoro isano n'emo. Chitirisa n'ebisieri biaye bionsi nigo biroiseirie ebirore. Inse ase enyomba nigo ebekire ebisanda bi'amagena y'ogokumia, okoerigereria kwaerora ime. Eero yaye nigo yabwate chitaya chiarenge komesa na korima buna ogosaseria gw'enkoba eng'aki y'embura. Ase enyomba y'okorara inkiarengeo egetanda gi'esitima. Isiko ase enyomba eyio amaoga nasimekire n'omochoko, aang'e n'okoboko gw'okobee ase ekiriri inchiateneine chigari inye chierigori rinene.

Buna amatuko agendererete koeringa, ensemo yende y'obogima bwaye egachaka kwoorokia ekieni kiaye gi'ekeene. Inki bono Mechando arakore? Amaboko aye agachaka koba buna riyo eriomo! Akaba n'obwoba. Koirana sobo Abirika gokaba buna gotamboka enyancha ase ogoaka ontimbu gose kobeka enyange ekurure rikorokoro ribogoretie ebinto ebirito. Akaerwa koremereria emechando n'obororo. Obororo obwo bwaretetwe n'okoimokia amagena amanene. Akamorora oria omorigete emeremo buna embeba ekoroma gekouterera. Tamoroche buna monto. Nigo arenge komoita n'enyimbo ekero agotenena kagokora emeremo. Akaba atari gotimoka gose korara. Ase obweng'e, nigo arenge gokora emeremo kagosensera. Obongo bwaye bogachaka goochogana. Bono akamorora Karata oyomoirete Boarabu buna birecha o Farao, oyio obwate endamwamu yechibesa na gochibeka koba egento egetang'ani ase obogima bwaye. Oyio naende oiranirie omwana bw'abanto Misiri, ense y'emechando.

Embiro ekamentekana ase chisuguri chi'okoroiseria endagera. Emechando anyorete ase enyomba y'Abaarabu ekamokora buna ebarimo. Akarorekana omonto omoriri bi ase abanto bonsi ense eye. Agachandwa n'ebirengererio, akarora mbuya koba omotaka kobua goitwa nechinguru kera engaki. Akaba kagosibia kebara kera ensa. Obogima obo bokamotiga ase omosunte na komocheng'enenia embeo igoro. Kera egetambokero arenge koimokia nigo kiarenge komotogoreria amaiso amanene. Akarora kagotinyigwa ase riuga ria emioro yaye. Agataka gokora ring'ana, agwo ebirengererio bikamokania ase obwororo. Mbuya goeaka ekiara kobua oromeme. Obwoba bokamosoa! Akairana gochia magega. Ebirengererio biaye bikamochera biasametie omonwa. Bikamochecheria. "Aye tiga kong'aina ebirengererio biao, biteebie nigo ore omosomba! Bono inki okwooboera? Orore buya rituko tiriera kore omorwaire ase omobere oo..."

Amang'ana aya akamoonchorana na komotiga karosete. Akaba nechitang'utang'u ase enka eye. Ekero Abaarabu aba bakoragera, nigo barenge komoteebia abere ase bakoroiseria endagera erinde ekero bakorire koragera bamoa endagera eria yatigaire. Kera rituko ri'enyongesa, ekero bakogenda gotiena na koegokia mbarabare y'enyancha, tibari komotigera kende gia koria. Ime y'ogochandwa oko gwensi, tarenge koboria kende as'engencho namanyete buna Rachuni nomonto obwate obororo obonge. Akanacha ekina goancherana kera egento; kebe ekiya gose ekebe erio atemateme akorere amatuko nario araegwe eng'eria yaye. Akwe gose abe moyo, keria abwate ase amaboko aye takonyara kogetiga nakeba buna ekeemba ki'egetuma. Akainyora ng'a mbuya gotwara egeke kiao kobua ekenene ki'omoamate. Akaba gakoigwera kera richiko ase obuya n'as'obobe. Ayio onsi nobogima! Tachieti koba na gotooerera ase ebirengererio biaye. Akaba gakoeboria amaborio amange, amo na, "Ekero enyundo egoakerania omosumari ase ebao ndoche nabo obororo bokobao?"

Omorembe okabora ase enkoro yaye ime. Akarora mbuya arie omwosi.

* * *

Ebirengererio bia Mechando bikamerwa n'ogotogonya kwa Rachuni. Bikabera buna rimi ria mambia na kogenda gochia igoro buna embeo entindi na korimera gochia ase amare. Ogotera gokaba korikori ase enyomba ya Rachuni; emeremo, emeremo, emeremo! Gosibia eke na gosukia keria. Iyeka eke iyora keria. Genda irana. Beka rusia! Omorero okagenderera komentwa chinko, omorero okaba ekebemberi. Omorembe okabora as'are, chibesa chinyinge ateebetigwe agochia koegwa chigaonchoka na koba buna omokera bw'embori.

Tarenge bweka. Bakabwatana n'ebirengererio biaye gokana okororerwa oko.

"Obosibore kai bore? Gose bono bwakure tobobokie? Yaya! Tekonyarekana. Yabetereirie bobokigwe korwa ase bwatinde-getwe," ebirengererio biaye bikamoteebia.

Namanyete obuya bw'okogacha gekegeke, ekio omoerio oye gekoba ekenge. Chibesa arenge goakanwa akagacha ase monto atamanyete gotatiga ebirengererio biaye bioka. Chibesa chiaye agachete chiaisaine koagacha chinyomba ibere chierigena na chintigari achakere gotonda endagera korwa echiro. Manga bono ekaba embe. Konye oigotire n'emechando ya arooro. Tari oisaine koria amatori naende. Akamochiera Rachuni na

123

komoteebia buna arosire n'emeremo amoete. Rachuni tamoira-
neretie ing'ana rinde. Aba babere bakabetana amaiso.

Nyuma yokogacha chibesa ase onde atamanyeti ase engaki
entambe, rituko rinene rigaika. Mechando agateebia Rachuni
ng'a engaki yaye y'okoirana Abirika yaikire. Rachuni akamoch-
iera bwango na komobwata ebigoti biaye, eyanga endabu abe-
gete egaonchoka na koba buna esuguria y'embiro. Akamong'eta
ebigoti, agasinywa komera amate. Akamosenda na komotwome-
ria emesa. Enyongo yabwate egetuse kiarenge emesa eyio igoro
ekagwa inse egaateka nakoba ebisanda. Gokabao okong'ung'ura
magega y'okonde. Okorutana gokabucha. Mechando nere
takireti akamobwaterania ase enyasi. Akarorekana koba n'ama-
mocho korende tiyarenge igo.

"Okagete aiga nsobo nyoko?" Rachuni agateeba n'obororo.

"Mobutorie, moake omotwe, morute gochia aaria. Egekondo
eke gekagete nkemanyete kera egento, gokorigereria ase ekeene
inkemanyeti kende," Maria, omokungu o Rachuni agasegeta.

Abanto aba ba Manga bagaita Mechando goika chinguru
chikamoerera. Akarera n'amayianda. Chindende chikagender-
era kororekana ase obosio bwaye. Amanyinga agaiteka korwa
ase omobere oye buna amache y'egetacho. Akagenderera goi-
twa n'enyimbo enene. Omoerio oye amanyinga ayio akaroisia
orooche oroke inse y'omote ase basibete Mechando matureka.
Abwo nao bamotigete agatwerwa embura enyinge y'amagena.
Amato y'amaoga agaonchoka erangi na koba amabariri. Onde
tari omorocherete mabera.

Omonyanyimbo bwetubete egetambaa ase obosio bwaye
agaeta aang'e na aria ase Mechando asibire korende akaom-
bia buna oyotarochi. Akaayerera koagachia na korimera gochia
aaria. Ekaba buna kera omonto nemeremo yaye agokora.

Ekero bakorete komoita, bakamoseria. Bakamotiga atare
nchera erinde akonye omoyo oye tochicha koigwa bobe. Amak-
weri akamosekerera na komworokia amaino amagegu. Akarora
eusi y'ekebarabara yabutokire. Ekebarabara kiaye gekaimoki-
gwa n'embeo enene gekarimera gochia amare igoro. Mechando
agatengechigwa na korera mono. Akarera na goitita. Gatigati
y'okorera okwo akarora oborabu ase egesunte.

~

124

Sirudi Tena

- Kepha Onchaga

Mlachungu alikuwa ameketi kwenye kochi sebuleni kwa maumivu makali. Si maumivu yaliyoletwa kwa kukatwa au kudungwa kwa miba. Ni maumivu yaliyoletwa na hisia. Hisia zilikuja kumezwa kwa moyo wake dhidi ya Mwafrika. Hakupenda kujibebesha weusi ambao uliletwa na mababu zake ambao asili yao ni Afrika. Sasa alipo afanyaje? Yupo Afrika; bara tajiri maskini. Anajiangalia na kucheka kwa maumivu makali. Anajiangalia tena kwa mara ya pili kuanzia utosini hadi wayoni, makovu tu! Anatupatupa macho yake sebuleni. Mara kwenye dari jeupe pe! Mara kwenye runinga yake aliyoinunua kutoka Dubai, Uarabuni. Mara kwenye sakafu nyekundu. Hatimaye macho yake yaliifikia picha moja iliyokuwa ukutani kwa mwaka mmoja uliopita sasa. Wakati huu anaitazama kana kwamba ni mara yake ya kwanza kuiona. Inapendeza kwa jinsi ina mazingira ya Uarabuni. Muda mfupi baadaye, anafungua ukurasa wake wa akili na kukumbuka maisha yake Uarabuni. Bara la asali na maziwa. Anakumbuka kana kwamba ni jana. Siku aliyotupwa njiani na mwajiri wake Rajun, Bwana wa Kiarabu. Wakati uo huo moyo wake ulimuuliza maswali kadha wa kadha.

"Unaona sintofahamu inafaa. Mbona huvumilii haya makuruhu yote? Sasa unaenda wapi? Acha kulia. Je, umeenda kwa Mkubwa ukampiga magoti na kumwomba msamaha?"

"Hilo haliwezekani na halitawezekana chini ya jua. Eti nisujudu! Tangu lini shetani akasujudiwa? Nilirudi lakini mara hii sirudi tena! Ni bora nirudi kwetu Afrika. Nasema bila woga. Sirudi tena," Alijibu kwa hasira.

Ingawa aliumia, nafsi haikuacha kumpa matumaini. Sasa alikuwa ameanguka, ilimbidi ajinyanyue. Alifahamu fika umuhimu wa kifutio nyuma ya penseli. Aliigeuza penseli nyuma na kulifuta kila neno aliloliandika bila kukusudia.

* * *

Lilianza vuguvugu, vuguvugu lilizidi na kuwa fukuto. Sasa digrii za nyuzijoto zilitulia katika idadi ya makumi matatu nukta tisa. Hali ikawa si hali tena. Nani hajui kiangazi? Basi, kiangazi ni kati ya vuli na masika. Jua lilishika zamu na kuwaka kwa hasira. Kwa wenyeji, hofu ilitua juu yao na kutawala mioyo ya waja wa Tetema. Wengine waliona ni kawaida tu! Kwa Mlachungu hali hii ilimletea kiwewe na wasiwasi. Aliona ziraili amekuja kumpokonya nafsi yake na kumwacha akiwa gofu la mfu. Hofu ilimtawala. Angejificha kweli? Maana angekuwa mpokezi wa vipigo vikali. Alijianika wazi huku akiwa amekata tamaa, mwendanguu hasa. Ilikuwa muhali yeye kutokuwa radhi kupokonywa moyo na adui yake.

Pindi ungekutana naye ungestaajabu ya Musa. Alienda matagataga kama mwenye majipu mapajani. Si kwamba alipenda kufanya hivyo, bali ni kwa sababu hakuwa na vinginevyo. Na lisilobudi hutendwa.

Kile alichomiliki ni nyumba ya msonge tu! Paa lake ni la makuti machakavu. Madebe yamejaa paani. Mengine yametolewa na wezi kutengenezea miundu. Machache yaliyobaki yanamsaidia kuziba mashimo yanayovujisha maji ndani ya nyumba; wengi wakiita nyumba yake ‚kibanda cha mtomo.' Sasa hapa hujiuliza maswali mengi.

Sasa ameridhika kwa mkao wa nyumba yake licha ya harufu inayohujumu pua la kila anayeikaribia.

Fukuto la maendeleo ya maisha yake lilimchoma utosini, lilifanya kuhaha kwa muda. Yeye ni tegemeo kwa vinywa vya watu saba. Mama yake Bi. Mundu alijibidiisha kuikimu familia yake. Sasa yu wapi? Uzee umemmezea mate na kumkaba koo. Yuko katika machweajua ya maisha yake. Hali yake ni sakarani. Si wa maji si wa chakula. Si wa nafsi si wa mwili.

Amejaribu kusema hadharani na Mlachungu kila mara. Juhudi zake zinaonekana bure. Alimsomesha tangu marehemu mumewe alipofuata njia za marahaba mpaka sasa amemaliza chuo kikuu na kuhitimu shahada ya Sosholojia.

"Nilifikiri mwanangu utatusaidia na kutuwezesha kupumua kwa hewa safi, kumbe unaendelea kuwa balaa na beluwa! Yaani upo tu, hupiki wala hupakui," Alisema Bi. Mundu.

"Sivyo mama, nimejaribu kupiga lami kila pembe ya nchi ila kila ninapopata nafasi naulizwa eti "mko na nani?" Alidakia Mlachungu.

"Rudi tena mwanangu. Rudi huko utapata heri."

"Sirudi tena. Sirudi na sirudi!"

"Mwanangu fuata mto, utakufikisha baharini kisha urushe nyavu huenda ukavua samaki na tukamfanya kitoweo," aliongeza mamaye.

Mlachungu alicheka kwa hofu na kumpa mamaye mshawasha wa kufikiri. Chozi linamtoka, linakuwa kiwakilishi cha maneno ambayo moyo hauwezi kuyasema. Anachomoa mkuki wa maneno na kumfuma mamaye barabara.

"Hilo mama haliwezekani, nikirusha nyavu huenda nikavua; papa, bunju, bumba, kuzi na vidagaa. Ama hata nivue tuwanyika. Mwisho wa siku nitakuwa taabani!"

* * *

Bwana Karata alifika alfajiri na mapema kwa Boma la Mlachungu. Si mgeni kwa mwenyeji wake. Walijuana wakati viviga vilifanywa kumsindikiza marehemu babaye kaburini. Siku hiyo Bwana Karata alisimama jukwaani na kutoa dukuduku lake. Alimimina sifa sufufu za marehemu, aliahidi kutoa kitita cha pesa kwa familia ya marehemu. Alikuwa mlumbi hodari aliyezaa vichekesho. Alimaliza kwa kusema.

"Innah lillah wa inna ilayh rajiun-Allah awape subira, aanga-zie nuru familia na amghufirie maiti wetu."

Mlachungu hakusema lolote, alikimya asije kufikwa na neno. Eti ukiona neno usiposema neno hufikwi na neno.

Sijui wewe msomaji unakubaliana na maneno yangu? Nash-indwa hili. Hata si katika sherehe ya baba yake, haya yanafan-yika katika sherehe za marehemu maskini. Nawaona wagonjwa wengi maskini wanafia vitandani bila wa kuwashughulikia. Hata wanaomzunguka hawasemi haijambo. Maskini akifa utawapata wakija kwa "Mengi" watachanga pesa na kushughulikia kila kitu kama mchwa.

Viongozi hawataacha kukashifiana kwa cheche za matusi bila kumpa heshima marehemu. Utawasikia wakisema:

"Ndugu yangu amefariki wakati tunamhitaji zaidi. Tulim-penda lakini Mungu alimpenda zaidi. Alale mahali pema palipo na wema."

Mlachungu akazidi kujichagiza; Nimeshindwa tena, hawa viongozi wana nini? Wanajua marehemu alitaabika siku zake za uhai? Je, wanajua pesa za kununua dawa zilikosa kabisa kwa muwele? Nitoe mfano mzuri wa kuafiki haya yote. Marehemu babangu alipokuwa akipambana na ziraili, alikaa hospitalini kwa mwezi mzima bila kutibiwa eti hapakuwa na dawa. Baya zaidi mama alijizoazoa na kumlipia baba ada kupitia kadi ya bima ya hospitali. Licha ya kuwa na hivyo vyote, tulitumwa na madaktari kwenye zahanati zao kununua dawa. Mfa maji haachi kutapa-tapa. Vile visenti tulivyovipata, vilinunua tembe za kupunguza maumivu. Kuchunga kwa peku kukosa ungo. Hayo yote yatafa-nya masikini kuwa masikini na tajiri kutajirika hata zaidi.

Mlachungu alipomwona Bwana Karata asubuhi ile mbichi, alijua moyoni kuna jambo lililomleta mbio kwake. Alikumbuka ahadi aliyompa siku ya mazishi ya baba yake. Ahadi hiyo ilikuwa tu ya kuwafurahisha waombolezaji. Matumaini yakawa kama kushika maji viganjani. Alipofika, alianza kwa maneno matamu ya kumtoa nyoka pangoni.

"Kweli muda mrefu umepita, ila sasa nimeleta habari njema ya heri na fanaka katika mustakabali wako," Alisema Bwana Karata.

"Mbona sikuelewi, hebu sema wazi bila kuzungukazunguka," Mlachungu alidakia.

"Usiwe na shaka Bwana mdogo. Nimepokea barua kutoka Uarabuni, rafiki yangu anahitaji mtu wa kukaa naye na kulinda familia yake. Utapata mshahara mnono. Umaskini hautauona tena," aliongeza Bwana Karata.

Alimpa fomu, akajaza maswali kadha wa kadha. Hapo akaona amepata nyota ya jaha tena. Alisahau ahadi za mwanzo alizopewa. Munkari alikata kesi kwa haki. Akili yake ilimsukasuka na kumpiga vijembe; ilisema waziwazi, "Mche usiyemjua mpaka umjuapo."

Hilo lilimletea kiwewe. Lakini afanyeje alipo maskini? Aliamini maneno ya Bwana huyo kwa akili zake zote. Hata hivyo katika ukurasa mwingine wa akili yake mlisomeka hofu. Huko anakomezea mate, wapo walioenda na kurudi jina. Wapo aliowasikia wakila kiapo kwa jina la Manani.

"Wallahi sitarudi tena kwa Wamanga!"

Lililokuja kumyeyusha zaidi kama mafuta karibu na moto, ni binti ya jirani yake Mateso, aliyeenda Uarabuni kufanya kazi ya uyaya alivyogeuzwa kuzumbua riziki ya kukata kiu ya wanaume wa Kimanga. Baada ya ajizi ajizi hizo, alivimbishwa tumbo lake kwa hamira ya Uarabuni. Inasemekana kwamba wanaume walimjia kila siku kwa mintarafu ya kuandika ukurasa wa kitabu chake. Hawakupungua sita. Alihisi uzito wa nyundo kupiga msumari. Kazi nzito ilifuatiwa na lengelenge. Yakawa ndiyo matukio ya kazi eti! Kitoto kilichozaliwa Manga kilirudi Afrika kufuta chozi la Bwana na Bi. Mateso.

Mlachungu alitumia kifutio cha haja, alifuta maneno yaliyotaka kushawishi hisia zake. Alifahamu barabara maana ya methali, bahati ya mwezio usiilale mlango wazi.

Karata, alimpa miadi ya siku na wakati wa kukutana. Aliona ukurasa mpya wa maisha yake ukiandikwa kwa wino wa manjano. Ushindi sasa ulikwishatua juu yake.

* * *

Ndio mwanzo katika maisha yake anatua katika nchi ngeni. Nchi iliyoaminika kuwa tajiri. Hivyo hisia zilimshawishi Mlachungu na kumpumbaza zaidi. Alijiona tajiri. Tamaa ilianza kumvimbisha kichwa japo alisema kwa kejeli. Alihisi Jumapili hiyo alipofika Uarabuni kumezwa na miaka. Makataa yaishe. Ifike siku ya kurudi nyumbani Mchafukoge. Aringe, awaonyeshe waliomcheka kuwa wao si chochote si lolote. Ila kuamini wakati na mapito. Kila kidato alichokanyaga Uarabuni kilimsababishia ukiwa na upweke mwingi. Alipopanda ndege, alihisi moyoni kwamba yote yawezekana chini ya jua. Hakujua Dubai ni Misri. Mwafrika alionekana kama punda, afadhali afe mzigo ufike.

Alikaribishwa katika kasri moja. Aliliona la ajabu mno. Hajapata kuona nyumba ya aina hiyo! Alizoea nyumba zao za mtomo na vitanda vya mwakisu. Kasri ni la ghorofa sita. Lilikuwa na madirisha makubwa makubwa na milango ya vioo. Sakafu ni ya vigae. Sebuleni kulikuwa na taa zilizowaka na kuzimika ungedhani ni umeme wa radi. Chumbani, vitanda vilikuwa aina ya electric bed. Maua ya waridi yamepandwa kwa mpangilio. Upande wa mkono wa kushoto kulikuwa na maegesho ya magari manne. Yote ni ya Toyota Land Cruiser.

Kadri siku zilivyoyoyoma ndivyo upande mwingine wa maisha ulivyoonyesha sura yake halisi. Mlachungu afanyeje? Mikono yake iligeuka na kuwa sagamba tu! Hofu ilimtawala. Kurudi kwao kulikuwa ni kama kuvuka bahari kwa kuogelea; jambo ambalo ni muhali kufanyika, kama baiskeli kuvuta trela haswa. Aliamua kustahimili taabu na uchungu. Uchungu uliosababishwa kwa kubeba majabali mazito mazito. Mwisho wa mwanzo alijuta. Aliona mwajiri wake kama nunda mla watu. Hakumwona mtu-aliposita alisalimiwa kwa bakora ya makalioni. Akawa halali hakai. Kwa kifupi alichuchumaa kwa kila jambo. Akili yake iligeuka na kuwa mparaganyo. Alimwona Bwana Karata aliyemleta Manga kama shetani mkubwa wa Farao. Aliongozwa tu na uchu wa pesa na kumrudisha mwana wa watu utumwani, Misri. Alitamani Musa aje amnusuru. Lakini, hayo yote yalikuwa mtihani mgumu.

Shida aliyoipata katika nyumba hii ya Kiarabu ilimfanya wazimu. Alionekana mburumatari.

Masizi yakakolea katika chombo cha kupikia. Alisukwa kwa fikira, afadhali kuwa mchochole kuliko kupigwa kwa nguvu. Akawa mfua vyoo kila dakika. Hali hiyo yote ilimwacha kwenye giza na kumbeba kitikiti. Kila hatua aliyotaka kuchukua ilimtumbulia macho makali. Akahisi anatekenywa katika mwanzi wake wa pua ya fuvu. Alitaka kufanya jambo, hali ilimkanya kwa upole. Afadhali kujikwaa dole kuliko ulimi. Hatari ilimtawala. Akarudi kinyumenyume.

Lakini...

Mawazo yake yalimjia kwa kufungua kinywa. Yakamtimba.

"Wewe, acha kumbambiza hisia zako; ziambie ukweli u utumwani! Unachelea nini? Mwisho wa siku utakaribisha kiharusi mwilini.

Maneno haya yalimsukasuka akabaki hoi. Akawa na jakamoyo katika familia hii. Wenyeji wake wakila humsukuma jikoni kula makombo. Wakienda kupunga upepo pwani, wao humwacha mkono mtupu. Mwisho anashindwa kusema makandamizo! Hatauliza maana anajua karaha za Bwana Rajun. Anatulia na kuweka midomo pamoja. Alijiona kakosea Muumba wake. Hata angefanya hivyo mkwaju muwi una tumbiriwe. Sasa mkosa ni nani?

Alikubali kila kitu kiwe kibaya au kizuri atang'ang'ania hadi mwisho wa dahari. Awe mfu au hai, atashikilia alichonacho mkononi hata kiwe gunzi tupu la mhindi. Katika hali ile, ingekuwa sahihi kukiri kwamba mkate mkavu wa nyumbani ni bora kuliko nyama ya shuwa iliyoko kwa jirani. Alifuata ije heri au shari. Hayo yote eti ni maisha! Kichwani msururu wa maswali haukumwacha atulie.

"Nyundo ikitwanga msumari, kumbe uchungu huwa hivi?"Alijiuliza Mlachungu

Salama ikakosekana. Akaona afadhali ale mwata.

* * *

Mawazo ya Mlachungu yalimezwa na mikemeo ya mwajiri wake Rajun. Yaliyeyushwa kama umande wa alfajiri na kupaa angani kwa kasi kama pepo za chamchela kisha yalienda juu mbinguni. Wimbo ulikuwa uleule katika nyumba ya Rajun. Kazi juu ya kazi. Osha hiki sogeza kile. Pika hiki pakua kile. Nenda rudi. Weka ondoa. Moto uliendelea kuongezwa kuni, tanuri si tanuri. Hali yake ikawa si hali tena. Mshahara mnono alioahidiwa uligeuka mkia wa mbuzi.

Hakuwa pekee. Nafsi yake iliungana naye kupinga maonevu, haki iko wapi? Ama imekufa tuifufue. Hapana! Haiwezekani, lazima ifufuliwe ilikozikwa."

Alifahamu dhahiri shahiri maana ya kidogo kidogo hujaza kibaba. Mshahara wake wote aliutunduiza kwenye mabano; hamna aliyejua ila yeye tu na nafsi yake. Akiba yake ilitosha kujenga nyumba mbili za mawe na salio kufanyia mtaji kuanzia biashara. Manga kukawa chapwa. Alikula akashiba mazonge yote. Masazo si kufu yake tena. Alimkabili Bwana Rajun uso kwa uso. Akamwambia ukweli. Amechoka! Ukweli utakaoleta ukombozi. Je, ukweli ungemfaa? Ukweli ulikuja kugeuka na kuwa kaa la moto. Lilichoma ndani kwa ndani kabla ya kuuguza.

Siku ya siku ikafika, baada ya kuweka mshahara wake siri kwa kipindi kirefu, Rajun alitembea sotorosotoro na kumshika ukosi wa shati lake jeupe kama theluji. Alimkwida shingo, akashindwa kumeza mate. Alimsukuma kwenye meza na kusababisha kuangusha jungu lililokuwa na koja la maua; papo hapo likavunjika vigaevigae. Miguno baada ya miguno. Vuta nikuvute ikashamiri. Ukosi wa shati la Mlachungu uligeuka rangi na kuwa matone meusi utadhani umeshikwa na mkono ulioshika makaa. Naye Mlachungu alijibu kwa kumsukumiza ukutani. Alionekana kuwa na makosa kumbe sivyo.

"Unafikiri hapa ni kwa mama yako?" Rajun alisema kwa hasira.

"Twanga, piga kichwa, vuta huko. " alitoa dukuduku lake Maria, mkewe Rajun.

Wamanga hawa walimcharaza Mlachungu mpaka pumzi zikamwishia. Akalia hadi akapwelewa. Udenda uso kikomo ulimtoka mtawalia. Michirizi ya damu ilitoka kama milizamu kutoka kwa majeraha mwilini ambayo yalitokana na vipigo vya bakora nene. Hatimaye kukawa na mto wa damu na kufanya ziwa dogo chini ya mti. Walikuwa wamemfunga mtuhumiwa juu ya mti. Miguu juu kichwa chini na mikono nyuma. Alinyeshewa pia mvua ya mawe. Maua ya waridi yaliyokuwa karibu yaligeuka rangi na kuchukua wekundu uliokithiri. Asilani! Kukakosekana msalie mtume!

Askari alipita kando hapo kuelekea kazini. Macho yake kipindi hiki yakawa na pazia. Pazia lilifunika macho yake mawili asione chochote au lolote. Akatokomea upeo wa macho ya Mlachungu. Kile kilio chake kilianguka katika masikio makaidi ya askari. Ikawa kila mtu na hamsini zake.

Baada ya kichapo, alitupwa. Aliachwa atambe njiani kung'ang'ania kuinusuru nafsi yake isije kuumia. Kifo kilimkenulia meno hadi ya Disemba. Aliona uzi wa kishada umekatika. Tiara yake ilipeperushwa na upepo wa chamchela ikaenda arijojo. Mlachungu alitetemeka kwa kekefu za kilio. Alilia kwa kwikwi. Na katikati ya kilio aliona nuru gizani.

No Going Back!

- Kepha Onchaga

An excruciating pain coursed through Mlachungu's body as he sat on the couch in his living room. The pain was neither from a cut nor a thorn lodged in his skin. It was the burden of his African ancestry that pierced his heart with a searing pain. Mlachungu hated the black skin inherited from his African ancestors. But what would he do? He was in Africa, a rich poor continent. He laughed at the pain. He stretched out his hands and legs and scanned his body from the toes up. He could only see scars! He threw glances around his living room – the white ceiling, the big TV he had bought in Dubai, the red floor. Finally, his eyes landed on a picture that had hung on the wall for the past one year. It was as if he was seeing the picture for the first time. The Arabian scenery around it made it more attractive. It reminded him of the miserable life he had lived in the continent of milk and honey. He remembered vividly the day his employer, Rajun, threw him out to die by the roadside.

So many unanswered questions popped in his mind.

"Do you think this confusion is appropriate? Why don't you persevere? Where are you going now? Stop crying. Why don't you go back to your boss and ask for his forgiveness?"

"This cannot happen under the sun. That I should submit! Since when did we start worshipping the devil? I went back before but now, I am not returning! I had better go back to my homeland, Africa. I say this without fear. I am not going back," he spat out the words.

Although he was hurting, his soul was not broken.

He had fallen but he had to dust himself up. Now, he understood why the pencil came with an eraser tip. He flipped the pencil and erased every word he had not intended to write.

* * *

The dry season came gradually upon the residents of Tetema. Soon it was sweltering and unbearable. The sun took over and burned with anger. Although it was expected after the rainy season and the cool period after the harvest, fear descended on Tetema and engulfed the hearts of residents. For others, the change of weather was but a passage of time. For Mlachungu, as the temperature rose to thirty-nine degrees during the day, it brought back traumatic memories and anxiety. He felt as if the Grim Reaper was hovering about, ready to rob him of his soul. Fear overwhelmed him. Where would he hide from the severe blows? He went about exposed, resigned to his fate.

You would be shocked if you had met him. He ambled as if he had boils on his lap. He was not happy doing this, but he had no choice. It appeared to be the only way out of his misery.

His was a rough makuti-thatched house. Scrap iron sheet – some of which had been stolen by thieves to make machetes – sealed part of the leaking roof. Many people referred to his house as a mud shanty.

Why do they call it a shanty when its walls are made of stones and clay? he wondered. Do they know the meaning of a shanty? Its walls are usually made of metal, cardboard or wood.

He covered his window with indigo nylon paper and fashioned a door out of scrap metal. It looked good with the blue paint. He was satisfied with the condition of his house despite the foul smell that stung the noses of passers-by.

The trajectory of his life made him uncomfortable for a while. He was the sole breadwinner for seven members of his family.

His mother, Mrs Mundu, had struggled to support them but old age had taken its toll on her. She was in the sunset years of her life. It left her helpless.

She tried without success to persuade Mlachungu to look for work. He was their only hope. Left with the children after the death of her husband, she had single-handedly educated Mlachungu. His degree in sociology now gathered dust somewhere in the house.

"My son, I thought you would be the one to help us breathe some fresh air, but you continue to be a disaster! Why won't you do anything to make the situation better?" lamented Mrs Mundu

"It is not for lack of trying, Mother. I have searched for a job in every corner of this country. Any time I get close, I am asked 'who brought you here?'" Mlachungu said.

"Try your luck again. Go back there and it shall be well."

"No! No! I am not going back."

"My son, follow the stream. It will take you to the sea. Cast your nets there. You might catch some fish for our meal," pleaded his mother.

Mlachungu cackled as tears stung his eyes. It was a sign of his unspoken words. He stared at his mother and answered her in a harsh tone.

"What you're asking me is impossible, Mother. When I cast the nets I might catch a shark, tilapia, Nile perch and seafood. Or I might catch mudfish. Ultimately, I will be in trouble!"

* * *

Mr Karata arrived at dawn at Mlachungu's homestead. He was not a stranger to him. They had known each other during the funeral of his father. That day, Mr Karata had paid his tribute to Mlachungu's dead father and promised to donate some money to his family. He then concluded by saying, "he was a great magician and a revered comedian."

"Innah lillah wa inna ilayh rajiun, May Allah give you patience, shine a light on the family and forgive our dead."

Mlachungu did not utter a word at the funeral so he would not offend anyone.

I cannot comprehend this. This did not just happen in my father's funeral. It also happens when the poor die. I see many poor patients dying in their beds and nobody cares; not even a greeting from the people around them.

If a poor person dies, many people attend their funeral. They all come with different agendas. They will donate money and handle everything like ants. Meanwhile, leaders never stop to slander each other with insults and disrespecting the dead. You will hear them say.

"My brother died at a time when we needed him the most. We loved him but God loved him more. May he rest in a good place, a place full of goodness."

Mlachungu became more irritated. "What do these leaders think? Do they know the struggles of the deceased when they are alive? Do they know that while sick, they even lacked the money to buy medicine? My father's situation is a good example. When my late father was fighting the angel of death, he stayed in hospital for a whole month without treatment because there was no medicine. Worse still, my mother struggled to pay his bill through our medical insurance scheme but the doctors still sent us to their clinics to buy medicine. Nevertheless, we never gave up. The little money we had could only buy painkillers. This could only make the poor poorer and the rich richer."

When Mlachungu saw Mr Karata that morning, he knew in his heart that something had compelled him back to him. He remembered the promise Mr Karata had made during his father's funeral. Or perhaps the promise was made to please the mourners? Hope became elusive. When he arrived, he used his sweet tongue to break the ice.

"Indeed, so much time has passed, but now I have brought you news of hope and prosperity for your future," Mr Karata said.

"I don't understand. Please don't beat about the bush."

"Don't worry, young boss. I have received a letter from a friend in Dubai who needs someone to stay with him and take care of his family. You will get a huge salary and your poverty will be forgotten."

Mr Karata gave Mlachungu a form to fill. He was convinced that that was his star leading him to prosperity. He even forgot the initial promises. To him, the angel had now delivered a fair judgement for his case. His mind raced and lashed him; it was clear to him that you can only understand people after interacting with them.

He wholeheartedly believed Mr Karata's words. However, he was privy to the reality of some people who had gone to the Arab world before and returned with only their names. Something told him to be afraid but he brushed it away. What should he do and he is poor? He heard some people swear, "In the name of God I will never go back to Wamanga!"

He remembered what happened to the daughter of his neighbour, Mateso. She had gone to Arabia to work as a nanny. Unfortunately, she became a slave to thirsty Manga men. They said that no fewer than six men would go to her every day to write a page in her book. The suffering was unbearable. The heavy work caused her blisters. Soon, she carried the Arabs' passion in her tummy. The child born in Manga came back to Africa to wipe the tears of Mr and Mrs Mateso.

Mlachungu shut out every bad experience he'd heard that brought him negative feelings about his imminent travel. He knew the meaning of the proverb that we are all destined differently.

Karata gave him the day and time for the appointment. He was now using yellow ink to write a new page of his life. To him, victory was inevitable.

* * *

It was the first time in his life to land in a foreign country. He believed the country was rich so he also considered himself wealthy. This feeling made him arrogant. The very Sunday he arrived in Arabia, he thought the years could fly to the end of his contract so that he could go back home to Mchafukoge. Even though he said it sarcastically, he anticipated to show those who were laughing at him that they were useless. Time would tell. Every step he took in Dubai brought him profound loneliness. When he boarded the plane, he felt in his heart that everything was possible under the sun. He did not know Dubai was like the biblical Egypt. An African in Dubai was like a donkey and no one cared about the load he carried.

He was welcomed in a palace. He found it very strange. He had never seen such a house! He was used to their small houses and wretched beds. The palace had six floors. It had large windows and doors made of glass. The floor was tiled. Some lights blinked in the living room, you would think it was a ballroom. The bedroom had electric beds. On the pavements, the blossoming roses were well organized. On the left hand side, there was a parking for four cars, all Toyota Land Cruisers.

As the days went by, the other side of life manifested. What could he do? His hands turned into a rag! Fear engulfed him. His quest to go back home was like swimming across the sea. Attempting that was like expecting a bicycle to tow a trailer. He decided to endure hardship and pain of carrying the heavy rocks. He regretted it. He saw his employer as a man-eater. He never saw anyone around him while he was working but whenever he did; he received a lash on his backside. He could neither sit nor sleep. He could only squat. His mind could not settle. He saw Mr Karata who brought him to Manga as the mean Pharaoh. The lust for money led him to take the son of the people back to slavery in Egypt. He wished Moses would come to save him. Nevertheless, all that was a tough test.

The trouble he found in this Arab's house drove him crazy. He seemed berserk. A cloud of darkness took over the whole situation. Things were elephant. In his mind, he preferred to be poor than to be lashed on a whim. He became a toilet cleaner every minute. Every step he wanted to take was hindered by the keen surveillance. He felt a tickle in his skull. He wanted to act, but the situation did not allow him to. There was danger all around him. He moved backwards.

His thoughts became words. "Hey, stop lying to your feelings; tell them the truth. You are in slavery! What are you afraid of? If you are not careful, you will suffer a stroke."

The words shook him but he remained helpless. He became a rag in this family. While his hosts ate, they would push him into the kitchen to eat leftovers. When they went out on the beach for leisure, they left him behind, empty-handed. He could not complain about the mistreatment because he knew the barbaric nature of his boss, Mr Rajun. He would take it easy and zip his tongue. He felt like he had wronged God and if so, then, punishment was inevitable. Now, who was at fault?

He accepted everything, whether good or bad, he would stick to it until the very end. Whether dead or alive, he would hold tightly whatever was in his hand even if it was a maize cob. Indeed, dry bread in one's home is better than fried beef at the neighbour's place. He endured both good and bad situations as they all defined life. In his mind, a series of questions did not let him rest. "Is this the kind of pain felt when a hammer hits a nail?" Mlachungu asked.

Nothing was safe. He thought it was even better to eat snails.

* * *

He thought about the insults from his employer, Rajun. They melted like the dew at dawn and rose in the sky as fast as the tornado winds and then went up to heaven. The song was the same in Rajun's house. Work after work. Wash this! Move that! Cook this! Download that! Go, come back! Put this away! More firewood was added into the fire. His condition was no longer bearable. The rich salary promised had turned out to be an embarrassment.

He was not alone. His soul joined in the protest against oppression, "Where is justice? Is it dead so that we can revive it? No! It cannot be; it must be raised from its grave."

He understood the meaning of the proverb: a little here, a little there, fills up the basket. He had closely guarded his salary; no one knew about it except him and his soul. His savings were enough to build two stone houses, with the balance sufficient for a business. He could no longer put up with Manga. He'd had enough of the problems he had faced. He was tired! He faced Mr Rajun and told him the truth. The truth that would bring his liberation. However, was the truth good for him? The truth turned out to be hot coal that burned deeply within before healing.

Then the day came. Rajun walked in and grabbed him by the collar of his snow-white shirt. He twisted his neck, chocking him. He pushed him towards the table, causing him to drop a vase of flowers, which broke into pieces. They grunted as they pushed and pulled each other. The collar of Mlachungu's shirt turned black as if it had been touched by hands that had been working with coal. Mlachungu responded by pushing him against the wall. That seemed wrong but it was not.

"Do you think this is your motherland?" Rajun said angrily.

"Beat him, hit that head and pull it there. This monkey thinks that he knows everything, but in real sense he knows nothing," said Maria, Rajun's wife.

The Arabs beat Mlachungu until he lost his breath. He cried until he was motionless. Saliva oozed out of his mouth. Streaks of blood flowed from the wounds he had received from the blows of the thick walking stick. With his hands at the back, he was hoisted with his feet on a tree. Finally, a river of blood formed a small lake under the tree. The hails showered on him, too. The nearby roses turned pale and took on a deep red colour. Nobody came to his rescue.

A soldier passed by on his way to work. He averted his eyes so that they could not notice anything. Mlachungu's wailing fell on deaf ears of the soldier.

After the beating, he was thrown out and left by the roadside. He struggled to rescue his soul from being hurt. Death gnashed his teeth. The thread on the garland cut off, parts of it went off staggering as a rocket blown by the tornado.

Mlachungu sobbed uncontrollably. Amid the sobs, he saw some light in the darkness.

Endubi Ye Bulala
– D. Simiyu Wanyonyi

"Lelo khuulila chingano enga babandu ba khaale nabamen-yanga mubulala nende lilyekhaliilikha. Sabapananga namwe khutukhana mubechule tawe. Abele balia silala; mulala nakwisi-isye ekhaafu ema khusituluku kalanga babaasie, 'Kuroonya... ebukwe, ebunaswa, ebunafubo nende mumbo...ese wa Nam-eme nakwisisye chinyama...inja khurekure fwesi,' khale akho babandu sababa nende bikhonde namwe likhendekha tawe. Lelo kamakhuwa kachenja mungo mwomwana wa Mwambu nende Sela." Eyino niyo embakha niyo omukachuli owembosi alabole-langa bakhangarani babenya chindebe 'che buruki mulirambo lya Mung'oma. Bakhangarani 'bano bechule munamwima eya Wele munyongesa. Endalo yino kumubili okwo omufu Waswa wa Nangami khokusalilwa munamwima. Waswa yaaba omukhang-arani muburobosi buli sa amulyango ano. Waswa abele babandu bamusima po! Sisyamurusia khubusuma sesyamanyikha bulai tawe. Chimbakha chakenda ebukwe, ebunaswa, mumbo nende ebunafubo embo Waswa yafya khubela khaukha akho kha Korona. Basilikhili babamusilikha baloma embo kafwa khu-londekhana nende khaukha akhano khali khakhamala babandu musibala syosi. Mala ng'ali engunyi ekunyila elala. Engunyi eye khaukha akho kha Korona lola yakunya babandu ba Mung'oma enga neyaula omusime wabwe Waswa mubalamu. Bamenywa bababa ne basima Waswa wa Nangami sababa nende lisuubila khumbakha eyo ye khaukha tawe. Nibo basuubila sa embo omusime wabwe karura khubusuma khukhwamanana kumukhono okwo 'mundu okundi. Aba yaba 'muundu sina oyo? Lireba elyo lirafu nakakhali omukachuli owembosi 'luna munamwima aloma ali khaba tawe, syosi syosi sisiibulwa sifwichanga. Endalo eyo bali yaba eya Waswa ne bakesi balomanga embo lilyanying'inywa musibuku esya Wele Khakaba okabanga bulamu nilyo lilyakholekha. Omusasaroti oyo aloma ali bamenywa bemusibala sya Babukusu balekhe omwana wa Nangami akone bulai mindali na mindali. Akhata kario lireba lyarama embo koo, sina sisyera omukhangarani yuno?

Kitimule omusaakhulu owe kimiko kamakhumi saba na karano kaba musipupu esyo. Kimiko kyewe kifunana embo kabona lirambo lya Kenya nelinyola bulekhule khukhwama khumukoloni Omungeresa. Kabao liye nelyapanwa. Kabona Etini ya Musambwa eya Elicha wa Nameme nende sipupu sya Maumau nabemurukunya nyo embo Omungeresa ache ewabwe alekhe sibala syefwe sibe silekhule. Abola ali Omunakenya kema nende owasye chinyanga cha mabasa echo. Akhata Nabongo Mumia we bawanga wangisyeki nakaambana nende omukoloni, sifune syaba embo omumali akhapwa etabu tawe. Akhata omukhale nakaloma ali makora makhale, Kitimule sakakora emakesi tawe. Khubela busakhulu bwewe, kaebwa bise nyo embo akachulekho nesikila kaba omunyange tekate enga rarawe 'yo 'mufu. Kitimuule nende esimbo yewe kereka simbi nende omufu oyo. Kanja chingano chewe. Lwekhuranga omusakhulu abola lukano lwa Henry Kerre omwana wa Sudi Namachanja. Embo Kerre kakisa Kenyatta mumiko ekyo kya khamsini noti paka sitini. Abele omukoloni kayiile po kenya khutila abo bosi bababa nabemurukunya nabamukuwa ache arure musibala syefwe. Kenyatta kaba mulala owabo nibo omukoloni kayimanga nekhubela embo kaba mulala khubarangirisi ba sipupu esya maumau. Kerre, khubela busale babwe kamulanga nekhumukisa mulibina Echebukwa musibala sya Mung'oma. Kitimule alangao ali Liibina 'lye 'bulekhuule. Omukoloni kamuima khumunyola tawe. Lumalilisi enga kabona basila Kenyatta kela ewabwe mubasebe. Embakha eya Kerre aluno ari seyanying'inywa abundu mumbakha eya sibala sino tawe. Kamalayi kewe kafwa nenaye kumwiko okwa 1965 Kenya neyaba bulekhule muburuki. Nanu olisola omwana mubukusu? Omwana Mubukusu yuno kaba enga syobi owasyobela balya. Kaloma ali chiliyo chimbakha nicho bang'osi enga Elicha wa Nameme, Mutonyi wa Nabukelemba, Maina wa Nalukale, Wachiye wa Naumbwa, Manyi Omukhurarwa alala nende baang'osi batayi abo bakhola mala mbao owanying'inya tawe. " Efwe khwamanya khuli kamasina enga Myanga, Mabanga, Lumboka,Malakisi nende Ndengelwa kechana nende Omubukusu owe khuranga kachukha sifuki nakapanila bulekhule bwe sibala sya Kenya. Wanyuma efwe khumanyile, enje eyi mbao wasoma abundu wosiwosi khubyenebyo tawe. Babami befwe babaminila asi sebaloma kwola tawe. Kangali bufubi kamakele. Akhata karyo khuchukha sifuki khuno khwokesia khuli barangirisi befwe babacha wa Wele khabumbi baba nende bulala.

Lifya elya Wamalwa Kijana nilyo lilyarera kumwatikho kumukhongo khumwana mubukusu. Abele Wamalwa kaambasya chinda chosi che babandu abo be Mumbo mwe lirambo. Abele Omurakoli nende Omubukusu sebapana tawe nakakhali balilanga khusesi ndala. Abele Omuwanga nende Omubukusu basikha chisekhe chabwe musachi ndala. Wamalwa nakafya nali omulondela owo muruki Mwai Kibaki kumwaka okwa 2004, chinda echo che bamwenywa ba Mumbo omwe lirambo chakabukhana. Omurakoli kanja khukuwa Omubukusu, Omuwanga yesi aryo. Babandu sisyalo syosi balila omwana muwengele," Kitimule akhebulila nende sibela sikali po! Bililo enga ebyo nibyo bibyakholekha endalo niyo Waswa owa Nangami kafwila.

* * *

Kumubili okwomufu kwailwa ewewe nokulinda endalo eye khurwa mukhayu khewe khe kimiko kyosi; silindwa, babandu beechula mungo khulila omusime wabwe enga abene nabalomanga. Bakali babwe bakara sisyoso sisilima enga nesyatila nyo embo batimanie khabeo khalikho nakhakarire sibala. Lulumbe luno lwatila babandu bekhuna bakorwa nisyo bakhola. Mbulila bali

~

balondi ba Waswa wa Nangami babelele ata khukhila lulwibulo
'lwewe lulwene. Owaloma ali nisyo wabaya sikhupa endolokoma
sakabea tawe. Yabao khayongo bali mayi omutiti niye owara
kamaasuswa kamarafu musilyo nyo embo Waswa wa Nangami
afwe. Bali omukhangarani lundi oli omuruki owe liloba lye
Babukusu aluno ari Wasike wa Nakhumicha kalaka mayi omu-
titi oyo enjofu emboofu niba akhere omusecha wewe Waswa wa
Nangami. Lyalomekha embo Waswa kaba enyanja emboofu khu-
mwila kwe buruki kwa Wasike wa Nakhumicha nyo karumikhira
mayi omutiti khukhwililisya enyanja eyo. Akho khayongo busa,
bung'ali owamanya ali omufu nende Wele wewe.

Kitimule abele kasima chingano che khale po. Kaba nende
sifune embo baraka bamuulile ne lundi bamanye niyo baama.
Lukano lwewe lwe khuranga lwaba olwa chitabu cho omwana
Mubukusu khukhwama khale. Kitimule ali kamakhuwa
kebung'osi niko kakanania omwana mubukusu. "Elicha owa
Nameme bali kaloma ali buruki obwo mubukusu bulyama
munyanja. Bung'osi obuna bwaba enga kumunayi nikwo babandu
bakhilwa khuchiba," Kitimule anja khukanila bababa nabakarire
sisyoso. Omusakhulu achililila khuloma embo babandi babukula
bali omwana mubukusu aliruka niba Omunyolo kamile khun-
debe eye buruki obwe lirambo, babandi bali tawe, bung'oosi
obwo bwawao enga Oginga Odinga kafwa nalekhela Wamalwa
Kichana endebe eyeburuki bwa Ford Kenya. "Likhuwa elyo nilyo
liirera kumwatikho aluno ari. Baliyo balonda bung'osi; baliyo
bakhabulonda tawe." Elicha kaloma ali buruki buno bukhame
munyanja sina?

Sina sikila Omubukusu nakhaambana ta? Elyo nilyo lireba
liboofu chindalo chino. Kitimule ali kumwatikho okuno sok-
wanja aluno ari tawe. Aba omusakhulu amila chilomo chewe
chindayi namwe? Wakana? Akhata khaale akho kimyatikho
kyabao; babandu bapana, batukhana ne khubonanila libuba.
Kitimule akana lukano lulundi olwa Chiunwa chichapanila
mukewa eye Emukwa Musirisia. Enjoka eya Musamali nende
eunwa eya Kutolo wa Bisike chanja khurisyanila mulukoba.
Basakhulu enga babona liye 'lye chiunwa chino baloma bali
tawe, sobuli bulayi chiunwa echo nechipanila mulukoba tawe

~

145

ne khubela embo chinyala chasambula birara. Khale akho abele
sobuli bulai khusambula namwe khukhwosya kumulilo birara
tawe khubela nibyo bibyaba nebibikha byakhulia. Basakhulu
bapanga endalo eye chiunwa echo khurisyana. Baloma bali
mundalo nabulebe chiunwa echo chiche chipanile mukewa eye
Emukwa. Endalo yola pebe! Chiunwa cherechanakho lundi;
enjoka eya Musamali nende eunwa eya Kutolo wa Bisike. Chi-
unwa charoka kamatosi po! Cheyasa khukhwokesya lirima.
Babekhoya bekhoya. Khurekana okhwechiunwa khuno khwar-
era luyoka mukewa eye Emukwa. Omutayi nakaloma ali ekhabi
endua sakabea tawe khubela lumalilisi Enjoka eya Musamali
yarisia eyo eya Kutolo wa Bisike. Ne khubela embo eunwa eya
Kutolo wa Bisike yaba yabunuche ne khusaalila chinyama lukali,
bakira nyo embo babandu balye chinyama. Kutolo wa Bisike
kalilila kumoyo munda atamba nisyo akhola. Mala ng'ali chicha
chalekha omubayi. Musamali niye kakhala lirango kechila nende
enjoka yewe. Kutolo wa Bisike naye kabukula chinyama chich-
arama kakaba bababao. Endalo eyarakho mabwibwi Kutolo wa
Bisike kaulila Enjoka eya Musamali nebucha. Kumoyo kwamu-
chuna po! Kauna wa Musamali,

"Musamali, yira enjoka yoo yino babandu balye chinyama,"
Kutolo abolela Musamali. Musamali kachekha nabolela owasie
ali, "Kutolo wamanya oli musimachamacha sobuli bulayi khu-
khwira enjoka tawe. Linda ekhaangale nenira babandu balye
chinyama," kumulomwa okwo khaba sokwaba kumulayi
khu wandaye Kutolo wa Bisike tawe. Kutolo kama ao nacha
mubakhwe bewe Bamia. Abele niye kayila mubamia omukhasi.
Kababolela ali koo, "enywe mulomanga muli mwenya chikhafu.
Efwe eyi chakhila mala mbayo bulindi tawe. Rekeresia mubone
enga nechibucha ne khumolola. Inja nende bulwani muwat-
ule chikhafu," Kutolo wa Bisike kabula emonyo eyomwana
mubukusu khubamia khubela likhendekha nende kurima. Omu-
tayi sakabea tawe nekaloma ali kurima kwira ne sekusuta tawe.
Mala ng'ali kurima okwa Kutolo wa Bisike kwausya omwana
mubukusu.

"Eembakha yino ekhwisiya kimiko kyanyuma ao. Kumwika
okwa 1974 nikwo Wamalwa kichana kema burobosi nali nende

kimiko salasini kyong'ene. Omubukusu kamuloba kamupa asi.
Wakana sikila syaba embo kaba enjoka. Ne enga khu'ulile matayi
enjoka saberanga tawe. Wakana abele Wamalwa akhaangala
tawe." Kitimule achililila khukana, "Khane chingano chikana
kali khwifwe fwabene. Nekaangala kumwika kwa 1979 nyo Omu-
bukusu kamuwa endebe eye buruki." Ekura enga eli ekheyicha
yino, lelo chinjoka niicho chikhwesa lichoki 'lyeburuki. Waswa
owa Nangami yuno sali abele enjoka tawe. Abele oyuno kakh-
wesa kamachoki kolana. Omubukusu abele kabone ali niye ony-
ala kasola buruki obwe lirambo 'lyomwana mubukusu. "Lola
aluno kuloba kwalya. Lulumbe khane solurobora tawe, abele
omwana namwe omukhulu; omuyinda namwe omumanani;
omusime namwe omusiku, lucha busa naye. Lulumbe aluno ari
lwesya babana be lirango lyenjofu enyuma," Kitimule aramo lul-
wimbo nakhasendya chikhu musyoso. Limila lyabonekha nely-
ama mumolu nelikwa musyoso esyo. Mbao wabona tawe khubela
wakana abele bababa simbi baba baungula.

Lulumbe luno, lwakhabele lurungwa,
Abanga lurungwa, khwakharungire eng'ombe
Lulumbe luno, lwakhabele lurungwa,
Abanga lurungwa, khwakharungire eng'ombe
Ekholo 'yewe, yakharungire eng'ombe
Mapesa kewe, kakharungire eng'ombe

Akhata kario bakhalila nabeumba chinyanga chewe chaaba
cholile. Tondo wafwa tondo wakobola bali enombela. Enombela
ekheche esole lifwa 'lya Waswa wa Nangami.

Enyinga eye khusikha yola Waswa wa Nangami kakona
muliloba. Kuloba kwamila omusime owe Babukusu. Endalo
eyo etwaya yema khuluya okhwa Nangami yakholyokha kha-
taru. Waa! Kwomusani kwakwa ta! Mayi owa Nangami karamo
luungu, babasye becha khumuabina nabo nabekicha sisyetila
khumusinde wa Nangami. Nangami omwene kakelao kabembela
kumwenya okwe khale akho ali,

Lila busa okhasimbula Mwongongi
Lila busa okhasimbula Mwongongi

Baolelesya kimyoyo paka nabwila nabelilisya Waswa babyal-
akho kumusalapa.

* * *

Bise byekela chindalo, chindalo chasala kamachuma. Kama-
chuma nako keyonga lila, kabili, kataru, oli lye khane aba kum-
wesi kwemao. Chindalo chino chembiisyanga endalo eye buro-
bosi bukhongo. Khayongo khakhakenda embo Wasike owaba
omwami owe chindalo echo niye owamalao Waswa wa Nangami
sakhawao tawe. Khayongo akho khakucha mukhanwa mwe
babandu khalolekhana oli nakhaba bung'ali. Lisina lyo 'mwami
Wasike lyatumbukha. Akhata bali kamechi nakatumbuukhile
olinda kakwalala nyo wanywa, ako abele katumile sikelo. Wasike
arumikhira ngila sina nyo embo anyole bukhili muburobosi?
   "Embwa embunyi yakhila endimi. Wamalwa kalomanga
ali omwana mubukusu ali enga lirango lye enjofu sokhukhayo
khwafuchikha tawe? Niba embo khwenya khukhebulile bulala
nibwo Omuengele kakhulekhela, khwenyibwa khulye silala, khu-
lome luulomo lulala, khulye emonyo 'ndala. Sokhukhayo khwak-
abukhanamo chindimi oli mukoyobaka tawe!" Oluno lwaba
lulomo lwo omukhangarani mulala bali Wafukho wa Nasip-
woni. Esoko eya Chwele abele yechule babandu oli chiswa chisisi
mumaleesi. Abele bechule po! Ata abundu wa chukuni khubira
sabonekha tawe. Elino embara lyakila Wafukho wa Nasipwoni
kakela ali niye etalang'i ekhaule emboko. Amanyakho ali sipupu
'sye babandu sesimuyeta tawe andi sakekhoyela tawe. Akhebulila
sisyakholekhana mumasika ako komuromani bali Chulyasi Kai-
sare andi saakanakanakho ali bukali bwe sipupu nicho chikura
tawe. Oyuno sisyama nisyo kabakho syaba bali Maendeleo party.
Sisyama esino baakali balomanga bali sye babandu be munyanja
eya Walule. Wafukho kema nawana kumulomwa embo kar-
obora sisyama esyo nyo embo abukule bubwami khukhwama
munyanja aburere khuluya olwe Babukusu enga Elicha wa Nam-
eme nakang'ola. "Ese nise embwa embunyi; ndaunyilisya lukele
'lwe sisyama syefwe mala enule buruki babandu be munyanja,"
ako kaba kamakhuwa ako ka Wafukho wa Nasipwoni.

~

Khusoko eya Kamukuywa omukhangarani okundi kaba kemilekho nende sipupu sibofu sye babandu. Yuno kaba bali Wanjala Omutecho. Wanjala Omutecho khaba khasoleli naitiryan khakheana byosi khukhupanila sisala esyo mubasakhulu bakali. Niba bakhasima namwe tawe eyo yaba emonyo eyomwana mubukusu okhache ape ekura endalo neyolile. Khaba sakhabamo ne kamakhuwa kamakali tawe. Nisyo khasubisya babandu sili sa embo embwa eayanga chikhisi setiba lukele tawe.

"Enywe bakhongo bange mwenyikha murobore embwa ekhola Munaropi yatiba lukele 'lwe khukobola engo tawe!" Babandu bakalakasya chingalakala nende kimilusi.

"Nisyo namanya sili embo efwe sokhwaukhana tawe. Abanga khwaukhana andi aluno ari sokhusabana kumunyu 'kwe munyenyi tawe" Wanjala wa Baatecho kaloma. Bise byaba byakoloba ne muBabukusu bali enje enamala yakela soloma oli chumbe tawe, nekakhali oli kamalesi 'ke muunyenyi. Sifune sili embo basakhulu baloma bali onyala wekela libale lya chumbe eyachana.

"Bali lituli lifumilanga chinjoka taa!" babandu baafukilila bali, "yee!"

"Nalyo liruti lyafumila chinjekhele, mbea namwe ndoma kang'ali?" Babandu bachiba bali, "oloma kang'ali!"

"Nono timania basakhulu bano bache balele babechukhulu babwe engo balekhele basoleli bapane nende chinjofu eche Mukenya nyo embo babake mala barere chinyama bamukabe. Mwafukilile Babukusu!" Wanjala wa Batecho kareba kumukhung'ano okwo, "yee!" Bamuchiba nende luyali. Kimikhung'ano kyawao babandu baba bureke khucha khupa ekura.

* * *

Kitimule kaba mwabo babauna mabwibwi khucha khurobora omwami owe lirambo 'lye Babukusu. Khungila yaba karangisye babechukhulu bewe ne babandi bakendela mumbafu. Khubela kaba kalile bibyaki ne bibyaki, Kitimule abele kakofule. Chimbuchi khumurwe chaba oli chiswa khukhatuluku, chimoni chekhora ne kumukongo nakwo kwefumba oli esimbo eye Babukusu.

Omusakhulu yuno aatilile esimbo eyewe nacha muburobosi obwo. Sakacha nayo bali ebe enga engabo niba embo khakhaayumba khalarakikhayo tawe. Basakhulu be khale abele sabapananga khubela burosi tawe. Balomanga bali bubwami bubwasio, oluno yuno muchuli okundi. Noli omundu owe sisyayumba aba okhapane paka endalo niyo Wele Khabumbi akhakobole nende Elicha wa Musambwa khubukula balondi bewe namwe! Esimbo yino niyo eyaba sikele syekhataru sya kuka Kitimule khubela bibili bibyewe abele kamani khakabiwamo. Mala khane makora makhale. Owaloma ali chimbuchi bukesi sakabea tawe. Omusakhulu akhakenda nende babechukhulu nabakambila, "Kumukasa sokusala tawe wandase!" Kuka Kitimule abolela babechukhulu bewe. Kabalanganga ali 'wandase' khubela nibo nibo ketikiya. Bali okhetikiya esimbo ta itikiya wandayo; niko ka kuka Kitimule. "Kumukasa okhakukhingilia tawe ne lundi silayi osinyola mulukusi. Aluno ari khokhucha khurobora niye khukana. Olanyola bukhili alabunyola mulukesi khubela aba chimbilo nicho katimanga chamurerere ekhabi. Omundu yesi yesi obukula bubwami omuwa lirya, okhamusachalilakho tawe,"

"Ne kuka endeba endi koo, khumanya khuriena khuli omundu niye khurobora alaba omulayi?" Omwichukhuli mulala areba.

"'Lye khuranga, omundu nyo embo alangwe omuruki muBabukusu enyibwa abe, omurana. Abe omundu owacha kasera khusilongo sya wabutubile mala kalotia!"

"Lelo khusera khwawao kuka!" Omwichukhuli okundi aloma

"Abele khale nocha khusera bakhuwa lifumo nende engabo. Lelo lifumo aba ekalamu ne engabo aba sitabu. Nocha esisomelo aba wachile khusera. Khulotia aba wicha nende bipapulo bibyenyikha. Khakhenakho aba khasyelo khoo; niyo ocha khalakhuyeta. Aba ndoma nandi omuruki omulayi enyibwa abe nakasoma. Sisindu sisindi enyibwa abe omundu owe lukoba. Asera khusilongo sya Wabutubile kalota nende omukhaye. Omukhaye yuno niye okhatekhele bamenywa bilyo nabalia niba bechile khubona omwami wabwe. Sisindu sisindi enyibwa abe omundu owe lukoba lwewe. Abe owombakha enju nyo embo babecha khubona omwami banyole niyo beikama eya mabale ekhabapa tawe! Simalilisi enyibwa abe omwikhalilikhi; omundu okhali owe kharima khakhangu tawe. Khebulila sa muli omwami omulayi aruka nende lisafu, omubi atila lifumo nende engabo," Kitimule kakambila babechukulu paka nabola musisomele nisyo bapilamo ekura.

Khubela bukofu bwewe, omupolisi kecha kamutumia elaini endeyi. Nali mulyango niyo acha khukhola burobosi bwewe, kalola babandu bababa simbi. Amwata emoni khulola nende batayi. Kababolela ali, "khebulila sa muli bulamu bwo omundi buli enga enyama 'yamboko okinyolela khusibumba. Okhaakala kukhukhala tawe. Mukhakelao mwachukha sifuki khubela burobosi tawe khubela sifuki sikhusyena" Omusakhulu kengilamo kapa ekura yewe. Endalo eyo burobosi bwakholekha mumilembe po! Yaba enyanga eye khane munasambu.

⁂ ⁂ ⁂

Chindalo chingali chabirire khukhwama babandu baroborane. Ekhoyo yechula mubandu enga khasoleli khebatecho bali Wanjala kharekana nende basakhulu khabapa asi. Khane kumukasa sokumanyile omwana namwe omukhulu tawe. Kulepima aba kwepimile. Naitiryani khano kharera ekhoyo nende limenya liya mubandu Babukusu. Oyuno kokesya ali khane omwana owe sibukusu sakakabukhana tawe. Babami engaki niibo babaukhana po! Oyuno ali ese enja munyanja, Oyuna ali ese enina niyo Maina kacha. Lumalilisi omukhupi owe kura kapila omundu okhabakho nende sisyama tawe. Mala khane enula yama bwana. Nelundi emolola seli niyo ipanianga ta! Wasike niye baloma bali kakhonya Waswa wa Nangami kakwa bikele byombi. Bulala bwomwana mubukusu bwabonekha.

"Namubolela somwambulila tawe! Khunyala khwaukhana munganaki namwe khulondekhana nende niyo khwamenya. Khunyala khwaukhanamo babandi belaa khu Namutalla babandi belaa bali be wa Sudi. Akhata kario bikali bibyaukhane bikhurera alala; Lubukusu lwefwe nende bubukusu bukhulimo. Kumwima kwefwe buli khase kukhakhubusye khwiche alala. Abweni ao lulomo luno lunyala lwawao; yekesia babana benywe lulomo nende kumwima kwefwe nyo embo bakhatiba tawe.

Enula yama bwana." Kuka Kitimule kekhupa sifuba. Akano niko
kaba kamakhuwa kewe kamamalilisi ne khubela embo chin-
yanga sechawa chingali tawe, babandu baulila bali karurire khu-
busuma. Akhata karyo lifwa elya Waswa wa Nangami lyarera
enda eyomwana mubukusu alala. Wakana niye owaba enga Wele
Khakaba namwe Wele Khabumbi owabumba Mwambu nende
Sela. Namwe Wele owafwa khumusalaba buonia bwanyolekha.
Endubi eyekura yaba endubi eye bulala.

Kapu La Umoja
- D. Simiyu Wanyonyi

"Siku hizi hadithi zinasimuliwa kuhusu namna wazee wetu walivyoishi kwa umoja na kwa kuvumiliana. Hawakupigana wala kutupiana cheche za maneno hadharani. Chochote walichopata waligawana kwa usawa: mmoja akimchinja ng'ombe alisimama kwenye kichuguu na kuwaita wenzake, 'kuroonyaa... kaskazini, kusini, mashariki na magharibi...mimi mtoto wa Nameme nimemchinja ngombe. Njoo tusherehekee sote,' Zama zile watu hawakuwa na visasi wala kuliana ngoa. Siku hizi mambo yamebadilika sana katika taifa la Mwambu na Sela." Huu ndio ujumbe ambao mchungaji anawambia wagombea wa viti mbali mbali vya uongozi eneo la Mung'oma.

Ni Ijumaa. Siku hii wagombea wamekusanyika kanisani ambapo mwili wa mwendazake Waswa wa Nangami umeletwa kwa ajili ya sala ya mwisho. Waswa alikuwa mgombea kwenye uchaguzi ambao unakaribia. Alikuwa kipenzi cha wengi. Kifo chake kimefumba imani ya wengi ambao walikuwa wafwasi wake sugu. Hata hivyo kilichomuua hakikuwa bayana ingawa fununu zimetanda kote kuwa alifariki kutokana na virusi vya Korona. Matabibu waliomshughulikia kabla ya kifo chake walisema kuwa alifariki baada ya kuzidiwa na ugonjwa wa UVIKO 19 unaosababishwa na virusi hivi ambao unaua watu wengi duniani. Ama kweli taabu hutaabisha kweli kweli. Taabu zilizoletwa

na virusi hivi sasa zimewataabisha wapendwa wa Waswa wa
Nangami kutokana na mauko haya. Hata hivyo wananchi wengi
waliompenda hawaamini simulizi hizo za madaktari. Bado wana
imani kuwa mpendwa wao alifariki kutokana na mkono wa mtu;
kwamba aliuawa. Ikiwa ni hivyo, muuaji alikuwa nani? Ni swali
la machungu ingawa mchungaji wa neno kanisani anakataa kauli
hizo akidai kuwa chochote kinachozaliwa hufa na kuwa siku
hiyo ilikuwa ya Waswa wa Nangami. Amewakumbusha kauli ya
werevu kuwa liandikwalo ndilo liwalo. Mchungaji amezidi kuwa-
himiza wenyeji wa nchi ya Babukusu wamwache mtoto wa Nan-
gami alale vyema milele na milele. Hata hivyo swali linaloradidi
akilini mwa wengi ni je, ni kipi kilichomuua mgombea huyu?

Kitimule mzee mwenye umri wa miaka sabini na mitano ni
miongoni mwa waumini kanisani. Kwa kuzingatia umri wake, ni
dhahiri kuwa mzee huyu alishuhudia Kenya ikijinyakulia ukom-
bozi kutoka kwa mkoloni Mwingereza. Alikuwapo vita viliposh-
amiri; mzungu na mweusi wakichanana mashati na kupigana
mieleka. Alishuhudia dini ya Musambwa ya Elijah wa Nameme
kwa ushirikiano na kundi la Maumau waking'ang'ana hadi mzu-
ngu aliporudi kwao na kuwachia nchi hii uhuru. Aliyashuhudia
mengi ambayo yameandikwa kwenye vitabu vya historia ya nchi
hii. Kwa sababu ya ukongwe wake, Kitimule akapewa nafasi ya
kuzungumza machache katika sherehe hii ya mwisho ya Waswa
wa Nangami. Pamoja na kwamba yeye ni rika la Omunyange
sawa na baba ya mwendazake, si muhali yeye kusema kwa niaba
ya mwanarika aliyeuka. Anainuka na bakora yake hadi karibu
na jeneza la mwendazake. Mzee akaanza hadithi zake za hapo
zamani za kale. Kwanza anasisitiza kuwa mkenya alishirikiana na
mwenzake. Ijapokuwa zama hizo Nabongo Mumia wa Bawanga
aliunga mkono mkoloni, nia kuu ilikuwa kwamba mwafrika
mweusi asitaabike chini ya mkono wa mkoloni. Kitimule pia
anatoa simulizi za Henry Kerre mtoto wa chifu wa zamani Sudi
Namachanja. Akamwaya peupe historia ambayo haikurekodiwa
popote licha ya kuwa waliohusika walitoa mchango mkuu katika
ukombozi wa taifa hili. Hapa ikasemekana kuwa katika miaka ya
50 na 60 Henry Kerre alimficha Mzee Jomo Kenyatta wakati huo
ambapo mkoloni alikuwa amehamaki akitaka kuwakamata wote

~

waliopinga udhalimu wake. Mzee Kenyatta alikuwa mmoja wao kwani alikuwa miongoni mwa viongozi wa kundi asi la Maumau. Mambo yalipogeuka na kuwa tenge tahanani, Kerre, kwa sababu ya usuhuba wake na Kenyatta akamwita na kumficha kwenye pango moja kijijini Nangwe-Chebukwa huko Mung'oma. Mzee Kitimule anapaita 'Pango la Ukombozi'. Mkoloni alimtafuta bila kufua dafu na hali ilipotulia mzee Kenyatta akarejea kwao. Inamsikitisha mzee kuwa hadithi ya Henry Kerre haikuandikwa popote kwenye historia ya ukombozi wa nchi hii. Fadhila zake zilikufa naye alipozikwa mwaka wa 1965 nchi hii ilipokuwa tayari imejinyakulia uhuru.

"Ni nani atakayemsaidia Omubukusu?" Mzee anauliza swali hili ingawa hatarajii jawabu lolote kutoka kwa waombolezaji. Anaendelea kwa kudai kuwa kuna simulizi za matendo ya manabii kama vile Elijah wa Nameme, Mutonyi wa Nabukelembe, Maina wa Nalukale, Wachiye wa Naumbwa, Manyi Omukhurarwa pamoja na manabii wengine wa awali ambayo hayakurekodiwa wala kuandikwa popote licha ya kuwa na mchango katika ukombozi wa nchi hii.

"Sisi tunafahamu kuwa majina kama vile Myanga, Mabanga, Lumboka, Malakisi na Ndengelwa yalitokana na jamii ya Babukusu wa awali kumwaga damu wakipigania uhuru wa nchi hii. Labda sisi tunamaizi, kwingineko hakuna anayesoma popote kuhusu hayo kwani viongozi wetu wamepewa nafasi finyu kiasi kwamba chochote wasemacho hakisikilizwi wala kutiliwa maanani. Au pia huenda historia yetu iliandikwa na wageni au watu waliodhamiria kukweza eneo fulani na kutweza maeneo mengine. Hata hivyo huko kumwaga damu kunadhihirisha kuwa viongozi wetu wa zamani waliofariki walikuwa na umoja.

Kifo cha Wamalwa Kijana ndicho kilicholeta mgawanyiko mkubwa katika jamii ya Babukusu. Wamalwa alifanya juhudi na kuungan-isha watu wa jamii zote za Mumbo. Wakati wake, Balakoli na Babukuzu hawakupigana ila walikula kwenye sahani moja. Isitoshe Omuwanga na Omubukusu walizamisha mirija yao kwenye chungu kimoja. Wamalwa alipofariki mwaka wa 2004 akiwa makamu wa rais chini ya uongozi wa Mwai Kibaki, watu wa Mumbo wakagawanyika. Omulakoli akaanza kumtenga

Omubukusu sawa na Omuwanga. Kifo hicho kikanyima jamii hizo na labda hata dunia nzima jino la pembeni. Dunia ikaomboleza mtoto wa ukoo wa Baengele," Kitimule anawakumbusha kwa masikitiko makuu. Vilio sawia ndivyo vilivyoshuhudiwa siku ambayo Waswa wa Nangami aliipiga dunia teke.

* * *

Mwili wa mwendazake ukapelekwa nyumbani kwake kwa ajili ya kusubiri siku yake ya kuteremshwa kwenye nyumba yake ya milele yaani kaburi. Watu wamefurika furufuri nyumbani humo kama siafu ili kumwomboleza mpendwa wao namna wenyewe walivyozoea kusema. Wengi wanaonekana kuzingira Sisyoso (moto unaowashwa usiku kwenye matanga) giza linapobisha hodi ili kufukuza kijibaridi kinachoghubika dunia nzima. Mauti haya yamewasikitisha wasijue cha kufanya. Yumkini wafwasi wa Waswa wa Nangami walihuzunika hata kuliko familia yake mwenyewe.

Kikulacho ki nguoni mwako. Kukatokea mnong'ono kuwa mkewe mdogo ndiye aliyetia sumu kwenye chakula chake ndiposa akafariki dunia. Kwamba mpinzani wake ambaye ni mbunge wa wakati huu Wasike wa Nakhumicha alimwahidi mke huyo mdogo tembo aliyenona ikiwa angemwangamiza na kumtokomeza mumewe. Hili lilitokana na wazo kwamba Waswa alikuwa ziwa kuu katika barabara ya uongozi ya Wasike wa Nakhumicha ndiposa akaamua kulifukia mchanga. Ijapokuwa lisemwalo lipo, huo ni uvumi tu, ajuaye bayana ni mwendazake na Mungu wake.

Mzee Kitimule ni mtu mwenye kupenda kusimulia hadithi za kale. Alifanya hili kwa minajili ya kuwafundisha vijana kuhusu asili yao. Namna alivyofanya kanisani ndivyo anavyoazimia kufanya kwenye mzingo wa sisyoso. Simulizi yake ya awali ikahusu matatizo ambayo Omubukusu alipitia akisisitiza kuwa unabii ndio uliosumbua kwa kiasi kikubwa. Elijah wa Nameme alitabiri kuwa uongozi wa ungetokea katika enyanja (ziwa au bahari). "Elijah wa Nameme alitabiri kuwa uongozi wa ungetokea katika (ziwa au bahari). Unabii huu umekuwa kitendawili kikubwa ambacho kimewashinda wengi kutegua hadi sasa. Wengi waliufasiri unabii kwa njia nyingi," Mzee akaanza kuwasimulia vijana waliokuwa wameuzingira moto huo. Akaendelea kwa kusema kuwa wengine walidai kuwa unabii huo ulimaanisha kuwa mtu wa jamii hii angetawala tu ikiwa Omunyolo (Luo) amekwisha kuongoza taifa hili. Wengine walisema unabii huo ulitimika baada ya kifo cha Oginga Odinga na pindi Wamalwa Kijana alipopokezwa uongozi wa chama cha Ford Kenya. "Jambo hilo ndilo lililoleta utengano unaoshuhudiwa hadi sasa. Kuna wale wanaoufuata unabii huo ilhali kunao walioutupilia mbali kama vazi chakavu." Licha ya hayo huenda unabii huu unafasiriwa visivyo kwani Elijah wa Nameme hakutaja ziwa Victoria namna inavyosemwa sasa.

Ni kwa nini jamii hii haina umoja? Hilo ndilo swali linalouliziwa hadi sasa. Mzee Kitimule anataja kuwa utengano huu haukuanza juzi wala jana. Utengano huu ulikuwapo kuanzia zama zile. Semi hizi japo zinakinzana na hotuba yake ya kanisani huenda zina maana fiche. "Watu walipigana, wakatupiana cheche za matusi na kuliana ngoa," Mzee akahadithia kisa cha fahali wawili waliopigania katika chemchemi moja kule Emukwa katika eneo la Sirisia. Fahali wa Musamali na yule wa Kutolo wa Bisike walianza kutifua vumbi kwenye boma moja. Mzee akakumbusha kuwa fahali wa Musamali alikuwa mchanga kuliko yule wa Kutolo wa Bisike. Kivumbi kilipoanza kutifuliwa fahali hawa wakitishia kupigana, wazee waliokuwapo wakawaambia wamiliki wao wasitishe mapigano hayo ili yasiamuliwe bomani. Walitaja kuwa haikuwa vyema fahali hao kupigania bomani kwani huenda wangevunja maghala ya mahindi. Zama zile ulikuwa mwiko kuvunja au kuchoma maghala kwani yalikuwa hifadhi ya vyakula vya wanajamii. Wazee wakapanga siku ya mapigano ya fahali hao. Wakasema kuwa siku ifuatayo wenyeji wa fahali hao wawapeleke katika chemchemi ya Emukwa kule Sirisia ili mapigano yafanyikie huko.

Hayawi hayawi yakawa. Hadithi za paukwa zikaja kuwa. Siku iliyosubiriwa hatimaye iliwadia. Umati uliosubiri kwa hamu na ghamu ukawa mashahidi wa mapambano hayo ya fahali wawili: mmoja wa Musamali na mwingine wa Kutolo wa Bisike. Kipenga kikapulizwa. Fahali wenye hasira za mkizi wakaanza kumenyana.

157

Vuta n'kuvute ikashuhudiwa katika kiwara hicho kidogo. Mash-
abiki wakashangilia hasa walipoona fahali hawa wakisukumana
kwa pembe zao. Zogo, rangaito na mangungumbaro ya fahali
hawa yakasababisha mpasuko wa kelele za mashabiki angani.
Hakuna fahali aliyetaka kushindwa. Kwa kuwa mchuano uli-
kuwa wa mashindano, ni lazima mmoja wao angetwaa ushindi
kabla ya mchezo kukatika. Msemo wa Wabukusu kuwa natija
ni kitindamimba ni yakini kwani hatimaye fahali wa Musamali
akamshinda yule wa Kutolo wa Bisike kwa kumvunja fupaja.
Mashallah! Walioshangilia wakashangilia mshindi na walio-
huzunika na Kutolo wa Bisike wakahuzunika. Kwa kuwa fahali
huyo mshinde alikuwa amevunjika fupaja, wakamuua na watu
waliokuwapo wakagawiwa nyama. Huzuni ya Kutolo wa Bisike
haikumithilika. Musamali ambaye fahali wake ndiye aliyemwan-
gamiza, akajikatia paja zima na kuondoka nalo begani. Nyama
zilizosalia zikagawiwa yeyote aliyekuwapo. Ama kweli walivyo-
sema mifugo hupaa wakamwacha mfugaji hawakukosea.

Alfajiri ya siku iliyofuatia fahali wa Musamali akasikika akiro-
roma. Mroromo huo ukamdunga na kumchuna Kutolo wa Bisike
kwenye ini. Akamkumbuka fahali wake mpendwa. Mchang-
anyiko wa hasira, wivu na jitimai ulimsakama. Akameza mate
machungu. Akafanya uamuzi ambao ndiyo chanzo cha kuliana
ngoa na usaliti katika jamii hii ya 'paja la ndovu.' Akafunga safari
hadi kwa jirani yake Musamali. Alipofika alitoa pendekezo lake
japo kwa hasira,

"Musamali, mbona usimuue fahali huyu watu wale nyama
namna wangu alivyouawa jana?"

Musamali akatoa kicheko cha kulazia na kujibu,

"Ndugu yangu unafahamu kuwa ni mwiko kumchinja fahali
mdogo? Subiri atakapokuwa mzima nitamuua na watu watafu-
rahia nyama yake," jibu hilo halikumfurahisha Kutolo wa Bisike.
Akazuumu kufunga safari hadi kwa wakwe zake katika jamii ya
Bamia na kudhihirisha uchakubimbi wake,

"Nyinyi hujidai kuwa wezi wakubwa wa ng'ombe. Sisi kwetu
ng'ombe wamejaa na hakuna ulinzi wa kutosha. Sikia namna
wanavyororoma kama wanaowaita. Njoo na silaha zenu muwa-
chukue," Kutolo wa Bisike akawambia wakwe zake siri za jamii

ya kwao kwa sababu ya hasira na wivu. Ama kweli wazee hasira huua lakini haibebi. Hasira za Kutolo wa Bisike zikazaa utengano mkubwa katika jamii hii.

"Hadithi hii inatukumbusha nyuma kidogo katika mwaka wa 1974 Wamalwa kijana alipogombea kiti cha ubunge kwa mara ya kwanza akiwa na umri wa miaka 30 pekee. Omubukusu alimkataa na kumwangusha. Labda kigezo cha kutomuua fahali mdogo ndicho kilichokuwa kichocheo. Labda Wamalwa hakuwa amekomaa." Mzee Kitimule akazidi kusimulia. "Kumbe simulizi husimulia yanayotuhusu. Alipokomaa mwaka wa 1979 ndipo akashinda kiti hicho,"

Licha ya busara nyingi za Mzee Kitimule, kuna utata ambao ameuzua kutokana na ufasiri wa hadithi zake. Leo, inashangaza kuona kuwa uchaguzi kama huu unaowadia ni fahali wadogo ndio wanaoonekana kuvuta plau. Waswa wa Nangami hakuwa fahali mdogo kama wengine. Huyu, jamii ilikuwa imemwona kuwa fahali aliyekomaa. Alionekana kama fahali ambaye angetoa suluhu ya kudumu kwa matitizo ya uongozi wa jamii nzima. "Tazama leo udongo unammeza. Ama kweli, mauti hayachagui; hunyakua mtoto na mkubwa, bwana na Juma kitwana, mpendwa na adui. Mauti yameangamiza jamii yetu na kuirudisha nyuma." Mzee Kitimule akatamka kwa huzuni. Akaamua kuimba wimbo huku akichochea moto wa sisyoso. Kamasi likaonekena likichungulia kwenye mianzi ya pua yake na kwa haraka likadondoka kwenye moto huo. Hakuna aliyeona kwa kuwa wengi walikuwa tayari wanasinzia.

(Haya mauti, laiti yangalikuwa yanalipwa)
(Yangalikuwa yanalipwa, tungaliyalipa ng'ombe.)
(Haya mauti, laiti yangalikuwa yanalipwa)
(Yangalikuwa yanalipwa, tungaliyalipa ng'ombe)
(Ukoo wake ungaliyalipa ng'ombe)
(Pesa zake zingaliyalipa ng'ombe)

Hata hivyo vilio na kujikunyata kwa majonzi havizuii lolote kwani siku zake zimefika na wasemavyo wenyewe kila mnofu una mfupa wake. Yupo atakayezuka ili kujaza nafasi ya Waswa wa Nangami inshallah taala.

Leo ni siku ya mazishi. Kaburi tayari limechimbwa domo lake likipanuka ili kummeza mpenzi wa wengi. Asubuhi hiyo, jogoo akasimama nje ya nyumba yake na kuwika mara tatu. "Huzuni kuu," watu wakajisemea ndani kwa ndani. Mama Nangami akapiga mayowe ya majonzi. Wenzake ambao wamemzingira wakashutumu na kulaani vikali aliyedaiwa kumwangamiza mtoto wa rafiki yao. Mama mwenye mtoto yaani Nangami akaamua kujifariji kwa wimbo huku akiwaonya wenzake dhidi ya kutoa madai ya mauji ya mwanawe:

(Lia tu usimfunue mwongongi)

(Lia tu usimfunue mwongongi)

Wakatuliza nyoyo zao hadi kaburi la Waswa lilipojazwa udongo mwekundu na kuwekwa msalaba.

* * *

Saa zikageuka siku nazo siku zikawa majuma. Juma la kwanza, la pili, la tatu na la nne yakawa mwezi. Kadiri siku zinavyosonga ndipo tarehe ya uchaguzi inapojongea. Uvumi wa Wasike wa Nakhumicha kuwa ndiye muuaji wa Waswa wa Nangami hazijatokomea aidha. Unakua kadiri siku ya uchaguzi inavyowadia. Uvumi huo ukajaa kwenye vinywa vya watu na kuonekana kuwa ukweli. Jina la Wasike likachafuliwa kama nini! Hata ingawa wajuao husema maji huchafuka yakawa maenge baadaye watu wakanywa, haya yalipita kiasi. Wasike angetumia njia gani ili kujisafisha na kutetea kiti chake?

"Wamalwa aliwahi kusema kuwa sisi ni kama paja la ndovu; hatutemeki! Ikiwa tunataka kukumbuka umoja ambao alituwachia tunafaa kula kimoja, tunene lugha moja na tuwe na siri moja. Hatufai kugawanyika katika ndimi kama chatu," Huu ni usemi wa mgombea mmoja aliyeitwa Wafukho wa Nasipwoni. Soko la Chwele limefurika furifuri kama kumbikumbi angani. Hata nafasi ya chungu kupita ni nadra kupatikana. Yamkini umati huu ndio unaomfanya Wafukho wa Nasipwoni kujitanua kifua na kudhani kuwa angemuua nyati. Laiti angalijua kuwa umati hauaminiki. Angekumbuka yaliyotendeka katika matanga ya kiongozi wa kirumi Juliasi Kaizari kamwe hangeamini umati.

Wengi wanaona chama chake cha Maendeleo Party kuwa cha watu wa Munyanja (ziwani). Hata hivyo, Wafukho anajaribu kuwashawishi kwa kusema kuwa alikichagua ndiposa angoe uongozi kutoka huko na kuuleta katika boma la Babukusu.

Katika soko jingine la Kamukuywa mgombea mwingine ame-kita kambi na umati mkubwa uliomzunguka. Huyu ni kijana Wanjala Omutecho. Wanjala Omutecho ni kijana barobaro ali-yejitolea kwa vyovyote vile kupigania kiti hicho miongoni mwa kikosi cha wazee. Ikiwa anapendwa au hapendwi ni siri ya mpiga kura. Wala si kijana wa maneno mengi. Kile anachowambia watu na kuwapa imani mara kwa mara ni kuwa mbwa awindaye swala hasahau njia ya kurudi nyumbani. "Ninyi waajiri wangu mna-faa kuchagua mbwa ambaye hatafika Nairobi na kusahau njia ya kurejea nyumbani!" watu wakashangilia kwa vifijo. "Ninacho-jua ni kuwa sisi hatujatengana. Tungekuwa na utengano mion-goni mwetu hatungekuwa tunaombana dawa ya mboga namna ilivyo kawaida yetu." Wanjala akahanikiza sauti yake. Ni majira ya jioni. Katika jamii ya Babukusu, si vyema kusema 'chumvi' katika majira haya kwa kuwa wazee wanasema huenda ukageuka na kuwa jiwe la chumvi. Badala yake unasema 'dawa ya mboga'.

"Wajuaoa husema kundi la ng'ombe husifiwa kwa fahali wadogo sivyo?" watu wakamjibu kwa kelele za furaha "ndivyo!"

"Na shamba la ndizi husifiwa kwa migomba michanga... mimi mwongo au ninagonga ndipo?" akauliza umati kwa mara nyingine.

"Umegonga ndipo!"

"Sasa wafukuzeni hawa wazee waende walee wajukuu wao nyumbani. Mtupe sisi fahali wadogo nafasi ya kwenda kupigana na tembo wa nchi hii ndiposa tuwaue na kuleta nyama tuwagawe mle. Mmekubali?" Wanjala akauliza umati huo.

"Ndivyo!" akajibiwa kwa shangwe.

* * *

Mzee Kitimule ni miongoni mwa wale ambao wamearauka alfajiri kwenda kupiga kura. Njiani ameandamana na wajukuu wake; wengine wakiwa mbele yake huku wengine wakiwa kando

161

yake. Ama kweli mzee huyu amekula chumvi nyingi dhihirisho likiwa ni mvi zilizozagaa kwenye kichwa chake kama umande wa alfajiri. Macho yake yamenywea huku mgongo ukijikokota kama bakora ya wazee. Mzee anatembea kwa fimbo yake akielekea katika kituo cha kupiga kura. Nia ya kutembea na fimbo si kwamba iwe silaha au ngao yake ikiwa vita vingetokea kwenye kituo cha kupiga kura. La hasha! Wazee wa kale hawakuwa wakipigana kwa ajili ya uongozi. Walipenda kusema kuwa uongozi ni zamu, leo ni huyu kesho ni yule. Fimbo hii ni kama mguu wa tatu wa mzee kwani viwili vyake vimeishiwa nguvu ya kustahimili mwili bila kusaidiwa.

Kumbe wakati mwingine mvi ni busara. Njiani mzee anatembea na wajukuu wake akiwahusia, "ndugu zangu, mtu hazai uongozi," anaanza kuwambia. Aliwaita wajukuu hao ndugu kwa kuwa wao ni kama mwegemeo wake na wasemavyo wazee wa zamani, egemea ndugu yako usiegemee fimbo. "Uongozi haulazimishwi na kizuri unakipata kwa jasho. Leo tunakwenda kupiga kura. Atakayetwaa ushindi atakuwa umeupata kwa jasho kwani juhudi zake zitakuwa zimemsababishia bahati hiyo. Yeyote anayekikalia kigoda mtii."

"Babu," mjukuu mmoja akamwita, "tutafahamu vipi kuwa yeyote tunayemchagua ni mwema?"

"Awali ya yote," mzee anaanza kumjibu, "ndiposa mtu aitwe kiongozi katika jamii yetu lazima awe mkakamvu. Awe mtu aliyekwenda uvamizi kwenye dongo za Wabutubile na kurejea na ngombe..."

"Uvamizi na wizi wa ng'ombe ulipitwa na wakati babu," mjukuu mwingine akamkatiza.

"Zama zile tulipokuwa tukienda uvamizi tulipewa mkuki na ngao. Siku hizi mambo yamebadilika ndugu zangu. Siku hizi mkuki ni kalamu nayo ngao ni kitabu. Ukienda shuleni, huko ndiko kwenda uvamizi kwenye dongo za Wabutuble. Mwisho wa masomo cheti chako ndicho unachofaa kurudi nacho nyumbani katika nafasi ya ng'ombe wa zamani. Hicho ni kijigozi chako, kokote unakoenda kitakusaidia. Ninachokuambieni ni kuwa kiongozi mzuri yafaa awe ameelimika. Kingine ni kuwa awe mtu wa boma lake. Awe na mke atakayewapikia wageni wanaokuja kumwona na nyumba ambayo wageni wake watajisitiri wakati wa mvua. Mwisho kabisa, lazima awe mtu mvumilivu wala asiwe mwenye hasira za mkizi. Kumbukeni kuwa kiongozi mzuri huongoza kwa jani ilhali mwovu huongoza kwa upanga," mzee akaendelea kuwashauri wajukuu wake hadi wakafika katika shule ambayo ni kituo cha kupiga kura. Kwa sababu ya uzee wake, polisi katika kituo hicho wakampisha moja kwa moja bila kusimama kwenye foleni. Akafika mlangoni na kugeuka kutazama umati wa watu waliobanana kwenye foleni kama mkungu wa ndizi. Akainua kichwa na kutanua kinywa. Akasema,

"Ninakukumbusheni kuwa uhai wa mtu ni kama nyama ya mbogo, unaipata tu kwenye sahani ya udongo. Usinoe kisu kitakachokukata mwenyewe. Msiwe na hulka ya kumwaga damu kwa ajili ya uchaguzi kwa kuwa damu hudai." Mzee akaingia kwenye kituo na kupiga kura yake. Uchaguzi ukafanyika kwa njia ya amani. Hii ni tarahe nne mwezi agosti.

∗ ∗ ∗

Siku nyingi zimepita sasa tangu mshindi wa uchaguzi atangazwe. Watu walijawa furaha ghaya baada ya kijana wa Batecho Wanjala kupigana jino na ukucha dhidi ya wazee na kuutwaa ushindi. Ama kweli uongozi hauna umri. Kijana huyo ameleta furaha na maisha mapya kwa watu wa jamii ya Babukusu. Kuchaguliwa kwake kumedhihirisha kuwa jamii hii haijawahi kutengana. Ni viongozi wa juu ndiyo waliotengana; huyu anaposema atachukua mkondo wa ziwani, mwingine anasema kuwa atapanda kwenye mlima ambao nabii wa zamani wa jamii kwa jina Maina wa Nlukale alipanda. Mwisho wa siku kura nyingi zikapigiwa mtu ambaye hakuwa na chama wala kujinasibisha na chama chochote cha siasa. Wasike wa Nakhumicha ambaye fununu zilizagaa kuwa alimuua Waswa wa Nangami alishindwa kwenye uchaguzi huo. Umoja wa Omubukusu ukaonekana hadharani.

"Niliwahusia mkajitia hamnazo. Sasa mmethibitishwa kuwa tunaweza kutengana kimawazo au kutokana na sehemu tunazotoka; wengine wakajisifu kuwa ni wa chifu Amuttala na wengine kuwa ni wa chifu Namachanja ila kuna vitu muhimu vinavyotuleta pamoja. Cha kwanza ni lugha yetu ya Lubukusu na kisha Ubukusu ulio ndani yetu. Itikadi zetu kila mara zitatuunganisha. Huenda siku zijazo lugha yetu ikafifia. Funzeni watoto wenu lugha na utamaduni wetu ili wasije wakapotezwa na dunia." Mzee akajishaua na kujipiga kifua. Ama kweli zingwizingwi lipe nguo uyaone mashauo. Haya yakawa maneno ya mwisho ya Mzee Kitimule kwani haukupita muda mrefu kabla ya watu kupata habari za mauko yake. Hata hivyo imethibitika kuwa kifo cha Waswa wa Nangami kilileta pamoja watu wa jamii ya Babukusu. Huenda alikuwa kama Mungu muumbaji aliyeumba Mwambu na Sela au Mungu aliyekufa msalabani uponyaji ukapatikana. Kapu la kura likawa kapu la umoja.

The Basket of Unity

- D. Simiyu Wanyonyi

"We only hear of stories about how our forefathers lived together in unity and tolerance. They never fought nor abused each other in public. They often ate together. One would slaughter a bull and stand on an anthill calling upon his clan mates, 'Kuroonya, come all dwellers from the east and west, those from the north and the south. I, the son of Nameme, have slaughtered a cow. Come, let's feast together.' There was no hatred nor jealousy. But these days things aren't the same again in the family of Mwambu and Sela," the servant of God tells the congregation. His words are mainly targeted at the politicians who have gathered in the church this afternoon. It is a sorrowful day because the body of the late Waswa wa Nangami has been brought to church for prayers and final tributes from his people. Waswa was an aspiring member of parliament in the upcoming elections. He was much loved by his people. The cause of his death isn't very clear, but the doctors who attended to him suspect that he succumbed to the deadly coronavirus that is sweeping the world like a wildfire during a dry season.

As our people say, misery can cause severe distress. The misery brought about by the virus has now totally distressed Babukusu by robbing them of their valued asset, Waswa. His supporters haven't come to terms with the doctors' diagnosis.

~

For them, Waswa wa Nangami died from someone's malevolent hand. If it is so then the question is, who would have killed him? It is a painful question that the servant of God is trying to brush aside in church. The preacher tells his congregants that whatever is born dies and every dog has its own day as the Swahili people say. This was Waswa wa Nangami's day. The preacher in his wisdom is trying to banish these evil thoughts from the late aspirant's supporters. He's telling them to let his soul rest in peace. But the question remains: what killed Waswa wa Nangami?

Kitimule, an old man of around 75 years of age is in the congregation. His long stay on earth means that the old man witnessed Kenya regain its independence from the colonizer. He saw the spirited struggles by the great Omubukusu seer Elijah wa Nameme's Dini ya Musambwa and the Mau Mau warriors to eradicate the dominance of the British capitalists in Kenya's governance. Due to his age and close ties with Waswa wa Nangami, Kitimule is given a few seconds to speak on behalf of his age set, Baanyange, who were circumcised between 1948 and 1956. Kimtule belongs to the same age set as the late Waswa's father. He rises up with his staff and stands just next to the casket. It is said that it's the vegetables in the cooking pot that you start preparing ugali for, and that is exactly the aim of Mzee Kitimule now that his head is full of history. At first he reveals that Kenyans were one people. Even though chiefs like Nabongo Mumia of Bawanga did collaborate with the British, his sole reason was to make sure his people were not molested by the colonizers. He also narrates the forgotten or rather unwritten story of Henry George Kerre, the son of that great Bukusu chief Sudi Namachanja, who seemingly married close to a hundred wives. It is said that Henry Kerre sheltered or – nicely put – hid Mzee Jomo Kenyatta between the fifties and sixties when the colonial government was arresting the resisters of their rule. Indeed Kenyatta was one of their targets since he was one of the leaders of the ever stubborn group of the Mau Mau fighters. Things went from bad to worse but before the worst came knocking, Henry Kerre rescued his friend Jomo Kenyatta by hiding him in an unknown Nangwe cave in Chebukwa village in Mung'oma. Mzee Kitimule calls it the cave of freedom. The British searched for Kenyatta in vain and when things finally looked calm, the Kenyan first prime minister left the cave. It's so unfortunate that Kerre's story wasn't captured anywhere in Kenya's history of the struggles for independence. His tenderness was buried with him in 1965 just a short period after Kenyatta was installed as the president of the independent Kenya.

"Now who could be the savior of Omubukusu?" the old man continues, asking rhetorical questions.

Mzee also narrates the untold stories of seers like Elijah wa Nameme, Mutonyi wa Nabukelembe, Maina wa Nalukale, Wachiye wa Naumbwa, Manyi Omukhurarwa and others who made great contributions towards the independence of this nation.

"Does the world know that the names of places like Mabanga, Myanga, Ndengelwa, Malakisi and Lumboka were as a result of the blood that was shed by Babukusu in their struggle against the colonialist? For sure it's only a handful of us that know this; the rest of the world was kept in darkness. Our leaders who could shed light on these are not listened to at all. Being orphaned is indeed a form of leprosy. Though this shedding of blood was of significance that Babukusu were once united.

"Kijana Wamalwa's demise was the reason for all these wrangles," he continues, adding that indeed the man had triggered a sense of unity in the thinking of the people of western Kenya. During his tenure as vice-president Omulakoli shared a plate with Omubukusu and so it was for the Bawanga Wangisyeki. The doom year of 2004 broke this unity after the ever hungry and cruel grey soil swallowed the great son of Mulembe. Divisions and cracks started appearing among the many sons and daughters of Mulembe, with the lack of unity prevailing until today.

"The whole world shed great and sorrowful tears for the death of the son of Baengele," the old Kitimule continues. He is engulfed with sorrow as if he is telling a story that is happening now. The nation of Babukusu mourned Waswa wa Nangami just like in the days Wamalwa had died.

* * *

Accompanied with a great procession of mourners, the corpse of Waswa wa Nangami was moved to his home for an overnight stay in preparation for his burial the following day. The mourners did not leave for their homes as they were expected to hold a vigil at Waswa's compound. When night came, they sat around a sisyooso, bonfire, to warm themselves against the cold night breeze. Waswa's death cast an umbra in the lives of his supporters. It is said they shed more tears than his nuclear family.

The rumour peddlers said that Waswa's younger wife had poisoned her husband to death. If this was true, then our old men were right to say that it is the animal you rear that will inflict a disaster upon you. The rumour indicated that the incumbent member of parliament, Wasike wa Nakhumicha, had promised to reward the younger wife with a bull elephant in case she successfully eradicated her husband from the face of the earth. It was thought that Waswa wa Nangami was a stumbling block to Wasike wa Nakhumicha's success in the upcoming elections. These were just rumours, the truth lay with the late and his God.

The old Kitimule is addicted to storytelling. He did this to enrich his grandchildren with the history of their people. His stories were based on the problems that affected his community. He noted that the main problems with Omubukusu were the prophecies from the community's seers.

"Elijah wa Nameme prophesized that the leadership of the western people would come from munyanja (lake or ocean). This is the centre of the split among the camps of Omubukusu. It became a riddle that has no answer up to this moment, with people interpreting it according to their feelings and affinity."

Mzee starts his narration targeting the young souls that have gathered and surrounded the sisyooso. He says many thought that the prophecy meant that our leadership urge would only be achieved after a person from Banyolo (Luo) nation had led the country and would later pass the mantle to a Mulembe person to succeed them. Some alleged that the prophecy had been fulfilled the day Oginga Odinga passed the mantle of leadership of the Ford Kenya party to Wamalwa Kijana.

"That is the system that works against our unity. Some are for the prophecy while others think this was sorted out a long time ago," Kitimule notes. This is the prophecy that has been misinterpreted all along since Elijah wa Nameme never specifically mentioned Lake Victoria as it is perceived today. He simply said Munyanja.

The issue of disunity remains the big question. "Why are Babukusu not united?" he asks the young souls in another rhetorical question. The old Kitimule sheds some light on why this is a big question. He affirms that the in-house fight didn't start today nor yesterday. It is a long-drawn problem dating from years back. Is mzee contradicting himself? Maybe yes. Maybe not.

The old Kitimule reminds his audience the lukano of the bulls that fought in the swampy area of Emukwa in Sirisia. The basakhulu of that time gave a warning against the two bulls: the younger one owned by Musamali and the older one belonging to Kutolo wa Bisike, which were fighting in the boma. This was a taboo. It was discouraged because the bulls could destroy the granaries storing the family's cereals. The fight was scheduled to happen in the swamp of Emukwa the following evening.

The much-awaited day came buzzing like the angry bees around a raided beehive. The two bulls were paraded ready to settle their scores. Could the young bull overpower the old tricks of Kutolo wa Bisike's bull? All eyes were set at the grounds of Emukwa for the chest thumping and angry bulls. The red lady blew her whistle. The bulls threw themselves in contention. It wasn't an ordinary bullfight that we see in Ebuwanga or Ebusisa. This one was a do or die fight. The short horns of both bulls kissed the antagonist angrily. The young bull looked more tactical than the energetic old one. The land cried in pain as it was trampled on by the hooves of the two bulls. The ground cried heavy tears of mud. People cheered all along while Musamali and his opponent Kutolo wa Bisike kept a close eye on the fight with the hope of being triumphant.

For every fight there must be a winner or a loser and so it was at the grounds of Emukwa in Sirisia. The winner was declared after Kutolo wa Bisike's bull fell on the muddy ground with a painful groan. Oh! What a loss. The old saying that good luck is the last-born came to be true. The old bull broke its left femur. It slumped and never rose for the second round in the ring. And Omubukusu's laws were clear; the losing bull had to be slaughtered and its meat distributed among the spectators. That is what happened. With a clamour to uphold their laws, the bull was slaughtered. Musamali took the whole thigh and disappeared from the scene with his young bull. Kutolo wa Bisike was forced to distribute the remaining meat among the spectators, including the basakhulu.

"What a tragedy it was," laments Mzee Kitimule. "Truly cows do go and leave the owner. Perhaps that was the beginning of hate and jealousy among our community."

The old man says that the following morning Kutolo wa Bisike was woken up by the mowing of Musamali's young bull. It was like a knife directed straight to his left lung. What do you expect from an angry person in agony if not antagonism and an urge for vengeance? Yes, Kutolo wa Bisike visited Musamali that morning just after the third crow.

"My friend why can't you slaughter your bull and make a feast like I did last evening?" he asked.

"You know very well that the laws of our land prohibits us from slaughtering the young bulls. Wait. When the time will be right we will feast on its meat also." That was a simple answer from Musamali to his "friend" if indeed there existed any friendship between them. Kutolo wa Bisike's jealousy grew to an industrial scale until he decided to betray the whole community of Omubukusu to its neighbouring antagonists Bamia who are the Teso of today. These were his in-laws since an Omumia girl warmed his bed every night.

"You always boast of being professional cattle rustlers, why can't you demonstrate it? Listen to the mows of the unguarded cows among my people. Come with your swords and show your prowess." That perhaps was the beginning of the jealousy, hatred and vulnerability to even the weakest enemies of the earth.

"The story returns us to the earlier days of Wamalwa Kijana. He was only thirty years old when he first attempted to contest for a seat but the great Omubukusu humbled him. Maybe the same laws of the land were applied, 'a young bull is not to be slaughtered for meat', maybe yes! In 1979 when they saw that he was mature enough, they allowed him to climb the ladder." The Old Kitimule takes in a long breath and glances at his audience.

It's indeed astonishing to learn that the upcoming election was dominated by the young bulls of the land. Waswa wa Nangami wasn't a young bull. No! The people saw him as a very ready bull that would fight for the interests of his people. "Today, the cruel earth is swallowing him. Death really picks anyone. Death has stolen a diamond from Omubukusu. What a tragedy!" The old Kitimule, engulfed with sorrow, decides to sing what was maybe the last song to the departed hero as he makes sure that the sisyooso isn't extinguished.

(I wish such tragedy could be payable)
(If it could be, we could have paid it a cow)
(Wish such tragedy could be payable)
(If it could be, we could have paid it a cow)
(His clan would have paid a cow)
(His money could have paid a cow)

The burial day finally came with the big mouth of the grave ready to swallow yet another hero. The morning of that burial day, a cock crowed thrice just at the entrance of the house. Kokoliikoo! Kokoliikoo! Kokoliikoo Nangami, the mother to the late gave out a horrible weary cry. The women that had always been guarding her during the period started throwing curses to the person alleged to be behind his death. Nangami cried singing a very sorrowful song nodding to them not to cling on that rumuor.

(Just cry, dont unfold mwongongi)
(Just cry, dont unfold mwongongi)

The halt came when the last soils were thrown on the already full grave. What a tragedy!

* * *

Hours turned into days and seven days formed one week. The first week, the second, the third and the forth all made a tremendous unity to form a month. When all these was happening, the election day drew nearer and nearer. That rumour of Wasike wa Nakhumicha being the assassin of the late Waswa wa Nangami was even more louder than before. This painted bloody spots on the face of the incumbent leader which to the Babukusu tradition is a taboo. Blood especially of a human being never sleeps. It haunts the slayer until it gets victory unless the gods intervene after they have been appeased with endless sacrifices. Wasike's bad name was even heard louder than the work he had done during his tenure. How can he overturn these misfortunes that he thought could be a fortune to him in case the rumour was a simple truth?

The campaign period was now here. The fierce battles were being prepared, with every aspirant trying all means to gather supporters that could materialize to votes when the day came.

"A sniffing dog is always better than a fast running one. Wamalwa once termed us as 'the thigh of an elephant; we shouldn't be spat like the unwanted saliva,' such were the quotes that united us and in case we want to commemorate this hero Omuengele, then we have no choice but to come together, speak one language and have a common secret. We shouldn't be apart like the tongues of a python," Wafukho wa Nasipwoni was addressing a large crowd at Chwele market. The crowd made this aspirant smell victory. What he doesn't know is that the masses are never relied upon unless he doesn't remember what happened during Julius Ceaser's funeral. However, despite the overwhelming crowd, many people from the region thought that he had chosen a wrong party. His Maendeleo Party was thought to belong to the people from the lake. Wafukho has been trying to convince them time and again that he chose it so that he could

~

steal leadership from the lake and sneak it into the Omubukusu land.

*   *   *

Masses have also gathered at Kamukuywa market. Here, a young man in the name of Wanjala Omutecho is presenting his plea to the people. He is the only young bull against the older bulls and who has faith of trouncing them all. Whether he is loved or not, is a secret of the electorate. He is a humble and nearly harmless young man who does not talk much. His campaigning slogan was "a hunting dog doesn't forget its way back home".

"You, my employers have to choose a dog that will not forget its way back home once it lands in Nairobi. What I am sure of is that we are never divided as a nation. If it was so then we couldn't be borrowing vegetable flavour from our neighbours," Wanjala states with vigour.

The sun is setting and it is a taboo in Babukusu land to refer to salt with its original name since they say you could turn into a stone just like the biblical story of the wife of Lot. The perfect word that is used is vegetables' medicine.

"A herd of cattle is cherished when it has the young bulls and a banana field with the young suckers," the young man speaks this wisdom amidst cheers from the crowd. "I am young, energetic and flexible enough to serve you. Why can't you give these old men a ticket to go and raise their grandchildren back at their homes? Give a chance to the young bull that is able to fight with elephants in Nairobi and bring back meat to you sons and daughters of Mwambu and Sela!" This is like a bully to the older lads that are fighting against Wanjala Omutecho. Maybe he won the crowd over since at the end they promised in unison to support him.

*   *   *

It's Election Day. Mzee Kitimule is leading his grandson to the polling station. The old man with grey hair is supporting himself with a staff which he always said wasn't a weapon in case a war erupted at the polling centre. That isn't the case since he had noted that the elderly people never believed in fighting due to elections outcomes or for political reasons. They believed that leadership is about turn taking; today it's your turn and tomorrow it's somebody else's. The staff acted as his third leg since the two legs were feeble due to his old age.

On the way, the old man takes that chance to give counsel to his grandchildren, "My brothers, no man gives birth to leadership," he starts his counsel. He always referred to his grandchildren as brothers because he depended on them at this age and as the Bukusu saying goes, lean on your brother's shoulders not on your staff. "Leadership isn't something to force. It's like a nice thing; you have to toil and sweat for it. Today we are going to make our decision on who should lead us in the next five years. Whoever will win will have toiled so much and that would just be a reward. Whoever takes the mantle demands respect from us."

One of his grandchildren interrupts with a question, "How do you gauge that a person would be a good leader?"

"In our nation, for one to be a leader, he should be courageous. During our time such a person would show courage after raiding cattle at the soils of Wabutubile."

"Cattle rustling isn't practiced today, Grandpa," another grandson interjects.

"I know," he answers. "During those days a raider was always given a spear and a shield for protection. Today our raiding ground is education. You are given a pen as your spear and a book as your shield. The school is the ancient soils of Wabutubile, while your certificate is counted as the ancient cattle. You will have raided brothers. "

Kitimule continues, "Your certificate is like a cattle skin for you, wherever you go you are sure of where to sleep when darkness comes. The main point is that a good leader should have been educated. He should also own a home of his own. He should be married to a wife who would cook for visitors who come to see their leader and a house where visitors could shelter whenever rain comes. He should be tolerant enough and as you know, a good leader rules with a leaf while a bad one rules with a spear," Mzee continued giving wisdom to his grandsons until they arrived at the polling centre. Because of his old age, he won't stand on the long queue of people who are yearning to cast their votes. He is led by an askari into the polling room. While at the door, he looks back to the crowd that had queued. He stares for awhile and then speaks out.

"Let me remind you one thing," he starts. "A person's life is like a buffalo's meat. You will only eat it when you get it on a clay bowl. Do not ever sharpen a knife that would eventually cut you. Brothers and sisters you can't be a hero by shedding blood due to election disputes; remember human blood haunts whoever spills it," he immediately enters the room and casts his vote.

It is the ninth day of August and the voting exercise has been carried out peacefully.

* * *

It's now a long period since the winner was announced by the electoral body. This was the young Wanjala Omutecho who had brought a new hope in the Bukusu nation. The nationalist were happy for his victory especially after trouncing the old folks. This was seen as a voice of unity among the people from this nation of Mwambu and Sela. It's now evident that they are leaders but not the people who are apart since they held different opinions and stands especially concerning the national politics. One would choose to swim in the lake while another would choose to climb the mountain that one of the nation's seers, Maina wa Nalukale, is believed to have climbed. Unexpectedly during this election, the nationalists chose to vote for a very independent candidate who stood with the people. Wasike wa Nakhumicha who is still accused of killing Waswa wa Nangami failed terribly. Unity of purpose in the Bukusu nation is finally in light.

"I predicted this, but no one took me seriously. Our disunity may be ideological or geographical. Some would say they are the sons of Chief Amutalla while others would say they are the sons of Chief Namachanja but at long last there are two fundamental issues that make us one. First is our Lubukusu language and then our nature as Babukusu. Our culture will always pull us together. Teach your children our ways in order to hold on our language and culture and pass it to the coming generations." These were perhaps the last words of old Kitimule since after a short while, news of his demise spread far and wide. But what people attested at last was that Waswa wa Nangami's death brought unity and harmony among the nation of Mwambu and Sela. Maybe he was the Messiah who died on the cross for the unity of the disintegrated Omubukusu. The basket of votes became the basket of unity.

Nyaciarawe

by Rayya Timammy

translated by Doreen karimi Nyaga

Gîtonga akionekana agiciria mûno. Uthîu wake ukunjanîte ta wa mûndû uracaria wagiriru wa kindu kîna. Kwî andû arîa maici Gîtonga wega marona uyû tî ûndû wa kawaîda. Arîa mamwîcî matîngîûga kwina ûndû ungîmûtûritia kîongo kînya kwaga toro.

Kwarîa ma Ngaî amûrathîmîte na njîra cîothe Gîtonga acîarîîtwe mûcîî mwega. matiaî na îndo nyîingî cîa kuganwa no ngaî nîwamavecaga irio cîa wamuthenya maîta mathatû wamûthenya na nguo cia gwîkîra. Icîo cionthe nî irathîmo cîa ngaî mwenyenyaga na kwîrutanîria kwî îthe.

Kathiiri vîndî cionthe ai wirari nîguo andû ake makorwe na indo cia kwîgana na mekare wega taûrîa eriragîria.Kogûo Gîtonga ndathumbûkaga nî undû akîuma cûkûrû irîo ciai kûo. Wanaakorwa tî na wîngî ke nîwonaga cîa gwikira îvurî. Wataurîa athomire na indo na mavuku maria endaga nîûndû ithe etîkîtie amugurire cionthe wanaakorwa ni "

Gîtonga avirûkire kîgeranîo gîa kîrathi kîa mûgwanja na agitwa cukuru ya sekondarî, îthe na ng'îna macokirie ngatho mamenya kwivivinyanîa kwao gûtia urira nthi. Gîtonga akithîî na mbere ûgûo nîwatethagîa acîrîa ake wîra wa mucîî. Acîari ake matiendaga kumwîkira gûoya guotnthe urîa ungîatûmire arege kwigũa cũkũrũ. Wana rimwe riria ithe athirĩrwa nĩ mbia cĩa kurĩva cũkũru matĩa mwĩraga agendaga gũkova kwĩ murata wake Ngũyanthĩ. Na riria maũndũ maũma vĩu Weruma arutaga mĩdĩra iria avetwe ni ng'ina mũthenya wa ũviki wake ĩgakĩnyĩthwa nĩguo agĩe mbia. Kũnaĩ ũgũo Werũma ndamakaga niũndu niwaici mũthuriwake aĩnakĩo kĩngĩ mũno kĩa gũtũma akaĩgia rĩngĩ. Ngororĩ niwevoragĩrĩa na gutĩa na kindũ kiavata ta kĩthomo kĩa muvici nginya midira ĩcio.

Mĩaka ikĩthĩra ta ĩno mitindike. Gĩtonga agĩkinya kĩrathi gĩa kana gĩa sekonadari na maũmĩrĩra ma igeranio makĩanirĩrwa, Gĩtonga aĩ wa mbere cũkũru yao. Acĩarĩ ake nĩmacokerĩe mwenyenyaga ngatho nĩũndu nĩmaicĩ mũndũ kaageragĩa nake ngaĩ akarathima na ageka maũndũ na kwenda gwake. Gĩtonga niwetitwe kũthomera urigitanĩ cukurunĩ ya kĩthomo kĩa ĩgũrũ.

Utũro wake wonekaga ta rũgano tondũ wevangĩte nywee. Niũngĩaugire ni ivuku rĩandĩke rikaguũorua kavora. Acĩarĩ ake makĩrutĩra gwikira mwana wao maũndũ maria mangĩavotire nĩguo avote kuthoma ta ciana irĩa cĩĩngĩ cia itonga. Nĩũndũ nimamenyaga kũũ athĩĩte kũthomera ni kũndũ kwaĩ na mbevo, nimamuvirire dũkari akĩgũra nguo cĩa mbevo nĩguo ndakarware kĩthuri na njoma. Ngĩna niwamũrũgire ndona, tũimari na mĩsumoro nĩgũo vĩndĩ irĩa atararĩa irĩo cĩa cũkũrũ akoragwe aĩnagĩa kũrĩa. Mĩaka yake ĩtano cũkũru acĩari nĩmamũtũmagĩra wakĩrĩa mona. Kavinda kengĩ ng'ĩna nĩwakũaga mathandũkũ kemwene akathii kuvira mbathĩrĩ cĩa rĩakanaũ na kũmũtumanira indo cia kũrĩa.

Mwĩcorĩ Gĩtonga akĩrikĩa cũkũru na agĩkĩrũka wega, andũ na acĩarĩ matĩamaka nĩundũ ugũo nwagũo matererete. Acĩarĩ ake mageretĩe mũno agĩe na maumĩrĩra mega. Mwaka waũcĩo Gĩtonga nĩwetĩrwe kwongerea kĩthomo giake. Ta, mutuga, miaka ĩyo ĩĩrĩ yakĩrukĩre ta maĩ ma ruĩ. Akĩvavukania nĩwarĩkĩa cũkũru na agĩtumwa thivitarĩ ya taũnĩrĩ kwao.

Rĩrĩa andĩkirwo acĩari ake mambirĩrĩa kwona matũnda ma wĩra wao. Gĩtonga nake nĩwecĩ kũrĩva thĩrĩ. Wanakorwa ke rĩu nĩ mũndũ mugĩma, kũma aĩ mwana nĩwonete uria acĩari man'gan'ganaga niguo athome na mavingie mavataro make. Agĩkura, atuĩte itũa ati vĩndĩ irĩa agakũra nake Ngaĩ amurathĩme na wîra akagerîa one ati acîarî ake matîgatura wanaîkindû. Kogûo muthenya urîa agîre mûcara wake wa mbere athîre agîta acîari ake na akîmava guonthe. Werûma ndavota kwirigiriria menthori nîamenyire nama atî muvîcî wao nî mûndû waî na ûmûndû vaû nîvo utûro wao wacenjirie. Utûro ukîambîa kumavîra wega. Ngaî nake akîrûgûrîra mwana wao mîrango ya îrathîmo na maûndû make monthe mathiîcaga wega.

Vuva wa kurûta wîra mîaka ta îrî uguo ng'ina akiambîrîria kumuthetha acarîe mucîî. Werûma onaga atî muvîcî nîmwiganû wa kugîa mucîî wake. Werûma niwendaga muno kuona tucûcû twake, aina vata wa kuthaka natuo wanatûtaitûkinyu. Weruma na muthuriwe mûthenya ûmwe kivwaî nimetire Gîtonga makîm-wîkarîa nthi na vau makîambîrîria kûmûva ûvoro.

"Gîtonga vava waka, vaû urî riu ndwî mwana rîngî na nîwagîrîrwe kwambia mûciî wakû," Werûma akiuga.

Gîtonga agîtua ati nderewa nî urîa ng'ina amwiraga, " Eeh mami urauga atîa? Urenda kuga nthame mucîî hûyû? Njarie mûcîî wakwa? Nthîî njarie kû nyomba yakwa ya gûtûûra?"

Kathîîrî akigwa na matheka na gîkeno tondû ecîragîa ati ma mûvîcî nderewa. "Gîtonga, nyûkwe ndarauga ucarie nyomba îngî, arauga ucarîe mutumîa uvukîe, "akiereithîa.

Werûma akiingîrîra, " we nawe Kathîîrî urecîrîa ati muvîcîguo nda erewa? Muthomi wetu ereetwe viû. Karetua mbuiû tu!. Niuramenya tûtirauga acarîe nyomba! Agacarie nyomba atîa? nake nîke wagûrîre kînyomba gîkî tûtûraga?" Tungimwingata ztia na ni yake.

"Aah mami atî ûraûga atîa we? gîkî tî kînyomba? Na ûraûga nîgîakwa? Ino ni nyomba ya kawaîda îrîa nakûgûrire we mami,ni yaku." Gîtonga akîîra ng'ina.

Gîtonga gaakovete mbia avote kugûra nyomba tondû îrîa matûraga ya vava wao yaîngûrûmûno na kîrathi gîake gîtîai gîa gwîkara nyomba ta îyo. Kogûo akîgurîra ng'ina nyomba nene ya nyomba îthano.

"Niwîcî turakwîra uvikanîe tondu tûe mîaka yetû nî-îrathîra na nwamende kûona muthuriwa kana mwirûwa," Werûma aki-uga kîmatheka.

"Rîu mami vimvikia û? Gîtonga akîurîa.

~

"We nîwe ungîtwîra, "îthe akîmwîra. " Ka we utaîna mwîrîtu wonete ugwîcuraga metho?" akiongerea.

"Vava nimwone ku? thîvitari monaga arwarû tu na njîrarî nîwicî ni erîtu matangîendeka makoragwa kuo. "Gitonga agîcokia.

Weruma na Kathîîrî makîroranîa na mwîtîo. Mamenya atî mwana wao mamûrerete na kûmûthomîthîa wega nîûndû ndaagûcirirwa ni maûndû manthi ma, ningwendete, ni umendete Ngororî magicokeria ngai ngatho.

"Mami we urenda kumbîra ndwîci mwanamwari mwega?"Gitonga akîurîa.

"Ah! Nî mbicî engi ma nwatî niretîgîra. Mîthenya ino maundu nimacenjiu ti tatene. Maundu menyu nthaka nwanginya mwîcagurire, "Weruma agîcokia.

"Rîu mamî ni nakuva kivarua. Caria eritu athatu arî we urona ni ega ûmve marîtwa mao na vurarî nithurîre umwe gatagati kao, " Gîtonga akiûga.

gûo," nîma mûthûrîwa, wira nî wetû rîû." Wa gucaria,kana Wa gucaria,kana ûrona atia we?

"Mûe atûmîa nîmwe mwîcî anaarî. Nwanga ûthîî kwî mwîrûgûo mûtethanîe gwicîrîa na gûtûa itûa."Ithe agicokÎa na agicoka akiathîî na mbeere kuuga atiri, Nî nwanimwîrîre mûrorie maûndû meganona ûndû wa mbere akorwe, ethîrwe ai mwananwarî mûrumû thîîne wa wîtîkîo na gî kanitha,aûmite mûcîî mwega na wîna sûra mbega na mwîrî mûrûngarû.

Gitonga akîtheka mûno! "kai vava wi maûndû mengîî. Ûrauga ûûî.

Ûûî ma! kai tî maûndu ma mbîa. Nirauga mûcîi mwega wicîkena na mîtûgo mîîega na îtio. Ûtonga tî kîndû. Ngina akiongerera. "Utonga gwetu ti kindû" Utirararirikana varia tûmîte? Tutangiaturîte na îndo ino twînacio.

Oh! Tuge ûraûga andû maîna itîo cîao. Gîtonga akîûria.

"Niwerewa riu mûndû ndaroragîa îtunda tû aroragîa kînya mûti wario.

"Nwatî mami uthîî urole wega hûyû ngaramûkaga nake ûtûro wakwa wonthe.

Ndûkanjarîrîe mûndû wa kûmakia na kûmuvavûra. "Gîtonga agikia ng'ina îtherû." "Nîûrîkû ungîthurira muvîci mûtûmia mûcongi?"ng'ina akîûrîa. Andû onthe makîtheka nao aciari magîkenûa ni îtûa ria mwana wao. Riria atuire ataguconara utaro wao.

Vûva wa mîthenya ta îrî werûma akîthîî kwa mwirûwe mûtûmîa wa Rûgendo. Muru wa ng'ina na muthuriwe.

" Gotî! Gotî gûkû?"Ene kuo mwi kuo?" Weruma akiuria.

"Gûkû twîkûo twicûrîte muno, tûngîthîî kû mwiruwa. He! Umûthi mwatûkirîa ndûi kîu waturetera? kûû waûma nwa kwega? Gûtîrî na mageni? Mûtûmia wa Rugendo akîmûtûnga mwirûwe na cîûrîa cionanagîa gwîtîgîra atî nwagûkorwe na mûgambo mûcûkû."

Erû acîo aîri nîmegûcanîte mûno nginya andû makamaka.

Kerû ndûkamake. Kûû nyûmite nwa kwega. Gutîîna thina nwa mawega matherî. We nîwe nîrenda wîgûe ndeto îno mbega wiwa mbere."niguotutavane Werûma akimûcokerîa.

Akorwa nîûgûo kûri mbîra 'mbîgue'.

"Ahaî! nî nthaka îrîa yakû twamitara îvîkanîe na niyetîkîra. Na nîwatûva wîra wa kûmûcarîrîa mwanamwari mwega,"Weruma akimwîra.

Ndegi etaga Gîtonga 'vava' nîûndû acîarîtwe îthe. Wa muthurie Rugendo.

'Mwathani arogocwa! Îcio kai ni ndeto mbegaî. Anaarî ni engî taki. Kana we ûrona atîa? Ndegi akîmûria.

"Ni mbukire kwiwe keru nîgûo twicîrie vamwe."

Ndegi agîkena mûno niûndû mwirûwe niûndû wa varîa mwirûwe amwigîîte na gukorwa atî nwa etikire acagûrîre mûvici mûtûmîa. Magîkara na makîambîrirîa kûgweta marîtwa ma anaarî, mîtûgo yao na miûmbire yao. Maûgaga ûyû magatîga Uyu makîthîî magîkînya kwi arî athatû, aria monaga mangîtuîka kîûma kîa Gitonga.

"Werûma akîrorîa thaa ya ruthingori na akîûga ûmûnthi mûrûwanyûkwe atînda akînjarîa, thaa ni ithirire,

Ndûkamake thîî ûmwîre marîtwa mau na niakûmenya watinda ukîrûta wîra wa mwanya wana wakorwa ndû a vota, na wanawarega kûmûrûgîra ûmûnthî ndangikurîa kana agwoce naĩĩ." Ndegi" akĩmũcokeria na akĩongerara "Na ndũkarete itheru wĩre Gĩtonga tũenda wĩra ũrathĩra na karugi.

Werũma magĩtĩkanĩa na mwirũe na magitigana akithĩi gwake akenete. Kivwaĩ kiu magikarĩa Gĩtonga nthĩ na akĩrwa maritwa ma anaari arĩa athatu. Ari acĩo matiai agenĩ gwĩ Gitonga. Ni ari onete na aicĩ micĩĩ yao ĩrĩa maũmĩte

Kunaĩũgũo Gĩtonga ndendaga kuga.

Ng'ĩna amũrĩa mawonĩ make Gĩtonga ndaauga ũndũ wanai umwe.Agĩkira ta mũndũ ũrecĩrĩa.

Vuva wa kavĩnda kanĩnĩ agĩcokĩa "ndĩcĩ mamĩ, "we ũrona atĩa?"

Ng'ĩna akĩmũcokeria, " Rĩu tinii mvati kana wa kuga, gaũtamaicĩ?"

"Nĩmaicĩ nwati ti na ũndari muno" agĩcokia.

Ngina agĩkira kavinda. Ithe nake agitonyerera kwaria nĩũndũ kavinda gaka kothe ithe ga akĩrite.

"Mwatua ĩtua rĩrĩku?" Ng'ina akĩvũga na gĩkeno akiuga, "Ndũkamake maũndũ ndigĩra ni na mamaguo. Nĩmbĩra Ndegi atue takuo, Mwarĩ wake Mukami arakavivithia anyanyawe kwao maũke ngethi. Vamwe na aari aria athatu naguo mũthenya ũcio wa thiĩ gũkethia mamaguo na ni ũkagĩa kanya ga kũmona.

Gĩtonga agĩkenua nĩ ĩtua rĩa ng'ina nĩgũkorwa kau gaĩ kanya kega ga kũmona wega na gũtua itua. Mivango ĩkĩthiĩ watauria yavagĩtwe.Gĩtonga akĩgĩa kanya ga kwaria nao.Wana akorwa maririe wanawethwa gwa kavinda kanini na mai onthe vamwe nĩwavotire gũtua itũa. Akĩmũcagũra mwanamwarĩ ũrĩa athomete ngĩnya" " na kũrĩngana na Gĩtonga mwanamwarĩ ũcio nĩke waĩna sura mbega kwĩ onthe.

"Mĩvango niyavangirwe na ũthoni nĩ waũrirue wana mĩeri ĩtandatu ĩtaimĩthiru ũviki ũkivangwa. Uviki mũthaka na munene mũno ũgikwa wa" kiana kĩmwe ta kĩanjogu". Wa mwana wa Weruma wendetwe mũno. Uviki mũnene wathira makĩthii kũria na gwikenia na magicokamucii ta muthuri na mutumia.

Kĩambĩrĩria, uturo wai mwega Gitonga aĩna gĩkeno nĩũndũ nitawatũraga rũvũvori. Vũva wa mwaka mũtumia akĩambiriria tũmaũndũ,na ciigwatio nyiingi cia giki na kiria wamuthenya akanegena maũndũ makoni aciari aa Gĩtonga. Mara ũmũnthĩ mami wakû andoria naî. Mara na ritho ria rumena yaani maûndû mataathiraga.

Gîtonga ndooca maûndû mau na ûrito.Agikorwa wîra wake nî kûmûmîriria mûtûmia wake akamwîra maû nî maûndû ma gwîcirîria tu, agîciria ciigwatio icio nii kûthira nwati ikigendereria. Agîkinya vandû gîkeno gîkîthira. Aciari ake nîmonaga maûgarûrûku kwî mwana wao. Mîaka yonthe matûrîte nthaka yao yaîngeni mûno na akînya mûciî kwaî na gîkeno na matheka. Matheka make magiuka akiambia makîthîra na akîoneka ta mûndû wecûrîtwe nî meciria mengi muno.

Mûthenya ûmwe Werûma akîûga kaurîe kiria kiaricaga kiria kingi nîûndu ndendaga kwona mwana wake ekarîte ûguo. Kavinda gataî karaca nîwatûragwa nwati akîona ndakamûrie ndakonekane ta mûndû ûratonyerera kîviko kîa mûvîci. Agîcirîa nimakwaria na megûcanire maûndû. Mao ma kimucii o ene.

Riria Weruma onire maai nimakira mutu na maûndû makithîi muno akivanga nîkî ûtaînagîkeno? "Nikî kîrakûthînia mwana wakwa?"

"Gîkeno riu? Kîu nî nduî mami?" Gîtonga akîmûria nakîeva.

"Nîkî vava?" ng'îna nake akîmuria.

"Ni mûtumia hûyu wakwa aîna înegene na marakara!" agîcokia.

"Marakara ma ndûî!" ng'ina akîûria.

Aah! Twatonya nyomba ambagîrîria kûga we ûmwîkire ûna na ûna. Kana ûmûroragia naî na maûndû mengî mengî. "Mami ka umikite atia nake agwikite atia?" Gîtonga akîuria.

"Hee mûviciwa. Atî, ma ngai! Ati ni! Yaani mbûgaga nî mwîgite kîongori giakwa koguo ke aûgaga maûndû mengî ngurani na uria niciragia Werûma akîongerera mwîte tûmûrie".

"Ngatha! Ngatha, taûka vanînî". Gîtonga agîtana. Ngatha agîûka akîonekaga aî mûrakaru.

"Mami wîna ndûî?" Werûma akîmwîra. "Mbereîthia, nîregua wîna maûndû megana ûndû muna îguru rîakwa,"

Ngatha akîrûgama vau akîonekaga aina gîkoro. Gîtonga agitua îtua na akîmwîrîra. "Nikî ûtararia? Nîe nîrenda twarie tûthîrie maûndû mama hava nîgûo umenye mami ndaî na thîna na we.

"Mami ndûgetigîre, mbîra thaanî cii vamwe îtîngîrega kurîn-gana." Werûma akîmwîra.

Ngatha agîkira kavinda na thutha wa kuthaithwa agîtumûra kanywa akiuga, "Nie nîregua ndûmendete."

Weruma agîkûûra metho egûa ûguo. "Ndikwendete? Ndik-wendete atîa mwarîwa? Kanawîkîte atîa nîguo wigûe ugûo." Weruma akîuria.

Ti ûguo wana ritho riakû rîtindoragia wega. Wana nîmbîcî naûma nîungutaga." Ngatha agîcokia.

Marakara ma Weruma makîambia kuambata. Mbere ecirîtie nî wana wa Ngatha noti kwîra nîwangûtu ni ngûturîrwa gîtîo. Mîaka yake yonthe ndaî anetwa ûguo andû onthe nîmecî atî ke ndai mendu nyama ya rurîmî. Wana nthi na iguru nicieci uguo andu. Wana mangiambiririe kwaria ciana ke ka erutagavo.

"Gûkûgûta?" Nû wakwîra nimukugutu!" Nîgetha gutuike ninakugutaga twain a ûû. Mbîra nû ucio urakwîrire nîwaûkire gûkû gwakwa ugukonii. Kana ngithîî gwake ngîkuguta? Mûgwete hava warîu, "Werûma akîenda kûereîthwa makiria.

Ngatha akîvûrûka na akîuga gûtiî mûndû ûmwîrîte no nîwîcî tû. Wana makîria Werûma na mûthûriwe mamûroragia ûndû ûtai wa mutugo kana kamenyeri.

Gitonga akîrakara, " Hee, Ngatha ûcio ni ûrîmû ûrîku? Wana vava nîwamûtonyia maûnduri mau? Wina"kiongo kirearia wega. Utombo waku nuragutethia gwicia wega? Akîmûrîa cîûrîa îcîo îrumanîrîrite, wana ataîmûcokerie akîthîî na mbere. "Rîû nîwona ûma wananîe ûmvuthitie nginya ukambiga kîrathi kîu gîaku"

Ngatha akîmûria ecûritwe ni marakara. "Nakûvûthia atîa"?

"Nakûvûthia atîa? Gitonga akimucokereria na kanyua kaina kîvuthio na kûonania rûmena. "Nîwamvûthia mûno nginya wanginyia vandû va kwagîra mami wakwa gîtîo. Ni na mamî tûtûranitie miaka yonthe na gîtîo na thayû.kuma watonya mucîî wetu wambia ndeto ciaku rîu ûrenda kûreta ngucanio na aciari akwa! Gîtonga akîuga na marakara.

"Atî nîrareta ngucanio karîgatî gakû na aciari akû? Ngatha nake agîcokera na kanyua kaîna kînyurûri. "Niî nîrenda mûnege-nanie na aciari kana aciari marenda nie nawe tunegenanie? Vûva tû wa ûviki ni nînonire mami wakû akîngarûrûka nwatî ngîkira ngîciria agacenjia." akîongerera ngatha aîna marûrû.

Werûma gaekîrîrîte akîroreria maûndû marîa maî mbere ya metho make.Ngorori eiraga andu manavîkanîa mîthenya ya mbere îkoragwa î mîrîto mûno. Na mûkîmenyananîria nwa ngînya mwîgue urîto.Akîrîrîkana tena mîaka yake ya kîambirîria. Avîka warîo maûndû maî marîto gûtûra na andû ataîîcî koguo ndeguira Gîtonga na ngatha kieva. Akîthekatheka kaûndû kamûkirira meciriarî atî nwa akorwe nîke ûkuîtwe na nîgîtumi aîna marakara mau.

Kavinda kau athekathekaga Ngatha amûroragia akona na akathîî na mbere kuuga ciugo na maundu. "Niurona! Nakwîra mami wakû ti mûmendû ndûmbîtîkagia. Nîurona karakenera tue tukinegenania.

Werûma akîremwa ni gûkirîra kitheko na akîtheka kîtheko gîaî kînene mûno. Nginya. Gîtonga akîroria ng'îna akirigwa kana kaii na ngoma. Nderewa gîtumi kîa ng'ina kûtheka. Vuva wa kîtheko gîake akîmera atîri" Tikuo nirakenera kûnegenania kwenyû nwati nîrakenua nî wana na ûrimu wenyu. Ngatha nîmurîu ndengû na ndecî nginya uthini ni ndwi"

"Mami rîû ûraûga maûndû marîkû? Nîkî ûratûtûkania makîria? Nîreciria turageria gucaria njîra ya kûthiria mathîna metu nwati we kaûrareta maundu mengî mageni."

Werûma akîmaroria kavinda kanînî na akimucokeria. "Gîtonga nthaka yakwa, nîmbûgaga nîûkûmenya!"

Mamî, menye ndûî? Nîkî rîu ûrambîkîra gûoya?" Gîtonga akîuria ng'ina.

Ngatha nake agitonyerera, "Kînthi ndiakwîrire mami waku timûmendu? Nwa akorwe arauga atî ûmenye ke timûmendu!"

"Ti ûguo, nîraûga atî mûthûri waku ni ndagitarî no ndecî atî wovete îvu. Nî ma atî mûragûrî nderagûraga? Werûma agîcokia" na rûmena rûrû wambia kau ni kerîtu ûkuîte."

Gîtonga nake kwerewa Ngatha nî mûrito na vauvau agîkumbata mûka wake na gîkeno kîngî. Ngorori yake agicokeria ngaî ngatho na akîvoya îvu rîu rîtigatume mûka agîe na mûrîmu wa kwimba maguru, ivoru kana ngûûî cia mathina ma ûrito wa atumia gatagati kao

Mama Mkwe
- Rayya Timammy

Faridi alionekana mwenye mawazo mengi sana. Uso ulikuwa umejikunja na alionekana kama anatia juhudi nyingi sana kujaribu kupatasuluhisho fulani. Lakini kwa wanaomjua Faridi wataona kuwa hili ni jamboi ambalo si kweli. Kwao wao, kutokana na vile wanavyomjua na maisha yake haonekani kuwa anaweza kuwa na jambo lolote linalomsumbua na linalomkosesha usingizi.

Mashallahu mungu amembariki kwa kila hali. Faridi alizaliwa katika familia tunayoweza kusema ni ya sitiri hali. Hawakuwa na utajiri wa muluku Suleimani lakini hawakukosa chakula mara tatu kwa siku au tambara la kujiawika mwilini. Alhamdulillahi ni tumwa na thama na mungu na juhudi za babake.

Bwana Issa daima alikuwa mbioni kuhakikisha kuwa ahali yake ina vya kuwatosha. Hivyo Faridi alivyokua hakusumbuka maana anaporudi shuleni chakula kilikuwa chamsubiri. Hata kama hakikuwa chakula cha waa lakini angalau hakulala njaa. Hivyo hivyo alisoma, na kila kifaa na kitabu alichotaka babake alihakikisha hata kama ni hakuikosa.

Faridi alipopita mtihani wa darasa la saba na kupata shule ya upili, babake na mamake walishukuru kwani walijua angalau mbio wanazokwenda si za utofu. Faridi aliendelea vilevile kwani alisaidiwa sana na wazazi wake nyumbani. Wazazi wake

hawakutaka kumtia wasiwasi wowote ambao ungemfanya asi-
weze kuwa makini katika masomo yake. Hata pale mara nyingine
ambapo babake alikuwa hana pesa kulipia karo kwa wakati
hakumweleza hayo bali alikuwa akienmda kukopa kwa rafiki
yake Bwana Hemedi. Na mambo yalipokuwa magumu zaidi,
Mwana Aziza alikuwa akitoa bangili zake ambazo alipewa na
mamake wakati wa harusi yake ili ziwekwe rahani kwani alijua
atazilipia. Moyoni aalikuwa akijiliwaza kuwa hata kama atash-
indwa si neno kwani elimu ya mwana wao ni muhimu kuliko zile
bangili zake tano!

Miaka ilipita kama iliyosukumwa. Alipoingia kidato cha nne
na matokeo ya mwisho wa mwaka kutangazwa Faridi alikuwa
wa kwanza katika shule yao. Wazazi wake walimshukuru huyo
mungu kwani, walijua binadamu hutia juhudi lakini aongozaye
ni huyo mungu. Faridi alichaguliwa kwenda kusomea udaktari
katika Chuo kikuu.

Maisha yake yalionekana kama ya hadithini na yalionekana
kupangika bila misukukosuko yoyote. Ni kama kurasa za kitabu
zinazofunguliwa. Basi wazazi wake walijitahidi kumfanyia kila
jambo mwana wao ili naye akasome kama mtoto wa kutoka jamii
nyingine yoyote. Kwa vile walijua huko anakokwenda kusoma ni
sehemu ambapo kuna baridi, walimpeleka madukani akanunua
nguo za kuzuia baridi ambayo ingemsababishia mafua na kiko-
hozi. Mamake alimpikia madonasi, vishete vya unga ngano na
vya ufuta ili vimsukume huko kwani asipokula kinachopikwa
huko chuo kikuu angalau ana kitu cha kutia tumboni. Na kwa
miaka mitano hakukosa kumtumia kwa basi kile alichokiona
kumfaa. Wakati mwingine akibeba mwenyewe boksi akikosa wa
kumtuma kupeleka kwa kampuni ya mabasi ya Akamba.

Mwishowe, Faridi alipomaliza na kupita vizuri sana haikuwa
ajabu kwa watu wote, wazazi wake walifanya juu chini kuhakiki-
sha hilo. Faridi aliitwa mwaka huo huo tena kurudi chuo kikuu
kusomea shahada ya uzamili. Kama kawaida, hiyo miaka miwili
ilipita kama maji mtoni. Akishitukia amemaliza na ametumwa
katika hospitali ya kwao mjini.

Hapo basi Faridi alianza kazi na ndipo wazazi wake wali-
poanza kuona matunda ya juhudi zao. Faridi naye kweli alikuwa

mototo wa kweli, maanake alijua maana ya fadhila. Ingawa sasa ni mtu mzima, tokea alipokuwa mototo; japo hakuelewa sana wakati huo, lakini alijua kuwa wazazi wake wanakwenda mbio sana kumtekelezea haja zake. Kwa msingi huo, siku zote alikuwa akijiambia kuwa atakapokuwa mkubwa na atakaposhika kazi atahakikisha kuwa wazazi wake hawakosi chochote. Basi siku ile alipopata mshahara wake wa kwanza, alirudi moja kwa moja hadi nyumbani na kuwaita wazazi wake na kuwakabidhi. Mwana Aziza hakuweza kujizuia, machozi yalimwenda njia mbilim-bili kwa furaha maana alijua angalau mwana wao alikuwa mtu. Hapo ndipo sasa maisha yalipoanza kubadilika. Maisha yalianza kuwanyokea. Mungu alimfungulia mwanao milango ya kheri ikawa kila jambo linamwendea.

Miaka miwili baada ya kushika kazi mamake akaanza kum-kera kutafuta jiko. Mwana Aziza aliona kuwa Faridi sasa ali-kuwa anajimudu kuoa kumweka mkewe. Alikuwa na hamu sasa kuwaona wajukuu wake. Alikuwa na hamu ya kucheza nao kabla hajakufa. Yeye na mumewe jioni moja walimwita Faridi na kum-kalisha kitako na hapo wakaanza kumweleza au tuseme kumpa mawaidha.

"Faridi baba, hapo ulipo wewe si mtoto tena uko tayari kuta-futa jiko lako," alianza mwana Aziza.

Faridi alijifanya kutoelewa, "Eeh mama wasema nini? Wataka sasa nihame nyumba hii? Nikatafute jiko langu? Nikatafute wapi nyumba ya kuishi?"

Bwana Issa aliangua kicheko na kucheka sana kwa furaha maana alidhani mwanawe kweli hakuelewa. "Faridi, mamako hakuambii ukatafute nyumba nyingine ya kuishi, anakuambia utafute mke uoe," alifafanua.

Bwana Aziza aliingilia, "We nawe Bwana Issa hivyo kwani wadhani hakuelewa? Msomi wetu ameelewa yote. Anajitia mbulu tu! Ajua fika kuwa hatumaanishi akatafute nyumba! Akatafute nyumba vipi naye ndiye aliyetafuta kasri hili tunaloishi, tutam-kufuzaje na ni yake?"

"Aha mama wasema nini? Hili ni kasri? Na usiseme ni langu. Hii ni nyumba ya kawaida tu niliyokununulia wewe mama, ni mali yako," Faridi alifahamisha.

Faridi alikuwa amechukua mkopo kununua nyumba hii maana ile waliyokuwa wakiishi ya babake ilikuwa ni kuukuu sana na kwa cheo alichokuwa nacho yeye aliweza kuwaweka katika nyumba ya kisasa ya nafasi Zaidi. Hivyo alimnunulia mamaye ile nyumba ya vyumba tano.

"Unajua tunakwambia utafute mke sasa uoe maana sisi siku zinatuishia na ninataka nimuone huyo mume wangu au mke mwenzangu," Mwana Aziza alisema kwa dhihaka.

"Sasa mama nimuoe nani?" Faridi aliuliza.

"Wewe ndiye wa kutuambia," babake alisema. "Hivyo wewe huna msichana ambaye umemwona akakutulize jicho?" aliongeza.

"Baba niwaone wapi? Hospitali naona wagonjwa tu na njiani najua ni wasichana vitalatashi tu ndio wapatikanao barabarani," Faridi alijibu.

Mwana Aziza na Bwana Issa walitizamana kwa fahari. Walitambua kuwa mwanao huyo walimea na kumfunza vyema maana hakutekwa na mambo ya vijana ya 'Moyoni walishukuru mungu.

"Mama wewe hivyo wataka kuniambia hujui wasichana wazuri?" Faridi aliuliza.

"Aha! Mimi najua wengi lakini najiogopea. Siku hizi mambo ni mengine, ni tofauti na zamani. Mambo yenu na vijana ni mpaka mjichagulie,"mwana Aziza alijibu.

"Basi mama mimi nakupa kibarua. Tafuta wasichana watatu wale wewe waona ni wasichana wazuri unipatie majina yao halafu mimi niamue kati yao," alisema Faridi.

"Hilo tu mwanangu! Mara moja nitakutekelezea," akimgeukia mumewe, "Haya mume wangu kibarua ni chetu cha kutafuta waonaje?"

"Aha, nyinyi wanawake ndio muwajuwao wasichana. Labda mle mashauri na wifio muamue," Baba alijibu kasha aliendelea, "mimi nitashauri muangalie mambo machache tu. Mhakikishe ni msicahna aliyeshika dini, anayetoka katika familia nzuri na pengine mwenye sura jamali, kwa mfuatano huo hasa!'

Faridi alipasua kicheko kikubwa, "HE he he!Baba una mambo. Unaposema familia nzuri unamaaanisha nini? Utajiri?"

"La!la!la! Hasha!" baba aliruka haraka sana. "Simaanishi mali kabisa, namaanisha yenye usuli mzuri, waliojiweka wastahiki, wenye adabu na heshima. Mali si chochote,"aliongeza.

Mwana Aziza alijitia pia, "Mali kwetu si muhimu. Kwani hukumbuki tulikotoka sisi hatukuwa na haya tuliyonayo!'

"Oh!basi wamaanisha watu wenye heshima?" aliuliza Faridi.

"Hewala umepata, mtu haangalii tunda tu huangalia na mtiwe," baba akaitikia.

"Lakini mama, sura ziangalie sana ujue huyu nitaamka naye umri wangu wote. Usinitafutie mtu wa kunitishia," Faridi alifanya utani akijua fika hakuna mama yeyote atakayemchagulia mwanaye mke asiyekuwa na wajihi mwema. Wote waliangua vicheko huku wazaizi wakifurahia jibu la mwana wao kwani hakuwaangusha uso kwa kukataa ushauri wao.

Hivyo, baada ya siku moja mbili kupita mwana Aziza alienda kumtembelea wifiye, nduguye Bwana Issa.

"Hodi!hodi wenye huku mko?" Mwana Aziza aliita.

"Tuko tumejaa tele, twende wapi wifi? Karibu nyumbani. He!leo kumezidi nini hata ukatutembelea saa hizi! Utokako kwema? Hakuna la ziada?" Bi Moza alimpiga wifie kwa maswali tele yaliyoonyesha wasiwasi kwani alihofia kusiwe na habari mbaya.

Bi Moza na Mwana Aziza walikuwa ni mawifi wanaosikizana sana na hata watu wakiona ajabu.

"Wifi u'tie shaka nitokako. Alhamdulillahi hakuna lolote ila kheri na ahabari njema na wewe ndio wa kwanza nataka uzisikie tushauriane," Mwana Aziza alijibu.

'Haya Bismillahi nieleze," Moza alisema huku akishusha pumzi maaana alikuwa tayari ashalekeza kwengine.

"Aha ni huyo mwanao tumemshauri aoe na amekubali. Na ametupatia jukumu tumtafutie msichna mzuri," Aziza aliarifu.

Bi Moza alikuwa akimwita Faridi 'baba' kwa sababu alikuwa amepewa jina la babake Bwana Issa.

"Mabruku! Hizo ni habari njema, waischana tele. Haya wewe waonaje?"Moza alisaili.

"Mimi nimekuja kwako wifi tule mashauri pamoja," Mwana Aziza alijibu.

~

190

Moza alifurahi sana kwani wifiye alimthamini sana na angeweza tu kumchagulia mwanawe mke, lakini ameona usawa ni amhusishe naye. Basi walikaa wakianza kufikiri na kutaja msichana huyu na yule na kueleza huyu ana sifa hii na ile au ana ila hii na ile na kadhalika. Walisema hili wakiacha lile mpaka mwishowe wakamalizikia na majina ya wasichana watatu walioowaona ni kufu ya Faridi.

Mwana Aziza alisema akitizama saa ukutani, "Hee, leo nduguyo atakuwa anitafuta, saa zote zimeisha."

"Usijali wewe kamweleze hayo majina na atajua umekuwa ukifanya kazi ya ziada. Na hata kama hukumpikia leo hatokulaumu,' Bi Moza alisema huku akiongezea, "tena hebu usifanye ajizi leo kwani wajua ajizi ni nyumba ya nini. Mshauri Faridi tufanye mambo chapuchapu.

Mwana Aziza aliondoka kwa furaha akiagana na wifiye. Jioni ile, walimketisha Faridi kitako na akacheguzwa wale wasichana watatu. Wasicha hao hawakuwa wageni kwa Faridi kwani ni wasichana ambao alikuwa anawafahamu kwa kuwaona na pia akizijua familia zao lakini hakutaka kusema hivyo.

Basi mamake alipouliza, " Haya baba kazi kwako wasemaje?" Faridi alinyamaza kwa muda akaonekana kama anayefikiri sana.

Baada ya kitambo kidogo alijibu, "Sijui mama, wewe waonaje?"

Mamake alimjibu, "sasa si mimi wa kusema, kwani huwafahamu?"

"Ninawafahamu kwa mbali, sio sana," alijibu.

Mamake alionekana kunyamaza kwa muda mpaka Bwana Issa akaingilia kati kwani muda ule mama alipokuwa akimteuza mwanawe yeye alikuwa amenyamaa tu.

"Haya basi ndiyo mumeamua nini?" Mama aliruka juu kwa kwa furaha. Kisha aliongeza, "usiwe na shaka tutayatengeza mambo mimi na shangaziyo. Nitamwambia Moza afanye kana kwamba mwanawe Aisha anaalika wenzake kwao na hao tuliowachagua bila shaka nao watakuwa miongoni mwa hao na siku hiyo nawe utajifanya umemtamani shagazi yako na kupitia huko. Basi naye atakushika ule nao na utapata fursa ya kuwaona."

Faridi alifurahi kwa hiyo njama ya mamaye kwani alijua kuwa ataweza kuwaona vizuri na kufanya uamuzi wake. Njama iliyopangwa ilitekelezwa kama ilivyohitajika. Faridi alipata fursa nzuri ya kuongea nao kidogo ijapokuwa kwa pamoja lakini aliweza kufanya uamuzi wake. Aliamua kumchagua yule aliyekuwa na kisomo cha mpaka Chuo Kikuu kwani alidhani ndiye atakuwa mwafaka kwake. Huyu alikuwa msichana ambaye alikuwa na sura za kupendeza zaidi kati ya wale watatu na pia ile elimu yake!

Posa zilipelekwa na haikuchukua hata miezi sita, harusi ilisimama na kukachezwa harusi kubwa. Mwana Aziza alikuwa akitamani kucheza harusi na huyu ndiye mwanaye wa pekee kama chanda cha shahada na alikuwa akiengwaengwa kama mboni ya jicho. Hivyo harusi ilikuwa kubwa si haba na ilichezwa kwa siku tano. Kisha maharusi walifunga safari kuelekea fungateni. Ilikuwa fungate ya juma moja. Baada ya fungate Faridi alirudi na mkewe kwao.

Mwanzoni maisha yaliendelea vizuri. Faridi alikuwa na raha kwani ni kama alikuwa peponi. Lakini baada ya mwaka, mkewe akawa anaanza utune. Kila siku ikawa ana malalamiko haya na yale kuhusu wazazi wa Faridi. Mara leo mamako amefanya hivi mara kesho amefanya vile. Mara leo mamako amenitazama hivi au kwa jicho lisilokuwa zuri na kadhalika. Alakulihali ikawa hakwishi visahani hivi na vile.

Faridi hakuyatilia mambo hayo maanani na akawa anajaribu kumliwaza mkewe kuwa anayafikiria tu hayo. Alidhani malalamiko hayo yatakoma, lakini wapi! Kila uchao yaliendelea mpaka sasa yakawa yanamuathiri. Akawa hana furaha. Wazazi wake walikuwa wanayaona yale mabadiliko kwa mwana wao kwani miaka yote waliyoishi naye alikuwa mcheshi na bashasha na anapoingia nyumbani utajua kuwa yupo kwa mazungumzo yake na kicheko. Kile kicheko chake kikawa hakisikiwi sana na akawa anaonekana mwenye mawazo mengi.

Siku moja Mwana Aziza alijiambia mpaka ayaulizie maana hakupenda kumuona mwanawe katika hali ile. Ilikuwa inamuungulisha sana kitambo kidogo lakini aliona mwanzo asiulizie asije akaonekana anataka kujua mambo baina yake na mkewe alidhani watatatua chochote baina yao.

~

Lakini ilipokuwa ni mno mambo ni hivyo hivyo ndipo hapo alipoamua kuulizia, "Baba una nini? Mbona huna furaha? Ni nini kinachokusumbua mwanangu?"

"Furaha? Ni kitu gani hicho mama?" Faridi aliuliza kwa sauti ya masikitiko.

"Kwa nini baba?' mamake aliuliza.

"Si huyo mke wangu ana makero na maudhi!" alijibu.

"Makero gani?" mamake aliuliza.

'Aah tukiingia ndani chumbani huanza, wewe umemfanya hivi au umemuangalia vile na kadhalika. Kwani mama umemfanyaje au amekufanya nini?" aliuliza faridi.

"Hee, mwanangu mimi? Salaale! Yarabi toba! Yarabi! Mimi! Mimi nadhani nimemuweka juu ya kichwa changu kumbe asema mengine!"Mwana Aziza na kuongeza, "Hebu mwite tuyazungumzie."

"Leila!Leila, hebu kidogo," Faridi aliita. Leila alijileta hapo huku akionekana amefuriana.

"Mamangu una nini?" Mwana aziza alimuuliza. "Nieleze, nasikia una malalamiko juu yangu, basi mama hebu nieleze."

Leila alijisimamisha hapo akionekana amechukia. Faridi alivuta kauli na kumsemesha, " Mbona husemi? Mimi nataka tuyamalize hapa ili uwe na hakika kuwa mama hana lolote na wewe.'

"Mama usiogope, nieleze maana visahani vikiwa pamoja pamoja mara nyingine havina budi kugongana," Mwana aziza alisema.

Leila alinyamaza kwa muda kisha baada ya kuraiwa na kubembelezwa alifungua mdomo n akusema, "Mimi nahisi hunipendi. "

Mwana Aziza macho yalimtoka pima kwa kusikia hivyo." Sikupendi? Sikupendi vipi binti yangu? Kwani nimekufanya nini hata ukahisi hivyo mwanangu?" aliuliza mwana aziza.

"Hukunifanya lolote," alijibu. Halafu aliendelea, "Najua tu kwa namna unavyoniangalia."

Mwana Aziza hakuweza kujiulia na akacheka kidogo, "Hee, makubwa haya basi! Kukuangalia inakuwa ni balaa, imekuwa sikupendi!"

Si hivyo lakini jicho lako unapoingalia huniangalii vizuri. Pia ninajua nikitoka unanisengenya," alijibu Leila.

Mwana Aziza sasa hasira zilianza kumpanda. Mwanzoni alikuwa akidhani ni utoto wa Leila lakini ni ila hilo la kuitwa mwenye kusengenya! Umri wake wote hajapata kuitwa hivyo na watu wote wanamjua kuwa hapendi ubajo na hata katika maha-fla anapokaa na wenzake wakianza kumtafuna mtu yeye hukuru-puka na kujiondokea. Basi hapo akaja juu.

"Kukusengenya? Nani amekwambia nimekusengenya? Maana kusengenya lazima niwe na mwenzangu. Niambie yupi huyo aliyekwambia alikuja hapa au mimi nilienda kwake nika-kusengenya? Mtaje tumwite hivi sasa," alitaka maelezo Mwana Aziza.

Leila alianza kubabaika na akajibu kuwa hakuna mtu aliyem-wambia lakini ajua tu. Hata wanapokula, namna Mwana Aziza na mumewe wanavyomwangalia ati pia si kawaida.

Faridi ziliianza kumja juu, "Hee, Leila ni upuzi gani huo? Sasa imekuwa pia babangu unamwigiza katika mambo hayo? Una akili au kichaa? Kweli zinakusaidia?" alimpiga kwa maswali unyounyo. Hata hakungojea jibu aliendelea, "Sasa naona kuwa kweli hata mimi umenidunisha hadi hicho kiwango chako."

Leila akimwangalia kwa jicho la hasira, "Nimekudunisha vipi?"

"Nimekudunisha vipi?" Faridi alimuigiza mkewe kwa sauti ya dharau na ya kuonyesha uchukivu."Umenidunisha sana kiasi cha kunifanya hata mimi nimkosee mama yangu heshima. Mimi na mama yangu tumekaa miaka yote kwa imani na adabu. Kuingia wewe umeanza pekepeke unataka kunifitinisha na wazazi wangu" Faridi alisema kwa ukali.

"Ati nataka kukufitinisha na wazazi wako?" Leila naye alii-giza kwa bezo. "Mimi ninataka kukutetesha na wazazi wako au ni wazazi wako wanataka kukutetesha na mimi? Tokea tu baada ya harusi mimi niliona tu mama yako akinibadilikia lakini nil-imezea tu nikidhani yatabadilika,' aliongeza Leila kwa sauti ya hasira.

Mwana Aziza alikuwa amenyamaza akiangalia ile sarakasi mbele ya macho yake. Moyoni alikuwa akisema kuwa watu wakioana siku za mwanzomwanzo huwa ngumu sana. Lakini mkizoeana bila shaka lazima mara nyingine mpapurane. Alikumbuka zamani miaka yake ya mwanzo kuolewa ilivyokuwa migumu kuishi na watu hawajui na hivyo hakuwaonea huruma faridi na mkewe. Pia alitabasamu kidogo ilipomjia akilini kuwa isiwe tayari mamezaa wake amehimili ndio akawa anazusha kisahani kile.

Wakati ule alipotabasamu Leila alimwangalia na kumwona, hivyo basi hapo akazidi kuropoka, "Unaona! Unaona nikikwambia kuwa mama yako hanipendi. Unaona anafurahia sisi kuteta!"

Mwana Aziza sasa hakuweza kujizuia. Alipasua kicheko kwa nguvu mpaka Faridi akawa anamwangalia mamake huyo aliyekuwa kama majinuni. Hakuelewa kilichokuwa kikimchekesha mamaye. Baada ya kicheko chake kumalizika ndipo alipovuta kauli na kusema, "Si kwamba nafurahia kuteta kwenu bali nachekea na kufurahia utoto wenu. Leila ashakula kunde na hata maskini hajui!"

'Mama sasa wasema mambo gani? Mbona unatuchanganya zaidi? Nilidhani tunajaribu kutafuta suluhisho la matatizo yetu lakini naona sasa unaleta mengine mapya."

Mwana Aziza aliwaangalia kwa muda kasha alijibu, "Faridi mwanangu, nilifikiri mwenyewe utatambua!"

"Mama, nitambue nini? Mbona sasa wanitia wasiwasi?" aliuliza Faridi.

Leila naye akaingilia, " Si nimekwambia mama yako hanipendi? Labda anamaanisha kuwa utambue kuwa hanipendi!"

"Si hivyo kabisa. Namaanisha kuwa mumeo ni daktari na hajui kuwa ushahimili. Kweli mganga hajigangi?" Mwana Aziza alijibu. "Na huku kuanza kufikiria wanichukia ni kuwa huyo ni mke mwenzangu anayekuja."

Faridi sasa yalianza kumwelea kuwa Leila ni mjamzito na hapo akampiga pambaja mkewe huyo kwa furaha na moyoni akiomba mungu yawe hivyo-kuwa ni umito na hayataendelea kuzusha tafrani katika yao.

[ENGLISH]
~

Mother-in-Law

- by Rayya Timammy –

translated by Doreen karimi Nyaga

Faridi seemed preoccupied with his thoughts. He knitted his brow in concentration as if searching for a solution to a critical matter. Those who knew him would say nothing on earth would or should bother him. Life seemed like a fair race to him.

God had blessed him with everything he needed. Faridi was born in a middle class family and neither skipped a meal nor lacked something to wear. His father's hard work and God's blessings worked in their favour.

Mr Issa did everything to make sure that his family had all they needed. As a young boy, Faridi had all he needed. When he came back from school he found ready food. It may not have been a three-course meal but it was enough to satisfy his appetite. Mr Issa made sure Faridi had all the books he required even if he bought some from the secondhand store.

Faridi excelled in his Class Seven examinations and got a chance to join secondary school. His parents were grateful to God since all their hard work had paid off. Faridi continued working with determination. His parents were very supportive and did everything to ensure he did not lose focus on his studies. Whenever his father had less cash for his school fees, he

~

borrowed some from his best friend. If he could not get money from friends, his mother gave away her jewellery to be pawned, knowing she would get them back when her husband redeemed them. She consoled herself that nothing in the world would be compared with her son's education.

Years passed and Faridi joined Form Four. He sat for his national examination and emerged among the top cream in his cohort. He was the best student in his school. His parents thanked God with a clear conviction that man works in effort and God blesses. Fortune had Faridi enrolling into the university to study for a bachelor's degree in surgery and medicine.

Faridi's life seemed like a soap opera or like pages of a book that were just being opened. The parents did their best to make ends meet and provide what they could for Faridi's higher education. Since they were aware that the weather at his place of study was cold, they took him to a shop where he bought some heavy clothes to keep him warm and avoid getting sick from pneumonia and the flu. His mother prepared some flour, baked doughnuts and cakes so that when he didn't feel like taking school meals he could eat them. For the five years his mother used to send him a parcel full of edibles by bus through the Riakanau terminus.

Eventually, Faridi completed his academics and excelled. His achievement was not a surprise to his parents and community. Faridi's parents had done all they could to see to it that he attained success. He was then admitted to do a master's degree course in the same year. As usual, the two years elapsed seamlessly. To his surprise, he had completed school and he was now working at the town hospital as a doctor.

Immediately Faridi got employed, his parents started enjoying the fruits of their labour. Their son understood the meaning of gratitude. Despite the fact that he was now an adult, he had witnessed his parents' struggles. Therefore, he promised himself, daily, that when an opportunity arose, he would give back. On the day he got his first salary he went back home, called his parents and gave them all of it. Mwana Aziza could not hold her tears of joy on realizing that his son was grateful. She knew Faridi was well brought up but not to this extent. From that moment, their life changed for better. God had opened doors for their son and everything was going well.

Two years after employment, his mother started persuading Faridi to get married. Mwana Aziza felt that her son was able to sustain himself, therefore, he was capable of looking after a wife. She was already longing for grandchildren. Mwana Aziza looked forward to playing with them even before they were born. One evening Faridi's parents called him for a catch up.

"Faridi, our son, you are not getting any younger. It is time you begin a family of your own," Mwana Aziza said.

Faridi pretended not to understand, "Eeh Mother, what are you saying? Does it mean you are not my family? Where do I find my family?"

Mr Issa laughed. He thought that his son did not understand what was being said.

"Faridi, your mum doesn't mean you find another family, she means you get a woman to marry," his father added.

Mwana Aziza intervened, "Mr Issa do you think he didn't understand? Our son understood it all, he is just pulling our legs. He knows very well we aren't telling him to find another family. How can he find another family yet we are his family and living in his palace?"

"Aah! Mother what are you saying? Is this a palace? And you saying it belongs to me. This house is ordinary and it belongs to you. I bought it for you. It is yours," Faridi said.

Faridi had taken a bank loan to buy the new house since the former seemed too old and below his standard now that he had graduated and was a doctor. He bought a house with five bedrooms.

"You know we are asking you to get a wife and marry since we are getting older and I want to see my grandchild, that is my co-wife or my husband," Mwana Aziza said.

"Mum, whom am I to marry," Faridi asked.

"You are the only one who can tell us," his father said.

"Does it mean you do not have any girl in mind, none you have seen?" Mr Issa added.

"Dad, when do I see them? In the hospital I only see patients and in the streets they say girls out here have no morals," Faridi answered.

Mwana Aziza and Mr Issa looked at each other with pride. They understood that their son was brought up well. He had not been taken away by the youths' ideology of I love you, you love me. They thanked God in their hearts.

"Then Mum I am now giving you a task. Find me three girls that you think are good for me and from them I will choose one," said Faridi.

"Just that, my son? I will do that immediately."

Mwana Aziza turned to her husband.

"There we are my dear husband, the ball is now in our court. What is your opinion?"

"Aah, that's women's duty, they know girls. You go consult with your sister in-law and come up with a solution," Mr Issa answered and offered some tips. "Let her be a girl who fears God, one who comes from a good family and beautiful both in shape and looks."

Faridi burst out with laughter, "Father, you have issues with the type of family? What do you mean by saying a good family? A wealthy one?"

"No! No! No! His dad responded, by good family I mean one that upholds respect and morals. Riches are not a priority," he added.

Mwana Aziza added, "Wealth is not a priority to us. Are you forgetting our background?"

"Oh you mean respectable people?" Faridi said.

"Good, you now understand me. One doesn't look at the fruit, he looks at the tree that produces it. Always remember the apple doesn't fall far from the tree," Mr Issa added.

"But Mum, look keenly at the looks. Remember I will live with her for the rest of my life. Don't find me someone with unsatisfying looks," Faridi joked, knowing very well that no mother would choose an ugly wife for her son. They all laughed after hearing their son's response, since he had listened to their advice.

Two days later Mwana Aziza visited her sister in-law, the wife to Moses.

"Knock! Knock! Are the owner's at home?" Mwana Aziza asked.

"We are here, where could we go sister-in-law? Welcome home. What is cooking on the other side that you have decided to visit us at this hour? Is everything okay where you are coming from? Is it all well?" Moza asked, as if in anticipation of bad news.

As sisters-in-law, Mwana Aziza and Moza were so close it surprised their neighbours.

"Don't be surprised, my sister-in-law. It is well where I am coming from. By the grace of God I am bringing some good news to you. You will be the first person to hear the news."

"Wow I thank God," Moza said as she let out a sigh of relief.

"Aah, it's all about your son. We have advised him to get married and he has agreed. All the same he has given us the responsibility of getting him a wife," Mwana Aziza answered.

Moza used to call Faridi "Father" since he was named after her own father.

"God is gracious! That is great news. There are girls aplenty. How do we proceed?" Moza said.

"I come to you sister in-law so that we can consult," Mwana Aziza said.

Moza was so glad that her sister in-law valued and believed she could make a good decision for her son. They sat and started listing the names of different girls, their characters and behaviour. They said this and that concerning them and they finally ended up with three names which they thought were the most appropriate for Faridi.

Mwana Aziza looked at the wall clock and said, "Phew, today your brother will look for me everywhere."

"Don't worry, go explain to him all the names then he will know that you have been working. And even if you dare not look for him today, he will blame me," Moza said and added, "then tell my son to speed up the process. Let it not take him forever to decide."

~

Mwana Aziza left as she bid Moza farewell. That same evening, they sat Faridi down and told him the names of the three girls. The names were familiar to him. They were girls he had seen and whose families he knew.

When asked for his choice, Faridi kept quiet for a while as if deep in thought then answered, "Mother I do not know, what is your opinion?"

Mwana Aziza said, "In this case you are the one to decide, don't you know them?"

"I know them but only vaguely," he answered.

Mwana Aziza seemed silent for a moment until Mr Issa intervened. All this time, Mr Issa was silent as Mwana Aziza interrogated their son.

"What have both of you decided?" he asked.

The mother jumped with joy and said, "I will tell Moza to ask Fatuma to invite her friends over for a visit. The three girls will be present and you will pretend to miss your aunt and go there for a visit. Then she will show you the girls and you will get a chance to see them."

Faridi was happy with his mother's idea since he knew he would have a chance to see the girls and make a decision. The idea was implemented as planned. Faridi chatted up each of the girls. He settled for the girl who had a university degree since he thought she was the perfect match. She was the prettiest among them and the most educated. Her name was Leila.

The bride price was delivered and in six months they held a big wedding. Mwana Aziza really valued that wedding since Faridi was her only child. The wedding was so big that it took five days before the two went for their honeymoon.

In the beginning, life was good. Faridi was pleased and felt everything was like a dream. After a year, Leila started having issues. Each time she complained about this and that about her mother-in-law. She complained that Mwana Aziza was looking at her with disapproval and as time passed the complaints increased.

Faridi did not heed the complaints. He tried telling his wife that those were mere assumptions. He thought that eventually the accusations would end, but it did not happen. Each day they piled on until they started affecting him. Faridi was no longer a happy man. His parents saw the change in their son. Each time he got home his laughter was always felt but now he hardly smiled.

One day Mwana Aziza decided to ask what was going on. She had seen the changes but had decided not to interfere since she felt the couple could solve their issues as man and wife. But she felt it was being too much.

"My son, what is happening? Why are you unhappy? What is disturbing you, my son?"

"Happiness? What is that mother?" Faridi asked in a sad voice.

"Why, my son?" his mother asked.

"My wife, she is just irritating!" he said.

"Irritating?" Mwana Aziza asked.

"Once we get to the bedroom she starts telling me that you have done this and that. Mother what have you done to her?" Faridi asked.

"What? My son? Salaale! Let the earth break open and swallow me. I have always thought that I care and love her. So all this time she feels unwanted?" Mwana Aziza said as she asked Faridi to summon in Leila.

"Leila! Leila! Just a minute," Faridi called. She came looking happy. "My daughter what is it?" Mwana Aziza asked. "I hear you have complaints about me. My daughter, please let me know what the matter is," she insisted.

Leila stood there looking upset. Faridi urged her on.

"Why are you not talking? I really want us to end this drama so that you are sure that my mother has nothing against you."

"My daughter, don't fear me. Talk to me always. Remember that stones in the river will always scratch each other," Mwana Aziza said.

Leila was silent once again for a while then she opened up her mouth and said. "I feel that you do not love me."

Mwana Aziza opened her eyes wide after hearing that.

"I don't love you? How don't I love you, my daughter? What have I done so that you say I don't love you?" Mwana Aziza asked.

"You haven't done anything, but I just know that you don't love me by the way you look at me," she said.

Mwana Aziza laughed. "Wee! Earth is hard. The way I look at you tells that I do not love you?"

"Not that, mother. But the kind of look in your eyes just tells me that you do not love me and each time I leave you backbite me," Leila said. Mwana Aziza was upset at first. She thought that all that was a joke. All her life, Mwana Aziza had never been known to gossip. She always walked away if someone began to talk ill of another in her presence.

"Speaking behind your back? Who told you so? Since for that to happen there must me another person involved, let me know who it is that told you that they came to me or that I went to them. Mention her so we can call her here," Mwana Aziza said.

Leila was now anxious. She said that nobody had told her anything but she knew that after meals Mwana Aziza and her husband looked at her in an unusual manner.

Faridi was worked up, "Leila what is this? What are you up to? You are now including my father in your issues? You have made me lack respect for the mother I have lived with amicably for all these years? Your presence here has destroyed our peaceful life," Faridi answered.

"What did you say? How do I want you to disrespect your parents? I want you to fight with them? How now? Since the wedding I have been observing them. I have discovered your mother does not like me. All through I have kept calm hoping things will change," Leila said in a sad voice.

Mwana Aziza was quietly looking at them. Inside she told herself that once people get married there are challenges. The first days are difficult. Once people stay together it gets easier though there are some scratches here and there. She recalled that when she was newly wedded it was very difficult for her to live with people she did not know. She felt pity for the young couple and knew they would eventually get along. She then smiled when the thought of her becoming a grandmother came to mind.

~

Her smile upset Leila.

"Look at your mother, she is happier when we fight," she told her husband.

Mwana Aziza could not hold it any more. She laughed so loudly that Faridi looked at her in astonishment. For a while, he thought his mother had lost her mind. When she had calmed down, Mwana Aziza told her son and daughter-in-law that she was not happy they were feuding. She was laughing at their naivety.

"Leila is already with child and you both don't realize it," she said.

"Mother what you are saying? You are confusing us more. I thought we were trying to solve issues but I see you now complicating issues," Faridi said.

Mwana Aziza looked at him and answered, "Faridi my son, I thought you are a doctor and you should know this?"

"Know what? You are making me more nervous."

Leila looked at them and said, "I told you. Your mother does not love me."

"I mean your wife is pregnant and both of you seem not to be aware. Indeed a doctor cannot inject himself."

Faridi was filled with joy. He hugged and kissed his wife and prayed to God that the child would bring more joy to the family.

Dzina Ra Ngano Fuhi: Ni_Pesa

- Matano Nyundo.

Lulu wadzuuta kuvugula moyowe kumuhenza mwanalume muchyiya yani mimi Bibo mwanangwa wa mutumia Kakai Kisembele. Mwanalume ambaye chyila tsiku wakala achyimuphunguzira utsumiwe na ariyekala usinywa naye moyoni mwapkwe kuchyira muphaka bila ye mwenye kumanya.

Umlolapho Lulu dzako unilole mimi, suti uyoone tafauti yiriyo lwazu matsoni phako. Ehe, tafauti ya chyitukutuku na tingatinga. Baba mutumia Kakai Kisembele na mayo mchetu Zekwa Mkongore ni maskini akutsuphwa ko chyidzidzini pkwehu Mazola ela oenye ahenzana kulaa hangu na hangu dza chyiko na tumbakuye hata unedima pkwamba avyalwa ndani mwenga. Agombao nikwaamba; maskini na mwanawe, tajiri naye yuna maliye. Airi aa ndio sina rangu mimi. Hali za kwao ndo zangu mimi, kazina udzo wa mwanya.

Lulu ni msichana wa chyimasai ariye na nguma zosi za muchye mudzo. Yiye ni mwana wa tajiri mino ni mwana wa maskini. Apkwerapho chyiwidimi mimi natserera, na atsererapho mimi natserera zaidi. Pho kare avyazi a Lulu aambwa eri mawaziri kwenye wizara tafauti tafauti za tsi ya Kenya, na rambwa riro ndo kolo ra utajiri wao urio hata vivi.

Vivi sambi Lulu yunaishi urimwengu unjine kure na phapha duniani ndisa yunanolaga. Phamwenga na ulachu wa maazo ga akili zangu zosi tsedima kumutsotsomera phoaripho, pengine nguvu za Mulungu ziniidimise. Pho pindi nabahatika huchyikala asena, na tsiku za kuwalana zeri zifika phephi ariphoamua kunirema.

Hangu pindi hweri hudzerya muma wa chilagane cha usena wa kufa na kuzikana na ta ye mwenye yunamanya ta vivi rero kukala tsedima kukakana gora yangu na rohani kwa vyovyosi viratu sambi ye kwadze rero yino aamue kunirema bila sababu yoyosi?

Gago gahendeka baada ya henzo rangu kumunukira voro Lulu enzi hizo. Vivi sambi ukongo tsi ukongo bali ni dzoho ra ndani kwa ndani hasa baada ya kukumbikira maazo kuhusu mwanamuchye yiye.

Umbore idzo, suraye tana, mpangirirowe wa menoge meruphe pkwenye mirekoye, phamwenga na upore na uhenziwe wa Mulungu, ndivyo vitu ambavyo vyanihamira na kunivuhira pkwakwe zaidi chyimahenzo chyasi chya kunihendya nitsaze kurichyana naye maishani mwangu.

Utserere tsini chyunuri mwapkwe; chyunuchye chya farasi, mtsamukowe wa nyamaze laini za mapaja phamwenga na wigani wa rangi za shanga za chyunuri na za tsingoni arizokala achyizigaluza chyila tsiku, vyakala vitsanganyo tosha vya kunitsetsera nimuhenze zaidi Lulu chyila tsiku maishani mwangu.

Niriphomuhenza Lulu, tsikarire na miphaka yoyosi. Narikupula henzo rangu na kuraanika pkwakwe rosi, rosi.., rosi...., rosi kamare....., kamareeeee na wala tsimanyire kukala riro reri ni kosa ambaro rakala rindakudza niyuga mbereni. Rero himi nashononeka nitambukirapho tsetse za matusi ga lavukizire ra mwisho pkwangu kabila ya urichyani wehu ririvyonitsanatsana nichyisala dza demu ra nguo rotso mana mtaani pkwehu Mazola enzi hizo! Na kusonywa nako? Richa tu gagagombeka! Lulu kakarire mwanamuchye wa kawaida pkwangu bali namulinganisha na urimwengu wa chyilagane usumurirwao ni vitabu vinji vya neno ra Mulungu kukala unazo barabara za dhahabu, myuho ya maziya, phamwenga na madzumba ga chyifahari ambago gajengwa kuhumira dhahabu na shaba kutsanganya na vitu vinjine vya thamani ambavyo kwa kulingana na masumuriro

kwenye vitabu vivyo, vindapatwa bule tsetsetse pkwenye urim-
wengu uo ni aratu ambao andabahatika kuupata uzima wa milele
ukati wa gunda ra Mulungu kurira phapha duniani.

Henzore pkwangu rakala dza ruwa ra ufuha rodzobamba-
hukira dzuwani kwani ta mbai ya kumuhenza Lulu na moyo
wangu wosi, neri tsina pesa za kuririmira henzo rehu ili ritsi-
shute.

Chyila niriphosikira sautiye kwa kure neri nichyiimisa shuhuli
zangu zosi ili nihakikishe chyikala weri ni yiye jeri au kwigana tu
na niriphomanya niyiye, neri nichyihurira zii kuno mwiri uchy-
inikota chyibimbi na kufa ganzi! 'Waa, kuhenza ni kui jeri.'

Lulu wakala ni mwana wa hichyeye kulaa pkwa lukolo lwa
chyitajiri lwa mutumia Mtitigo na mchyewe mchyetu Zenga,
ariyemanyikana zaidi na dzina ra Mamalao. Mutumia Mtitigo
na mchyewe ni astaafu a pindi a serikali ya Kenya arioiya mali
tsumbi na tsumbi ili adzitajirise nao pkweli achyitajirika jeri.

Airi ao ahendakazi pkwenye nyadhifa mbali mbali za chyise-
likali kama mawaziri. Mwana wao akoseni tsini ya dzuwa! Ela
chaajabu, baada ya kumarigiza masomoge ga sokondari Lulu
waamua kurichana na masomo atsakule kazi! Eeeh, Lulu wakala
yunachyiru ya kurya pesa za kuzitsuma mwenye.

Kakucha kakucha kunacha, mwishowe Lulu waidima kupata
kazi pkwenye idara ya serikali dza mumwenga kahi za arinzi a
usalama kuko ntsini Kenya kwenye jeshi ra polisi. Hata vivyo
japo rakala ni tukio idzo riro ra yiye kupata kazi yiyo ili kutimiza
nia ya pkwakwe ya kuhenza kurya pesaze mwenye, kwangu mimi
naziphokera habarize za kupata kazi na somazi chyidogo!

Eeh, nakala nichyiwelewa tototo mwenendo wa Lulu pham-
wenga na maphungukirwige gosi kukala weri kayiidima kazi yiyo
yiriyohenza zaidi mutu wa kalekale na mutsangu wa kwenda na
mabadiliko na malagizo ga hipha na hipha kulaa kwa abomu!

Ukati na uo nakala ni mudzi wa Arusha tsi ya Tanzania. Neri
nichyifanya kazi ya kuguza mboga na matunda mitaani nichyizu-
nguluka mitaa yosi ya dzidzi riro ra Arusha na mkokoteni wangu
wa mboga na matunda kulaa siteji ya mabasi ga Masai Baba paka
soko ra Ngaramotoni dzidzini mumo.

Mkoi wangu Teddy ndiye kala mwenyezi wangu dzidzini mumo. Teddy ni dzitu be dzitu pkweli. Achyiima mbereyo yundakuziyira ure wa matsogo pkwa asilimia tisaini! Ni mure, mziho na yunachyiphala chyodzovumbamira tsini ya milima ya mavunje mairi ga nyereze zo sala mayunzimayunzi dzulu ya masikiroge malamu!

Teddy nimuvyalwa wa Kidoti kuko Tanzania lakini yunaishi Mbezi mtaa wa matajiri. Utajiri wa Teddy wakala ni wa kumwaga ela mutu mufu wa matumizi dza dziwe.

Hata vivyo naanza kulilikana maisha ga pkwiishi na murinzi wa usalama ndani ya nyumba viratu ambavyo gangekala kalapho Mulungu wahubariki kuwalana. Maazo manji gaanza kuninyuka kahiri niriphokala dzidzini Arusha ukati u'o ta chyakurwa chyichyikala kachyinitsererato ndanini mwangu.

Mwishowe naamua kufunganya chyaro chya kuuya pkwehu Kenya ili nende nikafanye chyikao chya gafula na wende wangu Lulu kabila ya yiye pkwenda chyuwo chya mafunzo ga polisi chya Kikanjo. Niriphofika Kenya, namupata wende wangu Lulu yupkwenye ukatiwe wa mwisho mwisho wa matayarisho ga pkwapkwe kabila ya kuuka pkwenda Kiganjo.

Namulola na matso ga mbazi usoni mwapkwe kuno moyoni nichyikala nina hamu bomu ya kuyikuvya safari yiyo lakini pkwakukala neri tsina malaka gachyipesa, tsiidimire kulavukiza neono rorosi. Dza ye mwiimbadzi amanyikanaye sana lalo riro ra pwani ya Kenya Mutumia Rashidi Kimalo arivyoimba; '... mapenzi ni hatari chyikala umasikini, ganakufunga malaka ukakosa lau'

* * *

Tsiku za dziza zanipata ukati niriphokala dzimala masomo gangu ga koleji. Neri bado ni debe phuphu mtaani pkwehu, nitsiye rorosi na chyochyosi chyakuryeryerya mutaani. Neri dzihenda mutsare wa kutiya mufukoni pesa zangu zenye.

Hangu nianze kusomera kazi mudzini Mambasa bada ya kuuya nyumbani Kenya kulaa Arusha Tanzania, asenaangu anielepha pkwakuumirwa ni vijira vya kuzumbula pesa. Atu

a hichyeye ariokala nichyiaejemera kuniokola na hiri na hira
ni Lulu na mwenehu muvyere wa chyilume Makumbusho, ela
sambi tabiya na mwenendo wa Lulu waanza kugaluka gafula
pkwangu.

Chyila niriphomupigira simu wadzihendya kukala yuphatu
phai na hangwe achyikala phadzo yundanipigira. Alafu tsiku
yosi yakala ichyisira bila kunipigira au kunijibira ujumbe wangu
mufuhi. Kuna tsiku ambazo wadzihendya kukala ujumbe na
simu zokala nichyimpigira na kumuhumira hipha na hipha
wakala kazona!

Karachye wakala achyiphokera simu zangu phodzisikira kug-
wira. Sambi muhi wa mahenzo waanza kukala utsungu. Chy-
ila niriphomuuza sababu ya kuhenda vivyo, wanichyemera na
maneno ga zarau na chyila niriphomukumbikiza henzo rehu
ra pindi, wanihakana na kunizarau dza mutu muphuphi tu wa
kawaida.

Pkwapkwe yiye neri tsina bei tsetsetse na tsiguzika kahiri.
Enh, kuhenza kumba nikuphurya mauku ugaonago na kuulozera
mongo ujeri wa kasoro zirizo lwazu pkwa chyitu uchyihenzachyo.
Gago ndigo garigonikala mimi. Mbai na mai gosi nirigokala
nichyifanyirwa ni Lulu ukati uratu, mino bado nadzisikira
kumuhenza na kumwaaza sana moyoni na matsoni mwangu.

Swali rangu ni je, niujeri pkwamba kakuna dulukiza ya
kuhenzana? Jibu unaro uwe! Kumba masikini kana laka rorosi
mbere za tajiri na ng'ombewe dii na choo kavyala ndama. Sambi
ujeri wa nzimo za atu' a pindi wadzilavya weru wanze kahi za
henzo rehu mimi na wende wangu Lulu.

'Photso dzuwapho, Lulu sambi yunatsembera na mwana-
lume munjine!' Riro naraaza hichyiyangu ko moyoni mwangu.
Yunaamini kukala hichyeye nikudzitosheleza, nikudzipa reri,
nikudzipangira mamboge. Yunaona kuwalwa ni kukaribisha
makongo ga kudzihenzera, ni kudzifunga na mikataba bule.
Pkwapkwe kugaluza alume vivi sambi ndo usambi, ndo mai-
sha ga pkwenderera mbere, ndo usisigo wa kudzifaidisha. Ndo
shuhuli na ndo pato.

Khatoshekere kahiri na mwanalume mumwenga yani mimi
Bibo! Kure yoishi yiye bila mimi, yakala itsangira phabomu kahi

za kunilavya myazoni mwapkwe na phanjine nafasi yangu yeri yiwalwa ni wendewe muphya wa chyasichye chyiphya.

Sambi wafanya chyibarua pkwa sababu ya kupata pesa na pkwiishi. Moyonimwe mwakala kamuna henzo kahiri. Henzo reri karoona chyitu kahiri. Pesa..., pesa,,, pesa ndichyo chyitu chyokala sambi chyichyimtawala akilini mwapkwe ukati uratu. Eeenh, naona wamanya kukala maishage kagangekarire madzo chyiwango chyiratu kalapho tsi pesaze na zao maishani mwapkwe.

Chyiujeri ni pkwamba, vinahenza moyo uziho sana pkwa mudamu kuvumirira utsungu wa kurichwa ni wendewe yedzemubara myaka minji na ndisa anji adzoolaga, anadzoolaga na andaenderera kudzoolaga baada ya kurichwa ni mawende gao. Mino nami niani ta nitsedime kushononeka baada ya kurichwa ni wende wangu Lulu?

Ukati uo nakala naaza kumona Lulu na matso gangu ili nilole kala yundanirema pheruphe huchyilolana matso pkwa matso. Chyikala jeri neri tsina mana chyasi chya kurichwa na irao yiyo, neri nitayari nife pkwa ajiliye. Eeeenh, anolage pkwa kunipiga risasi yiye mwenye chyikonde au noolagwe ni majambazige ambago yundagatsaka ili gadze ganolage!

Eeeeenh, nakala ni tayari na rorosi rinikale. Inzi kufa chyirondani tsi haramu mbaa! Shenene ya henzo niriyokala nichyiyisikira ukati u'o, yakala ya chyiwango chya dzulu sana. Chyila niriphokala nichyenda na chyila nirichyokala nichyichyifanya chyakala kachyitororoka kamare. Neri na tabu nyinji akilini na moyoni mwangu.

'Nichyiphichyo nichyifanye nimuudze Lulu wangu maishani?' Naaza. Chyiratu chya marehemu Fujo na wendewe Hamida chyeri chyidzinigwerera mimi! Muzigo wa muyao pkwako ni kanda ra usufi jeri. Chyokala chyichyimuriza Fujo neri tsichyitamani ta phadide ukati uratu ambao wakala yuchyere moyo. Hata vivyo nalazimika kuchyimanya lwazulwazu chyividzo.

Mambo garivyo magaluka, badaye ganadza nyumaze. Chyitu chyimwenga tu sambi nachyirira kulaa pkwa Lulu neri nichyimlembalemba aniruhusu pkwenda Kabati kumutsemberera ili nikamujambose lwamwisho na pia nende nimuvoyere koma na

Mulungu huchyikala hunaonana matso na matso alafu none kala weri tsiku yiyo yakala ndo ya mwisho ama hweri hundadulukizana kahiri tsiku ya mwisho phondokala huchyilavya esabu zehu mbere za Mulungu.

Nahenza nifanye vivyo ili phanjine konana pkwehu kungamkumbikiza garatu gapindi gokala huchyigahenda phamwenga, ili phanjine ngeri wabadilisha musimamowe. Kavikarire rahisi kuriidimisa neno riro rifaulu ela baada ya muda wakubali Lulu nende Kabati nikamtsemberere japo chyikwale.

Chyiujeri, yakala yinamulazimu kunaaza na kugatamani mahendo gangu pkwa sababu enzi ziratu hurizokutana pkwa mara ya pkwanza, akilini mwapkwe weri kadzangwe kumumanya mwanalume munjine yeyesi chyimwiri photsokala mimi Bibo. Bahati yangu yeri ya chyivyangu ya kurima munda okala kaudzangwe kurimwa ni mutu yeyesi tsetsetse! Tsipkwamba univomorere pkwa riro...! Eeeenh, Njira ya pkwapkwe yakala bado kaidzangwe kuchyirirwa ni lwayo rorosi ra mwanalume. Pkwadze be itsikale mino tsiku mwenga? Hata vivyo baada ya Lulu kunikubarira nende nikamtsemberere ko Kabati Murang'a, vyanihendya none raha sana pkwa sababu neri dzimupheza muda ure sana, na neri na tunu bomu ya kumona kahiri matsoni mwangu.

Baada ya chyirechyire ya madzifunganyi, nasafiri dziloni ya tsiku ya phiriye dza vyokala yudzinipangira Mulungu. Moyo wa mutu uchyirichwa utamani, umizire mahe vitu, uvuhirwe na ugagamire vitungwa, be imani ya ye mutu nikukala yinakala dziphephe ra kuphepha kuno na kuno na vivyo ndivyo nikala mimi ukati uratu. Nakosa reri kabisa. Nampigira simu Lulu hipha na hipha usiku uratu wa safari, naye wanuuza maswali ndulu nzima; "Ulwaphi......? Udzifikaphi......? Phephi na lwaphi........?" Maswali tsumbi nzima! Vinaidimika kukala nakala tsipangire kumuyuga ela neri dzaaza tu sautiye ili inihurizire chyiru yangu ya kutamani. Kala weri unanilemba au kala weri achyiniririra chyiujeri simuni, mino tsiidimire kumanya moyowe ukati na u'o.

Namanya kukala nendako kuna reri na maphokeri gangu pia ngeri gakala madzo.

* * *

Pkwakukala neri ni mtsowi wa pesa tsiidimire kupanda basi ra mwenga pkwa mwenga safari yiyo, bali navoya msada wa usafiri kulaa pkwa dereva mumwenga wa lori bomu ra kutsukula mizigo kulaa mudzini Mambasa ta dzidzi bomu ra Nairobi. Pkwa bahati mbidzo, dereva yiye wakala na moyo wa mbazi, achyiniikizira. Sambi weri nifike Nairobi, nilazimike kahiri kupanda matatu yinjine ya pkwenda Thika. Naphenya gari riro mwendo wa saa kumi na mwenga dziloni ambaro mwishowe weri ni Nairobi.

Dza umanyavyo kawaida ni kukala malori ga kutsukula mizigo mara nyinji ganaenenda porepore barabarani phamwenga na kusababisha jamu za hipha na hipha barabarani, naidima kufika Nairobi machyeroye saane za chyiramuko. Njirani nakozwa ni Lulu. Tsi matusi gago! "Udzamba unadza heka vino kulairira? Ama udzaanza ouzuzu na uphuphi wa pkwenu? Eeeeeeh baye we, utsinitsukize mino! Pkwanza nadzuta kukuhenzeza udze kuku uwe. Wemwenye utuwani kuno utsiyetuwa ra kuhurira? Eeeeee? Mba gombaa...unatuwani kunoooo? Uzuzuo sana la uwee! kyisha ufanye haraka uchyichyelewa undakudza ulale nze mzuzu sana uwe!"

Gago ndo kala kahi za matusi ga Lulu pkwangu baada ya muda onitazamira nilairire kuchyira bila mimi kulairira kuko Kabati. Haya mambongwa ga Lulu geri ni gago. Gagaluka gachyikala kagatabirika kahiri. Neri tsimumanyisire kukala neri nasafiri na lori na tsi basi dza viratu vya tsiku za pindi. Zambwa tsiku kaziigana mbaa. Na tsihenzere pia arimanye riro pkwa sababu naona ngeri rasababisha urichyani zaidi pkwa sababu safari yiyo neri dziitila mimi na wala kala tsi yiye sambi garama za pkwenda na kuuya zeri zi dzulu yangu zosi.

Namanya kukala kumuvoya nauli ngeri pkwamutsukiza na pia kuvoromosa lau rangu gafula pkwapkwe zaidi ya viratu vyokala yo hali ifikira. Sambi vyokala dzipewa nafasi ya pkwenda mona Lulu ni ye Lulu mwenye, namushukuru phabomu Mulungu, na nichyimuvoya anilongoze kahi za kupata nauli ya pkwenda na kuuya.

Ni ani ahenzaye muchyiya na ngwe ra muda wani? Tavivyo yanibidi nivumirire chyilume matusige ili nihenzavyo vikale. Nairobi nako kuchyilairira vituko! Uchyiyaya njira Nairobi, wakumuuza ni ani? Chyila mumwenga waonekana mulachu na munyama chyimahendo. Vyokala atu anaenenda mairomairo dzidzini mumo, yaonyesa lwazu kukala pkweri kakuna uphephi na mwerya udzo kahi za atu a'o. chyila mumwenga waonyesa kukala yunanjiraze, yiye na mulunguwe.

Natsakula steji ya magari ga pkwenda Thika nichyiyikosa tsee! Hata pharatu phokala niripho ukati u'o neri pia tsiphamanya tototo! Ela naphinza dza oatu a Nairobi enye. Magulu nagajeza dza oenye na nendako tsikumanya, tsipkwelewa. Mara pkwa bahati mbidzo matso gangu gachyeerekezana na lubao lwokala na maandishi gaga: Thika, Murang'a, Karatina, Kenol, Muthaiga, Kabati phamwenga na midzi minjine.

Baada ya kona maandishi gago, roho rangu rahurira pkwenda mairo nami nichyisikira kamtee akilini mwangu. Niripholola saa, yakala ni saa tsano za chyiramuko. Loo! Simu za Lulu zachyachya richya bishi. Weri yunahenza amanye niriko na kala weri nahendani na dzepho kala dzibadilisha chyilagane chya pkwenda kuko Kabati au kala ni chyitu chyani chyokala chyichyiniika njirani masaa gosi gago baada ya kunitarajia nifike Kabati saa mwenga za chyiramuko bila kulairira.

Phatu phapho phakala na kululu nyinji sana pkwa sababu ya miriro ya honi za magari, kululu za manamba aihao abiria pkwa mashindano, kululu za achyuzi a kunadi mitumba, mboga na vitu vinjine. Naphenya ndani ya mwenga yokala yichyimberembere kabisa stejini phapho, na baada ya muda ufuhi, dereva wapiga gari moho na pkwaanza safari ya pkwenda Kabati.

Punde, Lulu wapiga simu kahiri niriphokala ni ndani ya gari riro. Naheza kuijibu simuye ela tsiidimire kusikira neno rorosi pkwa sababu ya kululu zokala zichyivuma hiku na hikura masikironi mwangu. Mwishowe nichyitosa magombekezano gago ga simuni. Pkwa kure, weri dzisikira dzapkwamba yunahadza mudzi wa Thika ela tsimanyire sababu ya kuuhadza mudzi u'o.

Ili niidime pkwiika magombekezano gehu gakaleto, namuvoya Lulu pkwa upore kuchyirira njyira ya ujumbe mufuhi aniandikire ujumbe anieleze gokala yunaniambira simuni ili nigasikire tototo, ela ye waluma ga dzulu paka hangwe aniambire simuni. Vivyo waenderera kupiga simu ambazo naenderera kutsazisikira tsetsetse! Mwishowe weri achyipiga simu nazirichya ziihe ta zitoke zenye bila kuzijibu pkwa ili nitsimubanangire pesaze.

Naam, hangu henzo rangu raanze kumunukira chyitsitsi wende wangu Lulu, weri achyinitsakurira visababu vya kunirichyira ela mino tsiwahire kumupa nafasi yiyo hata tsiku mwenga. Naye pkwa muda ure wanona mutu ambaye katuwa sheriaze vyokala yunahenza zituwiwe! Tsiku yiyo walika mumvera ubomu sana baada ya mavoyoge kuchyimira gafula bila ta yiye kutazamira.

Wahumira sababu yiyo tide ya unyonge wa hali za magombekezano gehu ga simuni, dza sababu bomu na ya maana ya kunisulubisha chyimapenzi! Pkwapkwe waona nakala nahenda kasidi kutsachyisikira chyokala yunahenza anambire simuni ukati u'o na achyaanza kujenga visababu vya pkwenda kunisomera na kunitafurira nichyifika ko Kabati.

Chyikala weri yuna idzo au ii rakunambira mo simuni mino tsimanyire, ela mbona warema voyo rangu ra kumuhenza anambire kuchyirira ujumbe ufuhi? Namanya nenda, ela pkweri kuna chyitu ko mbere!

Magari gokala gapkwenye steji yiyo gakala gasokotana na vibanda vya biashara na atu otso na chyihezo. Atu anji dza adudu, kokala anenda tsikumanyire. Naye dereva wehu yamubidi aphirike gari na mwendo wa tsini sana ili achyunge ungawe na maisha ga abiria na achyizi na njira phamwenga na magari manjine gokala gatsararira hiku na hikura dzidzini mumo. Yiyo ndo sababu kamili ambayo yanihenda nifike Kabati kuchyelewa.

Umanye kukala msafara wosi neri na shilingi mia mbiri na hamusini hichyeye. Hamusini neri dziyituma kare na nauli kulaa sehemu za makhampunini pkwenda kahikahi ya dzidzi ra Nairobi na sambi nakala dzisarirwa ni shilingi mia mbiri hichyeye mufukoni mwangu. Nahenzekana niriphe nauli ya shilingi mia mwenga na hamusini kulaa Nairobi muhadi Kabati alafu nisazwe na shilingi hamusini hichyeye mufukoni mwangu!

Kwa bahati mbidzo au mbaya. Kondakta watsanganyikirwa na badala ya kunuudzira pesa zangu achyinipa zapkwe na zangu achyiwala yiye! Agombao nikugomba akaamba yetsewapkwe yuna Mulungu. Ela chya haramu nachyo kachyirika, kachyina mwisho udzo. Nagomba na o moyo wangu kukala chyikala Mulungu weri yunaniheza na mutihani udide dza u'o nami neri ni tayari niuchyire.

Hangu nivyalwe mimi, mayo weri yudzinipha wasiya kahi za kurya haramu na hangu udideni mwangu maneno gago gakala bado ganaojerera akilini mwangu. Nipkweli kukala neri nimuhenzi mubomu wa pesa ela tsoonere sababu bomu ya kurya haramu yiyo.

kwa imani na ukakamavu unji namutsomorera pesaze ye kondakta na nichyimuudzira kuno namukumbikiza kukala weri yudzinipa chyimakosa! Kondakta wahamirwa sana ariphosikira vivyo naye achyinivoyera koma na Mulungu; "Uhatswe mwenehu mulume na navoya Mulungu akupe maisha mare, uishi myaka minji phapha urimwenguni. Amin! Amin! Amin!" Nami namudzidza

Chyitendo chya kuudza pesa pkwa kondakta chyasundurira ng'anzi ya hichyeye garini muratu. Chyila mumwenga yekala ni abiria wa gari riro, wamaka na wanona muchyiya wa mwisho wa chyiwango chya kuudza riziki yokala yilaviwa ni Mulungu muhadi kokala yilaa! Dzako atu nipkwaamba tsi vyosi vimetavyo ni dhahabu, vinjine ni mihego ya laana kulaa pkwa Mulungu wehu. Riro naro ni fingo rangu ra chyila tsiku ambaro ranirinda na rindanirinda na kuhenda mai.

Naasirikisa phokala achyiniphurya na kunitsuna na malilimi ga moho garini mumo nami rangu richyikala dzitso na sikiro tu. Pkwenye ugomvi wao, kaamanyire lau ra chyitu na utu. A'o aona kavinautu kukofyola maroho gaatu bora tu apate ahenzachyo. Khuna bahati chyikala undaakumbikiza sheria kumi za Mulungu kuchyirira vifungu vya dini aidha vya Korani au Bibilia, undakala dza pweza kudzitsetserera makala mwenye!

Kagakala kagakala mwishowe ganakala. Baada ya safari nyire chyisha ya shida nyinji, mwishowe nafika Kabati mwisho wa safari yangu mwendo wa saa saba ndendende za mtsana. Mwenyezi wangu namupata yutsukirwa sana ta mulomo yudzuuvinyula jeri jeri! Naheza kuhanula mikoni ili nimudzagamire ela achyirema reme yenye! Warema tsetsetse kudzagamirwa au kugutwa phatu phophosi ni mimi *"Hey darling, waendeleaje na hali?"*. Nalazimiza kumyesa milomo usoni mwangu kuno nalavya mulamuso u'o pkwapkwe ela kajibire chyitu chyochyosi.

Hwaanza pkweenenda pkweerekeza chyituoni mwao, hatua chyachye tu na steji yiyo ya matatu. Chyikala weri yunyala kuniphokera muzigo wangu okala ninao au weri yudhivyaapisha kutsaniphokera, mino tsimanyire chyitu! Muzigo wangu bado neri ni nao mwenye. Ujeri wa lwazu kukala neri tsihenzwa kahiri ni Lulu.

Kabila hufike nyumbani mwapkwe, wakumbikira kukala ngeri watsepkwa ni ayae na asenae pho kazini phao pkwa kutsaniphokera ndo achyona haya achyiuvulula o muzigo wangu kulaa begani mwangu pkwa nguvu. Waaah, mashaka genye gakala chyumbani mwa Lulu. Lulu warema kamare kunigombekeza pkwa muda wa masaa mairi ta dzapkwamba weri kanimanya!

Hali ya chyumbani mwapkwe yaonyesa kukala weri yunaishi na mwanalume! Mwanalume mwenye ukati uratu wakala kamo mo nyumbani, upkwenda vuhavuha magulu, tsivimanyire tototo mino. Naamba vivyo mana dzulu ya mukowa wa kuhanjikira nguo, pkweri kuna chyikoi chya chyilume, suluwale nyire ya mwanalume phamwenga na vest nyeruphe tsetsetse pia ya mwanalume.

Dzulu ya meza phakala phana miwani midide ya matso na dzulu pkwenye kabati pkwakala kuna pichya mwenga ya mwanalume ambaye tsimumanyire asili na kabilaye. Photso na shaka, wakala ndiye mwenye vitu vivyo, nadzijazira mo moyoni mwangu. Naheza kureha maazo madzo moyoni mwangu ili nidzilembelembe nago ela chyokala dzichyona chyeri na uziho wa chyihichyeye mo akilini mwangu, hata chyila niriphoheza kuulozera mongo upkweli niriokala nawoona na matso gangu, upkweli u'o waenderera kushukuka na kudzilavya weru wa nze zaidi, kuno uchyonyesa umbo ra pkwapkwe halisia zaidi.

Mwishowe namwiiha Lulu na sauti yokala yidzuudzala mutsanganyiko wa mapenzi, ndiro na shenene: "Lulu msena....." Navuha pumuzi nyinji ndani, dzako Lulu mwishowe achyaamua kuvugula kanware kwiihika; 'Eeeeh mpenzi,' matsoge wagaerekeza usoni mwangu dzapkwamba neri na kasoro mo usoni mwangu ambayo kala kanirichyire nayo hangu hurichyane nyumaze.

Naanza kumgombekeza: "Lulu, lola dzisafiri chyaro chyire chyichyi chyosi ili nidze nikone uwe! Tsidzangwe kukala na chyitsala wala uremavu wowosi wa akili, dzilaa kuko kosi pkwa sababu ya henzo bomu pkwako! Nakumbikira iyatu tsiku ya pkwanza niriyokutamukira na mulomo u'u wangu kukala nakuhenza. Hangu tsiku yiyo tsigaluzire, tsidzangwe kugaluza na sikira kukala, tsindagaluza musimamo wangu u'o wa kukuhenza uwe muhadi chyifo chyinuuse phapha urimwenguni. Tsiku zangu zosi ambazo dziishi phapha urimwenguni, kakuna tsiku mbidzo zodzonihamira zaidi dza zizi za chyipindi chyehu chya wende wehu!

Navikale vyondakala ta adamu anone mwitsi, ela kaphana neno, moyo wangu uhenza. Dzitsagula kuhenda mahenzo ga moyo wangu na tsijali matokeo gogosi gondanilairira mbereni. Dziishi urimwengu u'u nichyimumanya mwanamuchye mumwenga tu naye ni Lulu mwana wa Mutumia Mtitigo. Navuha pumuzi chyidogo dzako nichyeenderera kahiri: Muvi onifagira nao msena, wanifaga phatu phai na naona kaundanitivya tsetsetse. Udzinitiya somazi ya moyoni na phodzofika tsedima kuuya nyuma!

Na....na ..... nakuhenza msena sikira sauti yangu ikuririravyo uwe! Narira pkwa henzo uniphokaro msena, unenda.....unanirichya nani minoo...? Ujeri wenye unanizulumu, unanipkwazha..., unanikoroga akili na unanisulubishira moyo wangu taf......."

Maneno ganisirira chyichyibaki chyiriro chya kutsilatsila. Chyiriro chyotsomanya kuhurizwa ni mutu yeyesi. Lulu wanikodorera matso chyipindi chyosi chyokala namutarira gago gosi ela hata chyidogo, kagamukumbire phatu phophosi! Ogopha chyimizachyo muyawe! Maazoge gosi sambi gakala gamizwa ni mwanalumewe wa ukati u'o na kakarire yuna nafasi kahiri ya kuudza henzo rangu pkwapkwe.

Hangu nifike phapha, tsidzangwe kuhewa madzi ga koga au chyakurya dzaviratu virivyokala kawaidaye mwanzoni. Nzala nayo hiyoo yinamaruga mahumboni mwangu! Lulu mwenye wakala kajali. Mwishowe waunuka kulaa chyihini chyokala udzichyisagarira na kugwira njira kuuka kabila ya mimi kumarigiza kugomba naye! "maneno ga chyipuuzi" wapkwenda kuno yunagomba hichyeye paka jikoni, kuno yunapiga mishoni pkwa nguvu; 'nyoooo!'

Kaidimire kugodzera muhadi mwisho wa maneno gangu. Tsimoodzarire kahiri phophosi. Tsimuuhusire kahiri na rorosi. Tsimuvuhirire kahiri na chyochyosi. Ama kale weri udzinikubalia nende kuko Kabati ili nende nikadzonere na matso chyokala chyiwala nafasi yangu moyoni mwapkwe ukati u'o? Swali rinjine raninyima reri zaidi moyoni mwangu.

Nakala dza kanda ra muwa rodzogwira koga na kugaluka rangi nyiru dza ya muphingo. Niriphokala nyumbani pha Lulu, moyo wangu wanodzala maswali manji sana. Naaza ta kupanda gari nuuye mudzini wakati u'o kare, ela mufukoni neri nichyiphuphu mwanduguye. Sambi shilingi hamusini zokala nazo, neri dzizigula kadi ya simu ya kupkwaruza ili nigombe na atu angu phamwenga na asenaangu a phephi a Likoni kuko Mambasa. Hali yakala vivyo paka madzuwa ga dziloni gachyifika.

Hata vivyo kaphana neno. Nashukuru pkwa maana baha kupata nusu ya mai kala kupata go mai genye kamili. Woga wangu ubomu wakala ni pkwa mwenye nguo ziratu za mwanalume chumbani mwa Lulu! Naogopha kuulagwa chyinyama ni mutu yiye baada ya kunipata na mwanamuchye chyitandani mwapkwe ambaye weri pengine ni 'muchyewe' yani ye Lulu wangu wa kare na kare! "Vindakaladze....!? Vindakaladze...!? Vindakaladze.......!?" Waah, tsikarire tayari na chyitai chya ng'ombe wa kudziphirika mwenye chyichyinjoni.

Moyo wangu wakala unauyirauyira swali riro mwenga hangu niphenye pharatu nyumbani pha Lulu. Kasoro injine ambayo nayona na Lulu ni kukala, Lulu weri ni musiri wa mamboge ga ndani. Hangu muda mosi niriokala dziishi naye, weri yunanifitsa mamboge ga ndani gokala ni ga siri na ta sambi, wakala bado yuna yo kasoro yiyo. Utsambe unamumanya mutu kumba na kudzangwe pkwiishi naye pkwa muga ure, undakala unadzilemba na pkwaayaza anjine.

Nagomba vivyo pkwa sababu ya viratu Lulu arivyokala na uwazi unji mbereni, tsitarajirire kubadilikapkwe badaye chyasi chya kunifitsira mamboge ambago nahenza kugamanya kulaa pkwapkwe. Hata niriphomuuza ni ani ye kala ndiye mwenye nguo ziratu, kaidimire kunambira ujeri wa maneno bali ndo pkwanza wanitsukirirwa na kumutsukiza zaidi achyihenza kuni-vuguza nyumbani mwapkwe.

Pkwa ujeri, utanawe niriomumanya nao myaka minji, huruma ya moyowe ariyokala nayo, utsesiwe ariovyalwa nao, vyosi vya-kala vitu vya kudzupwa na kulilikanwa tu bali pkwa ukati u'o vya-kala kavipho kahiri pkwapkwe. Maneno ga matusi gokala ked-ima kugatamuka enzi hizo, vivi wagatamuka waziwazi bila woga wowosi na kujali kokosi. Lilimire na akilize sambi kavikarire na miphaka kahiri. Waaza na kulavukiza chyochyosi mbere za mutu yeyesi, phatu phophosi pharatu bila miphaka yoyosi.

Nagakumbikira maneno ga wawe, ambaye vivi sambi ukala marehemu. Mwanamuchye wachyizaramo kulaa Tanzania ambaye wakala kungwi mubomu sana tsiku ziratu za maishage ariphonamba; "Utana wa mwanamuchye tsawe tsi usowe bali ni tabiaye mbidzo." Maneno mafuhi ela mabomu sana. Mwanzoni maneno gago gakosa mana na tsigaonere na uziho wowosi ela tsiku vyokala zinadza na pkwenda, nachyipata chyiini chya funzo ndani ya musemowe u'o.

Hata vivyo neri na azo kukala wawe wanyala kunambira kukala mambo ganagaluka na atu nao akagaluka na myaka yendavyo mbere, vivyo nahitaji ushauriwe pia dzulu ya kupam-bana na magaluko ga mambo na atu kabila ya kuukapkwe pha-pha urimwenguni. "Mulungu amwiike phatu phadzo pehoni. Mulungu nimwiidimi wa gosi. Yiye ndiye nipha uchyiya na ndiye yendawuusa maishani mwangu wala tsendakufuru pkwa rorosi."

Maneno gaga ganilaa mulomoni mwangu chyimya chy-imya kuno matsozi gachyinilaa na kumizwa ni sweta niriyokala dziivala ili kudzichyinga na peho ya kuko Kabati muhadi chyifua chyangu chyichyilwama matsozi chyopi. Hangu nivuke chyibago chya muyango wa nyumba ya Lulu na kuphenya ndani, wakala kadzangwe kunonyesa henzo rorosi tsiku iyatu na sambi pkweri kufika usiku!

Bado nayugika dzulu ya dalili ya pkwishi mulume ndani ya chumba chyiratu chya Lulu na mbai na uyugiki wangu dzulu ya neno riro, yiye karionekere kumuyuga pkwa hali yoyosi. Tsiku yiyo wakala yu hofu ya tsiku mwenga, pkwa vivyo wasinda muratu chyumbani mwapkwe kufanya usafi wa ndani chyikala ni phamwenga na kufula nguoze na kukuta vumbi ra nyumba na kabati, madirisha na pkwenye masandukuge ga nguo, phamwenga na kutsukutsa vyombovye vya jikoni na kupiga deki nyumbaye. Wafanya kazi zosi zizo bila kunigombekeza neno rorosi!

Dziloni iyatu narya wari na nyama za koochya za ng'ombe, zokokala zitsanganywa na kachyumbari ya mwatsaka, kabichyi, karoti na tindi nyanya. Mara yiyi kahenzere hurye phamwenga dza virivyokala kawaida yehu mwanzoni. Wadziphurira leure na rangu kanda, alafu achyinigaluzira mongo. Ariphokala yunarya kahenzere nimone aryavyo.

Niriphomala kurya waunuka na achyinoogesa mikono na achyinigwiza gilasi ya juisi ya machyungwa kyisha ya peho alafu achyinilavukizira; 'karibu wende wangu.' 'nashukuru wende wangu.' Namjibu na sauti ya upore kyisha yokala yidzoodzala woga na mashaka! Moyo wanitina na damu yangu yanizizima mwiri wosi. Hangu chyiramuko neri dzaaza manenoge ga usenasena dza garatu, ela ta neno mwenga karimuphonyokere kanwani mwapkwe ela sambi mbona vino ulavukiza vino...?

Naye kumba wakala yunahenza ayisisigire akili yangu tu bali kakarire na henzo rorosi pkwangu! Wamanya kukala neri ni mutumwa wa henzore, chyisha ndani ya miyango ya jela yenye urinzi wa jerijeri chyipkweli tsi bishi! Aheze kutina waya mutu, kefulee! Arye risasi phapho na phapho kare! Pkwa maana yiyo, wamanya kukala weri yunaidima kuikunza na kuitororosa akili yangu ahenzavyo yiye bora tu ahenze kuhenda vivyo, wala kaphakarire na upinzani wowosi.

Kahesabire ubaya na majeraha mabomu gokala yunanisa-babishira bali, wajali matokeo ga vitu vivyo viiri. Lulu wahenza anitese pkwa mufululizo. Pharatu chyitandani pia phakala na tendere! Kenzi nimugute, kenzi nimusengerere. Chyila chyitu naikirwa miphaka! Kakuna neno rizirwaro ni akili ya mudamu, kala pkwiikirwa miphaka.

Ariphorema mambo gangu gosi, naona nividzo niwale kagodoro kadide karikokala ka dzulu ya kabati ili nikabite photsi nikalarire hichyiyangu ela lwaphi? Lulu wanilavira ndangare ya dzitso kuno yunanaamba; "Hebu richya mara mwenga ro godoro au nipige filimbi sambi yenye udze wuunulwe mara mwenga dzulu pkwa dzulu paka ndani ya seli." Sauti yamulaa na tsetse za usiru. "Unadzihenda chyitswa chyitswa phapha, umuchyire ani mzuzu sana we, chyikala kunimanya hebu enderera kufa-nya uchyifanyachyo unimanye rero yiyi ta tsimachyero kukala ni ani!" Waendereza mikupulo ya matusi na vitisho pkwangu.

Pkwa ujeri, sautiye yakala yichyoonyesa ujeri wa lengore. Photso shaka, weri yuna wiidimi wa kunisababishira tabu yoyo-osi kalapho nareha ubishi dzulu ya neno riro, nami porepore nichyitiya muchyira magoni dza chyaambwachyo kukala jogolo ra mundani kariika madzumba ga vilolo yani tauni.

Nauya kulala pharatu mufumbatini wa chyitanda! Using-izi ni wa nundu napkwambira, mbere kapkwendeka mana tsiruhusiwa kusengera na nyuma nichyisengera naphimbilika! Nadzisikira nahenza chyitu chyomanywa ni Lulu ela mazingira ga maazo gehu gakala gachyitengana dza usiku na mutsana chyasi pkwamba, tsikarire na muda wa kuhenda mavoyo ga chy-itu chyichyo! Mimi neri ni tsi kavu naye chyikala ni yu pehoni.

Pkwenderera na myazo ya chyitu chyichyo, kakungebadi-lishire sura ya mautu vyokala garivyo. Mwenye nyoha kamu-manya mwenye nzala. Garivyo ni pkwamba, Lulu kakarire na hamu yoyosi ya kunivumbikira chyipande chyangu chya manga. Ela nihendedze mino? Na naambe riphiro minoo? Nuuze riphiro minoo? Cheo tsina, malaka tsina na pesa nazo tsina. Tsiku zosi pesa ndizo zirehazo cheo, cheo chyikareha madaraka, mada-raka gakavyala utawala! Masikini tsina pesa kyisha ujenini

ndahendadze asena mino? Chyakala chyiriro chya samaki mat-
sozi ganenda na madzi.

Alafu gafula kuchyilairira sauti kulaa nze iriyokala ya kahi ya
mumeru, muchyikuyu au munandi yichyimugombekeza Lulu
ndani ya chyumba chyiratu! Lulu waisikira sauti yiyo na wamu-
manya mugomvi wa sauti yiyo ela kasidi, achyaamua kunyamala.
Sauti kahiri ichyuuya pkwa musindo ubomu, ndo Lulu achyu-
unuka na kugwira miimo ya muyango na kugomba naye pkwa
maneno ga kuphopholaphophola.

Kuchyirira mwanya udide wa dirisha, naidima kumona mutu
yiye ndani ya mwangaza wa mwezi. Wakala masikini wa nyama,
ela tajiri wa chyimo! Wakala pia ni kahi za shikari a chyituo chy-
ichyo chya polisi ela dzinare tsirimanyire tototo. Ni lwaphiri
kumona sambi baye yuyu achyidza nyumbani mwa Lulu chy-
ila nichyidza kumwenendera. "Ela mara yino mbona yukudza
usiku?" Nadzuuza.

Mara injine hwawahi kugomba ng'anzi phamwenga mimi,
Lulu na yiye muratu nyumbani mwa Lulu. Mara iyatu ya
pkwanza, tsidimire kumudzupha na neno rorosi pkwa sababu
yeri ni mara yangu ya pkwanza, na tsedimire kumanya a'i na
adzongwa a Lulu bila ya pkwaaona na matso au pkwaambirwa
ni ye mwenye Lulu.

Baada ya Lulu kumala kugombekezana njama na mwabaye
yiye, wauya ndani ya nyumba na achyidza achyidzibita chy-
itandani. Chyimya chyikali chyichyihufinikira hosi. Pkwa ujeri,
ndani ya chyimya chyichyo, dzoho ra isabu za kutiya na kulavya
zabandana vilaga akilini mwangu dzulu ya tukio riro ronitiya
woga zaidi. Kakuchya kakuchya mwishowe kunachya. Lulu wala-
muka wa pkwanza kulaa usingizini, danidani ya kahi za saa kumi
na kumi na mwenga hivi. Wahenza adzipange mapema na kazize
za tsiku yiyo.

Mwanzo aogese miyo ya dzana na nyumbaye, phiri ajite chyai
na hahu aoge na achyimala kudzipodowa na kuupamba usowe,
aidime kunwa chyai kyisha awaniire paredi ya jumatatu chyira-
muko chyichyo. Kuta za chyumba chya Lulu zeri zihanjipkwa
magwanda ga polisi ga chyila aina. Kulaa vazi rao ra musuhuni,
ra viha, ra sherehe phamwenga na ra ofisini. Nadzona wa bahati

sana kusengerera hata kugagwira kakamwe na maganja gangu mavazi gago ga chyiserikali ambago myaka minji neri nagaona chyikure tu.

Niriphokala pharatu chyitandani, naaza tsiku ziratu za mwanzoni. Kakamwe naaza tsiku ziratu ambazo Lulu weri udzinitsemberera mudzi wa Arusha chyiramuko dza chyiratu. Dza kawaida ukati dza uratu neri dziikirwa pindi madzi ga luvuguluvugu bafuni nikaoga, na alafu nikauya mezani kurya mapochopocho godzoandazwa pkwangu ni wende wangu Lulu.

Ujeri wenye, enzi ziratu mautu gakala ni ga uswahilini napkwambira. Kurisana na kuzongomezana utsuuze, dza raha za mudzi wa Tanga zielezwavyo pkwenye wira wa taarabu oimbwa ni chyikundi chya ana Babloom modern taarab kulaa Tanzania wiihiwao; Tanga kuna raha Sambi weri tsi Lulu yuyatu wa myaka yiyatu. Yuhurira wala kana haja nami kahiri.

Mwishowe ganzi ra lilimire rokala richyimuzuwia atsinilavukizire kukala kanenzi ririphosira, wanilavukizira lwazulwazu maneno gaga tsiku ya phiriye; "Rero dzipange, machyero undauya urikolaa! Tsedima kufuga paka shume phapha. Udzisikira?" 'Sawa dzikusikira.' Imamu agombapho neno, maamuma ni lazima aikize. Naikiza mwana wa mufadzi Mutumia Kakai japo pkwa unji wa mavune ga moyo....

Wamala kulavukiza gago naye hiyee achyenda kazini pkwapkwe. Kahenzere pkwiima kusikiza upinzani wowosi kulaa pkwangu wa mambo gokala yudzinitamukira. Ahaah, gundo ra urichwa ranifurukuta moyoni mwangu nichyidzoona munyonge sana. Magulu gangu gakosa nguvu za kuutsukula mwiri wangu. Aibu yidzinitsolatsola natamani photsi phaahuke phanimize muzima niziukire balaa za kufululiza phapha urimwenguni! Nayinyererekera karai tide ya kogera nichyiyiwala dzako nichyidondola nguo zangu chyafu mwenga baada ya yinjine kulaa dzulu ya mutara wa lugwe na nichyizitiya ndani ya karai yiyo. Nazifula, nichyizanika na ziriphouma nazuusa lugweni konze ya nyumba ya Lulu, nichyizipanga tototo pkwenye bagi rangu dide, tayari na safari ya machyeroye ya kuuya mudzi wa Mambasa.

Nayitambukira mara ya mwisho jumane yiyatu ya tarehe 30 mwezi wa 10 mwaka wa 2008. Tsiku niriyolaa chyituo chya polisi

chya Kabati kuko Murang'a. Lulu tsiku yiyo weri uhendanit-
suphira nauli yangu chyiramuko chyiti niriphokala nisegere
chyihi chya kuphatswa na mikowa chyokala mwenye yunahenza
kuchyisagarira tsiku zosi kuriko vihivye vinjine vyosi vya bei
bomu, alafu achyinigalukira achyinamba; "Wala nauli hiyo na
nichyuuya nitsikone phapha na utsiwahi hata mara mwenga
kunipigira simu chyizuka we, nirichya na maisha gangu, dzikut-
soka na tsipkwenzi kahiri akah! Mbona kusikira weeeee!?"

Waaah, ariphomala kugomba vivyo, walaa nze na kusukuma
muyango pkwa nguvu nyumaze nao uchyifungika pkwa musindo
ubomu; 'Diiiihhh!!' "Masikini ni dzala ra chyila aina ya uvundo
na taka. Mapenzi kagapho pkweli ama khagandakalapho kahiri."
Nalilikana.

Wanitsukirirwa zaidi ya kunitsukirirwa. Kala tsi kuogopha
sheriya, angekala wanoolaga pindi chyisha chyikatili na ani-
tuphe musuhuni niriwe ni nyama a weruni. Bahati yangu, ngeri
kutsayitimiza ndoso yangu ya kuyisumurura ngano yiyi.

~

~

Ni_Pesa

- Matano Nyundo.

Lulu alijutia kuwahi kufungua kasha la moyo wake, kumpenda mwanaume kabwela kama mimi, Bibo, mwana wa Mzee Kakai Kisembele. Mwanaume ambaye daima alimpunguzia uchumi wake, na ambaye alikuwa amemchoka moyoni kupindukia, pasi na yeye mwenyewe kujua. Umtazamapo Lulu halafu unitazame, utaiona tofauti iliyo wazi machoni mwako. Naam, tofauti ya Kijituktuk na Tingatinga!

Baba yangu Mzee Kakai Kisembele na Mama yangu Bi. Zekwa Mkongore ni maskini wa kutupwa kijijini kwetu Mazola ila wenyewe wanashikamana kama kiko na digali utadhani ni wazaliwa wa tumbo moja. Imenenwa, maskini na mwanawe, tajiri na mali yake...na imesibu. Wawili hawa ndio chimbuko langu. Hali yangu, hali yao tu wala haina heri.

Lulu kwa upande wake, ni binti wa Kimaa mwenye sifa zote za mwanamke aliyeumbwa akaumbika. Yeye ni mwana wa nyumba kubwa, ilhali mimi ni mwana wa nyumba ndogo...kibanda, kwa hakika. Anapopaa, mimi nateremka; na anaposhuka kiuwezo, mimi nateremka hata zaidi. Hunenwa kuwa zamani wazazi wake Lulu walikuwa mawaziri katika wizara mbali mbali nchini kwetu Kenya, na hilo ndilo chimbuko la ukwasi wao, kama minong'ono ielekezavyo.

~

225

Kwa sasa Lulu anaishi kwenye sayari nyingine kabisa na wala si kwenye hii dunia razini tuliyo nayo; ndio maana ananiua. Kwa ujanja wa fikira na akili zangu zote, siwezi hata chembe kumfikia pale alipo kwa sasa, ila kwa kudura yake Maulana. Zamani nilibahatika tukawa wachumba, na siku ya kufunga nikaha ilikuwa imewadia, alipoamua kulitupilia mbali penzi letu.

Tangu zamani, nilikula yamini ya kumuenzi mpenzi wangu Lulu kwa ahadi ya kufa kuzikana, na mwenyewe anajua hivyo. Anajua ya kwamba siwezi kubadili ghora yangu kwa debwani, kunyeshe au kuangaze kwa muda wa mwongo mmoja; iweje leo yeye abadili nia? Au haijui nakama ya kulisaliti penzi pasi na sababu yoyote?

Hii ni baada ya penzi langu kuvuja na kunuka shombo kwake enzi zile. Kwa sasa maradhi kwangu si maradhi tena, bali ni vuguto la ndani kwa ndani, hasa baada ya kulifungua jalada la kumbukumbu kumhusu mwari yule.

Maumbile yake murua, sura yake jamala, mpangilio wa meno yake meupe kama kete kwenye ufizi wake, pamoja na upole na uchamungu wake, zilikuwa hirizi tosha na thabiti zilizonivutia na kunigandisha kwake nisitamani kutengana naye daima dawamu, maishani mwangu.

Ushuke chini; kiuno chake cha farasi, mvundumko wake wa nyama zake laini zilizopandikizwa na mfinyanzi hodari juu ya nyonga, pamoja na urari wa rangi za shanga za kiunoni mwake zilizokuwa daima zikichukuana na zile za useja wake alioubadili kila siku shingoni mwake. Vyote hivyo vilikuwa asusa za kunichochea nimpende zaidi na zaidi, mtoto wa wenyewe Lulu, kila uzao wa siku mpya maishani mwangu.

Nilipompenda Lulu sikuzingatia mipaka. Nilikupua penzi langu na kulianika kwake lote, lote... lote kabisa... Kabisaaaa... na wala sikujua kuwa hilo lingekuja kuniponza mbeleni! Leo nachelea kukumbuka baruti za matusi ya kauli yake ya mwisho kwangu kabla ya utengano wetu zilivyonichanachana nikabakia tambara bovu mtaani kwetu Mazola. Na misonyo yake nayo? Wacha tu! Mengine hayasemeki!

Lulu hakuwa mwanamke wa kawaida kwangu, bali nilimfananisha na dunia ya ahadi inayotabiriwa na Vitabu vitakatifu kwamba inazo barabara za dhahabu, mito ya maziwa pamoja na makasri yaliyojengwa kwa dhahabu, fedha na shaba, miongoni mwa vito vingine vya thamani... Kwa mujibu wa maelezo kwenye vitabu hivyo, vitu hivyo muthmini vitamilikiwa bure bwerere kwenye dunia hiyo na wale watakaofaulu kuurithi uzima wa milele siku kiama kitakaposimama. Penzi lake kwangu lilikuwa kama ua la ufuta lililochanua jangwani, kwani, licha ya kumuenzi mwendani wangu ghaya ya kumuenzi, sikuwa na pesa za kulipalilia penzi letu ili lisidumae!

Kila niliposikia sauti yake kwa mbali ningegandisha shughuli zangu zote ilimradi nibaini iwapo alikuwa ni yeye hasa au nikufanana tu; na nilipojua ni yeye wala si mwingine, ningetuama huku mwili ukinizizima kwa ganzi! Lo, 'Kupenda kubaya kweli.' Lulu alikuwa mtoto wa kipekee kwenye familia ya kitajiri ya Mzee Mtitigo na mkewe Mama Zenga almaarufu Mamalao. Mzee Mtitigo na mkewe ni wastaafu wa zamani wa serikali wanaodaiwa kupora mali anuwai ya umma ili kujitajirisha kibinafsi; na kweli walitajirika. Wawili hao walihudumu kwenye nyadhifa mbali mbali serikalini ikiwemo wizara mbali mbali kama mawaziri. Mtoto wao akawa hana anachokosa chini ya mwangaza mkuu wa jua. Ingawa hivyo, baada ya masomo yake ya upili kutamatika, aliamua kujituma kuisaka ajira! Naam, alikuwa na kiu ya kula jasho lake mwenyewe!

Hauchi hauchi unakucha! Hatimaye Lulu aliweza kupata ajira katika idara ya serikali kama mmoja miongoni mwa walinda usalama nchini katika jeshi la polisi. Ijapo lilikuwa tukio jema kwake yeye kupata ajira hiyo akilenga kutimiza nia yake ya kutaka kula kutoka kwa mfuko wake mwenyewe, kwangu mimi nilipokea habari hizo kwa taharuki kuu si haba!

Naam, niliuelewa vyema mwenendo wa Lulu pamoja na mapungufu yake yote, kwamba maumbile yake yalimtenga kabisa na kazi hiyo, kwani yeye alikuwa mpole na asiyependa kushurutishwa kufanya jambo lolote, kinyume na kazi hiyo iliyohitaji mtu chapu chapu na mwepesi wa kukumbatia mabadiliko na maamrisho bila kuchelewa!

Wakati huo nilikuwa jijini Arusha, nchini Tanzania, nikichapa kibarua cha kunadi mboga mitaani kutoka stendi ya mabasi ya

Masai Baba hadi kule kwenye soko kubwa la Ngaramotoni jijini humo. Binamu yangu Teddy ndiye aliyekuwa mwenyeji wangu jijini humo.

Teddy ni jitu, jitu kweli. Akisimama mbele yako atakuzibia upeo wa macho yako asilimia tisini! Ni mrefu, mnene na mwenye kihara kilichoinamia chini huku mabonde mawili ya nywele zake za singa yakisalia punje juu ya masikio yake mapana. Ni mzaliwa wa Kidoti, lakini siku hizi aliishi Mbezi mtaa wa walionazo. Utajiri wa Teddy ulikuwa wakumwayamwaya, ila yeye mgumu wa matumizi kama jiwe!

Aidha, nilianza kutafakari maisha ya kuishi na mlinda usalama katika nyumba na sikukosa kujisaili: Je yatakuwaje iwapo Mola atatujalia kuoana hatimaye? Mawazo mengi yalianza kunibana tena nikiwa jijini Arusha mosi zile nikichapa kazi ya kuuza mboga kwa rukwama, kiasi cha kwamba chakula kikawa hakinishuki vyema tumboni.

Mwishowe niliamua kufunga safari ya ghafla kurudi nyumbani kwetu Kenya ili kufanya mkao wa ghafla na mchumba wangu Lulu, kabla ya yeye kushika sabili kuelekea chuo cha mafunzo ya maafisa wa polisi huko Kiganjo. Nilipowasili Kenya, nilimkuta mchumba wangu akiwa katika matayarisho yake ya mwisho mwisho kabla kuondoka kuelekea Kiganjo.

Nilimtazama kwa macho yasiyo na utulivu usoni mwake huku moyoni nikiwa na matamanio makuu ya kuibatilisha safari hiyo; lakini kwa vile nilikuwa sina uneni wa "ki-pesa", singeweza kutamka lolote! Kama mwimbaji mashuhuri katika ukanda wa mashariki ya Kenya, Bwana Rashidi Kimallo, alivyoimba: "....mapenzi hatari kiwa masikini, hufunga kauli kakosa thamani."

* * *

Siku za kiza zilinipata wakati nilipokuwa nimemaliza masomo yangu ya utatu. Bado nilikuwa debe tupu mtaani, nisiye na kazi wala bazi. Nilikuwa na kitambo kirefu sasa cha kutoshika hela zangu mwenyewe mkononi.

~

Tangu nianze kusomea kazi mjini Mombasa, baada ya kurudi nyumbani Kenya kutoka Arusha, Tanzania, marafiki zangu walinikwepa kutokana na kukaukiwa na mizungu ya kuzumbua hela. Watu niliowategemea kunisibu kwa hili na lile ni Lulu na kakaangu mkubwa Makumbusho peke yao, wala hakukuwa na mahuluki yeyote mwingine ambaye angeweza kunitilia pondo; walakini sasa, tabia na kanuni za Lulu zilinigeuka kabisa!

Kila nilipompigia simu, alidai kuwa alikuwa mahala pabaya, akiwa pazuri atanipigia. Halafu siku ingepita bila ya yeye kunipigia simu wala hata kunitumia ujumbe mfupi! Kuna siku ambazo alidai kuwa ujumbe mfupi niliomtumia mara kwa mara alikuwa hauoni, na pia simu zangu zilizokosa kujibiwa alikuwa hazioni wala hazisikii zilipokiriza!

Jumla alikuwa akipokea simu zangu alipojisikia kufanya hivyo. Sasa mti wa mahaba ulionja ladha chungu na kakasi. Kila nilipomwuliza sababu ya kufanya hivyo, angenilipua na maneno ya nongwa. Kila nilipojaribu kumjengea taswira ya mahaba yetu ya awali akilini mwake, angenitukana na kunidhihaki kama mwehu. Kwake sikuwa na bei tena. Sikuwa na thamani yoyote! 'Ahaaa,' kupenda ni kupuuza, kughairi, kuupa mgongo ukweli wa kasoro zilizopo kwa kile chenye kupendwa. Hivyo ndivyo ilivyokuwa kwangu. Licha ya maudhi na mateso niliyogigimizwa kwayo na Lulu kila siku muda ule, bado moyoni mwangu nilihisi kuzidi kumpenda na kumtamani sana.

Je ni kweli kusema kwamba hakuna mjarabu wa kupendana? Jibu unalo wewe! Langu ni wazo tu...

Maskini hana sauti yoyote, na ng'ombe wake daima hazai ndama. Sasa mavumbuo hayo ya wanafalsafa wa zamani, yalidhihirika ukweli wake bayana katika bahari ya mapenzi kati yangu na Lulu.

Bila shaka Lulu sasa anamjua mwanaume mwingine... na anamthamini fika! Hilo nililiwazia kimoyomoyo. Anaamini kukaa pweke ndio hasa nikujitosheleza; nikujiliwaza, nikujipangia mwenyewe mambo yako. Anaona kuolewa ni kukaribisha maradhi ya kujitakia, ni kujifunga kwa mikataba bure. Kwake kubadilisha wanaume ndio usasa hasa. Ndiyo maisha. Ndiyo maendeleo. Ndio mchezo wa kujinufaisha. Ndiyo kazi na ndio kipato mustahiki. Hakuridhika na mwanaume mmoja tena; hususan mimi, Bibo! Umbali alioishi bila uwepo wangu ulikuwa umechangia pakubwa kunitoa kwenye fuvu lake la kichwa, na pengine kumpa nafasi tosha ya kujinyakulia mpenzi mpya, wa haiba na maji yake ya sasa. Sasa alifanya kazi kwa ajili ya pesa na kuishi. Mtimani mwake hamkuwa na mapenzi tena. Mapenzi hayakumhusu tena. Pesa... pesa... pesa... ndicho kigezo kilichomwelea akilini mwake muda ule. Alijua kuwa maisha yake hayangeboreka na kufikia kiwango kile kama si pesa.

Ama kweli inahitaji moyo mgumu kwa mja kustahimili machungu ya kukataliwa na mchumba wake aliyemzoea miaka mingi. Ndiposa ni wengi waliojikatia tikiti ya ahera mapema baada ya kukataliwa na wendani wao, au kwenye ndoa, ima hata kwenye uchumba. Nami ninani nisiweze kufikwa na mishale ya dhiki kama hiyo baada ya kitumbua changu kuingia mchanga?- Binafsi yangu nilitamani sana kumwona Lulu kwa macho yangu ili anikatae ana kwa ana, mkabala nami. Kama kweli nilikuwa nimekosa thamani kiasi hicho, nilikuwa tayari nife kwa ajili yake! Ama aniue kwa kunipiga risasi yeye mwenyewe, ima niuliwe na genge ambalo angeliliteua yeye binafsi yake kwa ajili ya kunifisha! Nilikuwa tayari kwa lolote lile. Ilisemwa kwamba nzi kufa kidondani si hasara! Uchungu wa mahaba niliouhisi ulikuwa mkali mithili ya mrututu uliochanganyika na kakasi, uchachu na umbabuaji wa makali ya asidi mtawalia. Kila nilikokwenda na kila nilichofanya kilikuwa hakiongoki sasa. Nilikuwa na usumbufu wa akili na moyo.

Kipi nikifanye nimrejeshe Lulu tena ndani ya maisha yangu? Niliwaza. Kile kisa cha marehemu Fujo na mpenziwe Hamida kilikuwa kimeniangukia mimi sasa. Mzigo wa mwenzio kweli kwako ni ganda la sufi.

Kilichokuwa kikimliza Bwana Fujo kamwe singekitamani zama zile za uhai wake, lakini sasa nilikijua na kukifahamu vyema. Mambo yalivyo mkangaja kweli kujakwe ni kuja kinyume! Kitu kimoja tu sasa nilimlilia Lulu anitakabalie: Nilikuwa nikimpembejea aniruhusu kwenda Kabati kumtembelea ili nimpe heri zangu za mwisho na pia kumwombea kila la kheri huku tukikabiliana macho kwa macho, hapa hapa katika ulimwengu wetu razini, ima baadaye mbele ya Muumba wetu, wakati kila mmoja wetu atakapokuwa anataradhiwa hesabu zake za mwisho!

Nilitaka kufanya hivyo ili pengine huko kuonana kwetu kusababishe kumkumbusha ya kale tuliyowahi kuyatenda pamoja, ilimradi angaa aweze kubadili msimamo wake. Haikuwa rahisi kufaulisha jambo hilo, ila baada ya muda wa kumsiraisirai alikubali niende huko Kabati kumtembelea, japo shingo upande nilihisi!

Ilikuwa kweli yampasa kunitamani na pia kuyatamani matendo yangu kwa sababu mosi zile tulipokutana kwa mara ya kwanza, alikuwa hajamjua mwanaume mwingine yeyote kimwili isipokuwa mimi baadaye tu; sikwambii unizomee kwa hilo. Changu kilikuwa ni kisa cha mkulima mwenye kubahatika kulima konde lisilowahi kulimwa bado! Zingatia mwenyewe... rutuba si rutuba hiyo! Uhondo si uhondo huo!

Kumbe, mbona isiwe mimi? Hata hivyo hatua ya Lulu kunikubalia nimtembelee huko Kabati, Murang'a, ilifanya moyo na wajihi wangu mzima usharabu furaha isiyokadirika, kwa sababu, jambo la kwanza, nilikuwa nimempeza kitambo sana; na hata nami nilikuwa na ashiki kubwa ya kumwona machoni mwangu kwa mara nyingine.

Baada ya pilikapilika za matayarisho, niliweza kung'oa nanga jioni ya siku ya pili kama alivyonipangia Mola wangu.

Pindi, moyo wa mtu ukiachiwa kutamani, kuhusudu, kuashiki, kugugubia na kuridhia, basi imani ya mtu nayo hupigwa na tufani kali mno; na hivyo ndivyo ilivyokuwa kwangu mimi wakati ule. Nilikosa utulivu kabisa. Kila mara nilimpigia simu usiku ule wa safari, akanisaili mara si moja: "Uko wapi? Umefika wapi? Karibu na wapi?..."

Maswali tumbi nzima! Inawezekana kuwa sikuwa nikidhamiria kumsumbua bali nilitamani tu kusikia sauti yake taanusi ili initulizie kiu yangu ya matamanio. Mara kwa mara nilimsikia akiangua kilio. Ama alikuwa akinihadaa au akinililia kwa uhalisia wa penzi, mimi singeweza kubaini. Nilijua kuwa niendako ni salama na mapokezi pia bila shaka yangekuwa na mnato wa gundi kama ilivyokuwa hapo mbeleni.

* * *

Kutokana na uchochole wa hela, singeweza kuabiri basi la moja kwa moja mara hii, bali niliomba msaada wa usafiri kutoka kwa dereva wa lori kubwa la kubeba shehena ya mizigo kutoka mjini Mombasa hadi jiji kuu la Nairobi. Kwa bahati nzuri, dereva huyo alikuwa na roho na moyo mkarimu, akanikubalia. Nifike Nairobi, nilazimike tena kuchukua matatu ya kwenda Thika mjini ulikuwa ndio mpango. Niliabiri gari hilo mwendo wa saa kumi na moja jioni, kuelekea Nairobi, ambako kulikuwa kikomo cha shehena alizokuwa kabeba dereva huyo.

Kama ilivyo kawaida kuwa malori ya kubeba shehena ya mizigo hutembea kwa mwendo wa kujikokota barabarani pamoja na misongamano ya magari ya hapa na pale barabarani, niliweza kufika jijini Nairobi mwendo wa saa nne asubuhi keshoye. Njiani nilikipatapata. Si matusi hayo! "Umesema unakuja mbona hufiki? Au umeanza huo upumbavu wako na ushenzi wa kwenu? Eeeeeh bwana wee, usinichemshe miye! Kwanza najutia kukukubalia uje huku... mwenyewe wafuatani huku? Eeeee? Si useme... unafuata nini huku? Jinga wewe! Tena ufanye haraka, ukichelewa utalala nje sheeeeeeeeenzi type!"

Hayo ndiyo yaliyokuwa baadhi ya matusi ya Lulu kwangu baada ya muda alionitarajia nifike kupita pasi na mimi kutokezea. Mambo ya Lulu yalikuwa ndio hayo. Sasa hayakutabirika kamwe. Sikuwa nimemjulisha kuwa nilikuwa nikisafiri kwa lori na si kwa basi kama siku zilizotangulia.

Siku hazifanani eti. Na wala sikutaka ajue hilo kwa vile ingepalilia mche wa utengano zaidi, kwa sababu wakati huo, wazo la safari hiyo lilitokea kwangu na wala si kwake yeye; kwa hivyo gharama yake, kwenda na kurudi, ilikuwa juu yangu. Nilijua barabara kuwa kumwomba fedha za nauli kungemchemsha na pia kuporomosha hadhi yangu ghafla kwake zaidi ya ilivyokuwa. Sasa madhali nilikuwa nimepewa fursa ya kumwona tena, sikutilia shaka kuwa Mwenyezi Mungu angeniongoza kuhusu

namna ya kupata usafiri wa kwenda huko na kurudi. Nani amp-
endaye lofa na kwa kipindi cha muda gani? Hata hivyo ilibidi
nimezee tu baruti za matusi yake ilimradi haja yangu ipate kuti-
milika. Nairobi nako kukazuka kizaazaa! Ukishapotea njia Nai-
robi, wakumuuliza ni nani? Kila mmoja alionekana mjanja na
mnyama kimatendo. Jinsi watu walivyotembea kwa mwendo
wa harakaharaka jijini humo, iliashiria kuwa hakukuwa na
mwamana na muamala mwema kati ya mtu mmoja kwenda kwa
mwingine. Kila mmoja alikuwa na zake hamsini, yeye na mungu
wake.

Nilitafuta kituo cha magari ya kwenda mjini Thika nikakosa
kabisa. Aidha, nilipokuwa sikupafahamu vyema. Lakini nilikau-
sha uso kama wanairobi wenyewe. Maguu nayachapua kama wao
bali ninakokwenda sikujui, sikufahamu. Mara kwa bahati nzuri
macho yangu yakatua kwenye ubao mpana uliokuwa na maandi-
shi ya maelekezi ya usafiri. Ubao ule ulikuwa na maelekezi haya;
Thika, Murang'a, Karatina, Kenol, Muthaiga, Kabati, miongoni
mwa sehemu nyinginezo.

Baada ya kuona maandishi haya, kiroho kilinitulia nikahisi
pumziko la ghafla akilini mwangu.

Nilipotazama saa ilikuwa yapata saa tano asubuhi. Loo!
Simu za Lulu zilichacha kweli kweli. Alitaka kujua niliko na nili-
kuwa nikifanya nini, na kama nilikuwa nimebadili msimamo wa
kwenda huko alikokuwa au ni kitu gani kilichokuwa kikiniweka
njiani kwani alinitarajia niwasili huko tangu saa moja asubuhi
hiyo pasi na kufika. Eneo hilo lilikuwa na kelele nyingi sana kuto-
kana na milio ya honi za magari, sauti za juu za wafanyibiashara
walionadi bidhaa zao kwa wanunuzi pamoja na makanga wa
magari waliowaita abiria kwa mashindano ya kipekee! Niliingia
ndani ya Mini-basi moja iliyokuwa kwenye safu ya mbele kabisa
katika stendi hiyo na pasi na kupoteza wasaa dereva alingurumi-
sha gari na kuanza safari hiyo kwa mwendo wa asteaste.

Punde si punde Lulu alipiga simu tena nikiwa kwenye gari
hilo. Nilijaribu kuijibu simu yake lakini singeweza kusikia
jawabu lolote kwa sababu ya kelele zilivyovuma huku na huko
masikioni mwangu na baadaye nikakata mawasiliano hayo. Kwa

mbali nilisikia akitaja mji wa Thika lakini sikujua aliutaja kwa mantiki gani!

Ili kuboresha mawasiliano, nilimsihi aniandikie ujumbe mfupi ili aweze kunijulisha kwa njia bora zaidi lile alotaka kuniambia. Alidinda ng'o kufanya hivyo na badala yake, aliendelea tu kupiga simu ambazo hazikuwa na mwingiliano mwema wa maelewano kati yetu. Mara tena na tena akapiga simu nikaziangalia hadi zikakatika.

Naam, tangu Lulu penzi langu lianze kumnukia vumba, alikuwa akinitafutia walau sababu moja ya kuniachia ila sikuwahi kumwachia nafasi hiyo hata siku moja. Na kwa maana hiyo, akaniona mkaidi sana asiyetaka kutenda yaliyokuwa mapenzi yake ya muda sasa! Siku ile alishukuru kwa kiima kikubwa juu ya mapenzi yake kutimia ghafla bila ya yeye mwenyewe kutarajia.

Alitumia sababu ile ndogo ya unyonge wa hali ya mawasiliano ya simu kati yetu kuwa kama sababu murua ya kunisulubisha kimapenzi! Kwake aliona nilikuwa nikifanya kusudi kutosikia alichotaka kuniambia muda ule na kuanza kunijengea hoja ya kunichambia punde ningewasili kwake huko Kabati.

Hata hivyo pengine alikuwa na jema au jimbi la kunieleza kwenye simu hiyo, hilo sikulifahamu kamwe ila mbona alikaidi ombi langu la kumtaka aniarifu kupitia ujumbe mfupi? Nilijua sharti kuwe na jambo!

Magari katika steji ile yalikuwa yamefungamana na vibanda vya biashara na watu wasiokuwa na idadi. Watu wengi mithili ya siafu, walikokwenda sikukufahamu. Naye dereva wetu ilimbidi kuendesha gari kwa utaratibu tena kwa mwendo wa chini mno ili kuchunga unga wake na maisha ya abiria na wapita njia pamoja na magari mengine yaliyokuwa yametapanyika huku na huko jijini humo. Ni kutokana na hali hiyo ndiposa niliwasili kuchelewa Kabati hatima ya safari yangu.

Ufahamu kuwa msafara wote nilikuwa na shilingi mia mbili na hamsini pekee. Hamsini nilikuwa tayari nimeitumia kwa nauli kutoka sehemu za viwandani kuelekea katikati mwa jiji la Nairobi na sasa nilikuwa nimesalia na shilingi mia mbili pekee mfukoni mwangu. Nilitakiwa kulipa nauli ya shilingi mia moja na hamsini kutoka Nairobi hadi Kabati halafu nibakie na shilingi

hamsini pekee kwa mfuko!Kwa bahati nzuri au mbaya konda-
kta alibadilisha karata, na badala ya kunirudishia zangu aka-
nipa zake na zangu akachukua yeye! Asiye na wake ana Mungu.
Lakini cha haramu hakiliki hakina mwisho mwema. Nilijisemea
kuwa ikiwa Mola alikuwa akinijaribu kwa mtihani mdogo kama
ule nami nilikuwa imara kuupita.

Tangu kuzaliwa, mamangu alikuwa ameniusia juu ya kula
haramu na tangu udogoni mwangu maneno hayo yalikuwa bado
yakiniolea akilini mwangu. Kweli nilikuwa mhitaji mkubwa wa
hela lakini sikuona haja ya kula haramu ile. Kwa ukakamavu
mkubwa nilimchomolea kondakta hela zake na kumkumbusha
kuwa alikuwa amenirejeshea kimakosa! Kondakta alifurahi sana
kusikia hivyo naye akaniombea;

"Ubarikiwe kaka na uishi miaka mingi"

Nami nikamjibu; "Amin! Amin! Amin!"

Tendo la kurudisha hela kwa kondakta lilifungua gumzo
la kipekee chomboni mle. Kila mmoja miongoni mwa abiria
waliokuwa ndani ya gari lile alikuwa akishangaa kuona jinsi
nilivyokuwa maskini wa mawazo kiasi cha kurudisha riziki ili-
yotolewa na Mola hadi mahala ilikotoka! Si vyote ving'aavyo ni
dhahabu eti, vingine laana kutoka kwa Mola wetu. Hilo lilikuwa
daima ni zindiko langu ambalo daima lilinilinda na kufanya
hiana.

Niliwasikiliza wakinikebehi na kunisimanga kwa ndimi za
moto, mimi langu likawa jicho na sikio tu. Katika maongezi yao,
hawakujua thamani ya kitu na utu. Wao waliona halali kukhali-
ifisha nafsi za watu ilimradi wapate wanachotaka. Kama unge-
wakumbusha maamrisho ya vifungu vya dini kwenye Kurani
au Bibilia, ungekuwa pweza kujipalilia makaa!Hayawi hayawi
huwa. Mwishowe niliwasili Kabati saa saba juu ya alama jinsi
akrabu za saa ziliashiria. Mwenyeji wangu nilimkuta amenuna
mdomo kaushumburua kweli kweli! Nilitanua mikono ili nimpe
pambaja la mwaka lakini la hasha! Alikataa abadan katan.

"Unaendeleaje na hali?"

Nililazimisha tabasamu usoni huku nikitoa salamu hizo
kwake lakini vilevile hakujibu kitu!

Tulianza kutembea kuelekea kituoni mwao maili chache tu na stendi ile ya matatu. Kama alisahau kunipokea mzigo niliokuwa nao au alidhamiria kutonipokea, mimi sikutambua! Mzigo wangu bado nilimenyana nao mwenyewe! Hakikisho kamili kuwa nilikuwa sipendwi tena!

Kabla tufike nyumbani mwake, alikumbuka angechekwa na wandani wake kwa kutonipokea mzigo wangu akaona soni akautwaa mzigo wangu wa nguo begani mwangu kwa nguvu. 'Looh,' kizaazaa kilizuka mle chumbani mwake. Lulu alikataa kabisa kuzungumza nami kwa takriban saa mbili hivi.

Mandhari chumbani mwake yalionyesha kuwa alikuwa akiishi na mwanaume ndani ya chumba kile lakini mwanaume mwenyewe kwa sasa alikuwa hayupo, kenda matembezini, sijui!

Nasema hivyo kwa sababu juu ya kamba ya nguo kulikuwa na seruni, suruali ndefu ya mwanaume pamoja na nyeupe pepepe pia ya mwanaume. Juu ya meza kulikuwa na miwani ndogo ya macho, na juu kwenye rafu kulikuwa na picha moja ya mwanaume ambaye sikumjua asili na fasili yake. Bila shaka alikuwa mmiliki wa vyombo vile, nilijijazia moyoni.

Nilijaribu kualika kumbukumbu nzuri akilini mwangu ili nijiliwaze kwayo lakini nilichokuwa nikikiona kilikuwa na uzito wa kipekee akilini mwangu, na kila nilipojaribu kuupa mgongo ukweli niliokuwa nikiushuhudia kwa mboni za macho yangu, ndivyo ulivyojitokeza katika muundo wake halisi machoni na akilini mwangu. Hatimaye nikamwita Lulu kwa sauti iliyorindima mseto wa mapenzi, kilio na huzuni,

"Lulu!"

Nilivuta pumzi nyingi ndani halafu Lulu hatimaye akaamua kupanua kinywa chake,

"Labeka!"

Macho yake akiyaelekeza usoni mwangu kana kwamba kulikuwa na dosari ambayo haikuwepo tangu tuachane mosi zile.

Nilianza kunena,

"Lulu, ona nimesafiri umbali huu wote kuja kukuona wewe! Sijawahi kuugua wazimu wala ulemavu wowote wa akili, nimefanya hivyo hususan kwa ajili ya upendo wangu kwako! Nakumbuka siku ya kwanza nilipokutamkia upendo kwa mdomo huu

~

wangu. Tangu siku hiyo sikubadili, sijabadili na sikia kuwa, sitowahi kubadili msimamo huo wangu hadi mauti yaniondoe duniani.

Muda wote huo niliopata kuishi chini ya uvuli wa paa la mbingu ya Mola wetu, hakuna muda niliopata kuhisi furaha moyoni mwangu kama huu ambapo mimi nawe tuko wapenzi! Naiwe kuwa walimwengu watanionaa zoge, lakini haizuru, moyo wangu kapenda. Nimechagua kufanya mapenzi ya moyo wangu wala sijali matokeo yoyote yatakayonisibu mbeleni. Nimeishi dunia hii nikimjua mwanamke mmoja tu kimwili naye ni Lulu mwana wa Mzee Mtitigo."

Nilipumua na baadaye nikaendelea tena.

"Mshale ulionifuma nao mama, umenifuma mahala pabaya na nahofia sitopona asilani. Umenitia kibuhuti cha mtima nilikofika siwezi rejea nyuma! Na...na ...nakupenda mama sikia sauti yangu inavyokulilia wewe! Nalia kwa huba unalonipoka mama, unaenda... unaniacha na nani...? Hakika unanidhulumu... unanighasi, unanifilisi...unanibughudhi na unanisulubisha mtima wangu taf..."

Maneno yalinikoma kikafuatia kilio cha kwikwi. Kilio kisichojua kunyamazishwa na mtu. Lulu alinitumbulia macho kitambo chote nilipokuwa nikiyanena maneno yote hayo walakini, katu hayakumgusa mahali popote. Ogopa kimlacho mwingine!

Mawazo yake yote yalikuwa sasa yamemezwa na mwanaume wake wa sasa na kamwe hakuwa na nafasi tena ya kurejesha penzi langu kwake. Tangu kuwasili hapa sijapewa maji ya kukoga wala chakula kama ilivyokuwa desturi yake mwanzoni na njaa nayo ndiyo hiyo inakeketa matumbo! Mwenyewe Lulu alikuwa hamnazo. Kisha aliamka kutoka kiti alichokuwa amekalia na kutoweka kabla nimalize kunena.

"Maneno ya upuuzi."

Alikwenda akiongea pekee mekoni, huku akisonya kwa nguvu, 'nyoooo!'

Hakuweza kukaa kusikia mwisho wa maneno yangu. Sikumjaa popote. Sikumshtusha tena. Sikumvutia kwa lolote. Ama alikuwa kanikubalia kwenda ili niende kujionea kwa macho kilichochukua nafasi yangu moyoni mwake wakati ule?

~

Swali jingine lilininyima furaha zaidi.

Nilikuwa kama ganda la mua lililokwisha sharabu utandu mweusi tititi kama kiini cha mpingo. Nikiwa pale moyo wangu ulikuwa na maswali chungu nzima. Nilitamani kuabiri chombo ili nirudi nyumbani mara ile ile, lakini mfukoni sikuwa na lolote. Sasa shilingi hamsini nilizokuwa nazo nilikwisha nunua kwazo mjazo wa simu ili niweze kusemezana na jamaa zangu pamoja na marafiki zangu wa karibu kule Likoni Mombasa. Hali ilikuwa vivyo hivyo hadi magharibi ikawadia.

Nilichokila mchana wa siku ile hakijulikani! Chai ya mkandaa na tosi ngumu mithili ya kokoto! Hata hivyo haizuru. Nilishukuru kwa maana heri nusu shari kuliko shari kamili! Hofu yangu kubwa ilikuwa kwa mmiliki wa nguo zile nilizokuwa kaziona chumbani mwa Lulu! Nilihofia kuuliwa kinyama na jamaa huyo pindi anikutapo na aliyemwita 'mkewe' nikiwa kitandani mwake! 'Kutaendaje...? Kutaendaje...? Kutaendaje?' Ke, sikuwa tayari na masaibu ya ng'ombe wa kujipeleka mwenyewe kichinjioni.

Moyo wangu ulikuwa ukirejelea swali hilo tangu niingie mahala pale. Dosari nyingine niliyopata kumjua nayo Lulu ni kwamba pia alikuwa mwanamke mzohali mno wa mambo yake ya ndani.

Tangu muda wote niliopata kuishi naye, alikuwa na mazoea ya kubana sana mambo yake ya ndani yaliyokuwa nyeti na hadi sasa, alikuwa na kasoro io hiyo bado. Usiseme wamjua mtu na bado hujaishi naye kwa muda mrefu kwani utakuwa wajihadaa peupe na kuwapotosha wengine! Hii ni kwa sababu jinsi Lulu alivyokuwa na uwazi mwingi kwangu mwanzoni, sikutarajia angebadilika baadaye na kuchukua mkondo wa kunibania mambo niliyohitaji kuyajua kutoka kwake! Hata nilipomuuliza kuhusiana na ni nani alikuwa mmiliki wa nguo zile, hakupata kuniambia uhalisia wa mambo, bali ndio sasa niliamsha mori wake wa kutaka kunitimua ndani ya nyumba yake na kunichukia hata zaidi.

Ama kweli haiba yake niliyomjua nayo kwa miaka mingi, huruma ya moyo wake aliyokuwa nayo, ucheshi wake aliozaliwa nao, vyote vilikuwa vitu vya kudhaniwa na kufikirika tu bali kwa sasa vilikuwa haviko tena kwake.

Maneno ya matusi yaliyolemaza ulimi wake kutokana na uzito wake enzi zile, sasa aliyatamka waziwazi bila uoga na kujali kokote. Ulimi wake na akili yake sasa havikuwa na mipaka tena. Alifikiria na kutamka chochote mbele ya mtu yeyote mahala popote pale.

Niliyakumbuka maneno ya bibi yangu, ambaye sasa ni marehemu. Mwanamke mzaramo kutoka Tanzania aliyekuwa mwalimu wa unyago siku zile za aushi wake aliponiusia,

"Uzuri wa mwanamke babuu si wajihi wake bali ni tabia yake njema!"

Mwanzoni maneno hayo yalikosa maana kabisa lakini siku zilivyokuja na kwenda, nilipata kiini cha funzo ndani ya msemo wake huo. Lakini nilikuwa na wazo kuwa nyanya alisahau kunieleza kwamba mambo hugeuka na pia watu hugeuka kadri miaka inavyosonga mbele hivyo, nilihitaji ushauri wake pia juu ya kupambana na mabadiliko ya mambo na watu kabla ya mauko yake duniani. Mola ampe pumziko jema ahera.

"Mola ni mweza wa yote. Yeye ndiye kanijalia na ulitima na ndiye atakayeuonyesha njia ya kutokea ndani ya maisha yangu wala sitapiga kufuru kwa lolote."

Maneno haya yalinitoka mdomoni mwangu kimya kimya huku machozi yakinidondoka na kusaki kwenye sweta niliyo-okuwa kavaa ili kujikinga kwayo na baridi ya huko hadi kifua kikaloa machozi chopi. Tangu nivuke kipago cha mlango wa nyumba ya Lulu na kuingia ndani, alikuwa hajanionyesha upendo wowote siku ile na sasa kulikuwa usiku! Bado nilisum-buka juu ya uwepo wa mwanaume ndani ya chumba kile na licha ya usumbufu wangu juu ya jambo hilo, yeye halikumghasi ndewe wala sikio. Siku hiyo alikuwa kwenye mapumziko ya siku moja kwa hivyo, alishinda mle chumbani kufanya usafi wa ndani ikiwa ni pamoja na kufua nguo zake na kukung'uta ghubari kwenye rafu, madirisha, kabati, na kwenye masanduku yake ya nguo pamoja na kuosha vyombo vya mekoni na nyumba. Alikwisha fanya kazi zote hizo pasi na kunisemesha jawabu lolote!

Jioni ile, nilikula ugali kwa nyama ya ng'ombe ya kuchoma iliyokuwa imechanganywa na mseto wa kachumbari ya pilipili, kabeji, karoti na nyanya. Mara hii hakutaka tule pamoja kama ilivyokuwa kawaida yetu mwanzoni. Alijipakulia chake nami changu, tena akanipa mgongo alipokula hakutaka nimtazame alavyo. Nilipomaliza kula aliamka chini sakafuni alipokuwa ameketi na kunikosha mikono na pia kunikabidhi bilauri ya sharubati baridi ya machungwa halafu akanitamkia,

"Karibu mpenzi wangu. Asante mpenzi wangu."

Nilimjibu kwa sauti ya upole tena iliyojaa hofu na mashaka! Moyo uliniruka na damu yangu ikazizima mwili mzima! Tangu asubuhi nilikuwa nimetamani maneno yake ya ukarimu na mahaba kama yale, lakini hata neno moja halikumdondoka kinywani mwake lakini... lakini... mbona sasa ametamka vile? Naye kumbe alitaka kuchezea akili yangu tu bali hakuwa na mapenzi yoyote kwangu! Alijua nilikuwa mtumwa wa mapenzi kwake, tena ndani ya malango ya jela yenye ulinzi uliozagaa na kutandawaa si haba. Ajaribu kuruka mtu, ale risasi papo kwa papo.

Kwa maana hiyo, alijua kuwa angeweza kuikunja na kuikunjua akili yangu atakavyo alimradi apende kufanya hivyo wala hapakuwa na upinzani wowote! Hakuhesabu uzandiki na uzaghama mkubwa alonifanyia bali, alijali matokeo ya vitu hivyo viwili! Lulu alitaka kunitesa kwa mfululizo. Pale kitandani pia kulikuwa na kipute...! Hataki nimguse, hataki nimsogelee. Kila kitu niliwekewa mipaka!

Hakuna jambo linalosutwa na akili ya mja kama kuwekewa mipaka! Alipodinda kwa mambo yote, niliona bora kuanua kigodoro kilichokuwa juu ya rafu ili nikibwage chini sakafuni nilale hapo peke yangu lakini wapi? Lulu alinitolea jicho pima!

"Hebu wacha mara moja hilo godoro, au nipige firimbi uje kunyanyuliwa mara moja!" Sauti ilimtoka kwa cheche za hasira. "Unajifanya kichwa, umshinde nani mwehu wewe, kama hunijui hebu endelea kufanya ufanyacho unitambue leo hii wala si kesho!" Aliendeleza mkupuo wa matusi na vitisho kwangu. Kweli kauli yake ilikuwa ikiashiria uhalisia wa dhamira yake. Bila shaka angeweza kuniletea balaa yoyote kama ningeleta ubishano juu ya jambo hilo nami polepole nikafyata mkia kwani Jogoo la shamba katu haliwiki mjini.

Nilirudi kulala pale mfumbatini mwa kitanda. Usingizi wa popo nakwambia, mbele siruhusiwi kusonga, na kwenda nyuma nako ni kubingiria! Usiku kucha nililala kitandani... la hasha! Uneni sahihi ni kwenye mfumbati wa kitanda! Nilijihisi ovyo sana. Nilijihisi ninataka kitu alichokijua Lulu, lakini mandhari ya mawazo yetu yalikuwa yakibaidika kama usiku na mchana hivi kwamba singekuwa na muda wa kufanya maombi ya kitu hicho! Mimi ardhi kavu, na yeye peponi!

Kuendelea kutamani kitu hicho hakungebadili taswira ya mambo jinsi yalivyokuwa. Mwenye shibe hamjui mwenye njaa. Ilivyo ni kwamba, Lulu hakuwa na hamu yoyote ya 'kunipashia moto kipande changu cha mhogo!' Lakini ningefanya nini? Na niseme nini? Na niulize lipi? Mamlaka sina, na pesa nazo sina. Pesa ndizo zilizonikosesha! Yamkini pesa huleta mamlaka, na mamlaka huleta madaraka, na madaraka huzaa utawala! Lakini maskini sina hela ugenini nitafanya nini jamani? Kilikuwa kilio cha samaki machozi kwenda na maji.

Halafu ghafla kulitokea sauti kutoka nje iliyokuwa na lahaja ya kati ya Kimeru, Kikikuyu au Kinandi ikisema na Lulu ndani ya chumba kile. Lulu alikwisha isikia sauti na kujua mnenaji ni nani, lakini kwa makusudi akaamua kunyamaza! Sauti tena ikarudi kwa kishindo mara hii! Lakini Lulu alifanya kunyanyuka na kushika miimo ya mlango na kuzungumza naye kwa maneno ya kunyatianyatia. Kupitia mwanya mdogo wa dirisha niliweza kumwona mtu mwenyewe ndani ya mwanga wa mbalamwezi. Alikuwa amekauka na mwili kumkukutaa kama mwanariadha. Alikuwa mrefu wa kupigiwa mfano. Alikuwa mmojawapo miongoni mwa maafisa wa polisi katika kituo hiki, ila jina lake sikulifahamu vyema. Ni mara ya pili sasa kupata kumwona bwana huyu akija nyumbani kwa Lulu, kila ninapofika kumtembelea.

Lakini mara hii mbona kaja usiku? Nilijiuliza. Mara nyingine tuliwahi kupiga soga naye pamoja na Lulu tukiwa nyumbani mle. Mara ile ya kwanza singeweza kumshuku kwa hali yoyote ile kwa sababu ilikuwa mara yangu ya kwanza na singeng'amua mara moja marafiki na maadui zake Lulu pasi na kushuhudia kwa macho au pengine kuambiwa na mwenyewe.

Baada ya kunong'onezana, Lulu alirudi ndani na kujibwaga kitandani. Kimya kikali kikatugubika sote. Waama ndani ya kimya hicho vuguto la hesabu za kuongeza na kuondoa ziligongana ndani kwa ndani akilini mwangu juu ya tukio hilo lililonitia kiwewe zaidi.

Hauchi, hauchi unakucha; asubuhi ikawadia. Lulu alidamka kutoka usingizini wa kwanza, kati ya saa kumi na kumi na moja alfajiri. Alitaka kujipanga mapema na kazi zake za siku ile. Mwanzo akoshe vyombo vya jana na kisha nyumba; pili atayarishe staftahi; na tatu akoge; na atakapomaliza kujipodoa na kujipuna usowe, ndipo astaftahi; tena awahi, kwa wakati, paredi ya Jumatatu asubuhi ile.

Kuta za chumba chake zilikuwa zimeangikwa magwanda ya polisi ya kila aina. Kutoka vazi lao la msituni, la ghasia, la sherehe, pamoja na la afisini. Nilijiona mwenye bahati sana kuweza kukaribia hata kuyashika kwa vitanga vya mikono yangu majoho hayo ya kiserikali, ambayo kwa miaka, nilikuwa nikiyaona kwa paa tu. Nikiwa pale kitandani, niliwaza siku zile za mwanzoni. Hasa niliwaza siku zile Lulu alipokuwa nami Arusha mjini, asubuhi kama ile.

Kama kawaida wakati kama ule ningepewa maji ya moto ya uvuguuvugu, nikakoga na halafu nikarudi sebuleni kula mseto wa mapochopocho niliyoandaliwa mahususi na kibibi wangu mahabubu. Ama kwa hakika enzi zile mambo yalikuwa ya Uswahilini nakwambia! Kulishana na kupakatana usiulize, mithili ya raha za mji wa Tanga kama zilivyoelezwa katika wimbo wa taarab ulioimbwa na kikundi cha wana Babloom Modern Taarab kutoka Tanzania, unaojulikana kwa jina la 'Tanga kuna raha.'

Sasa mkabala wangu hakuwa Lulu yule wa miaka ile. Ametulia tuli, wala hana haja nami tena. Kitu kimoja tu kilichompa ugumu kufanya nikutamka kwa ulimi wake kuwa alikuwa hanitaki tena! Lakini baada ya ganzi la ulimi wake kutoweka, hatimaye siku ya pili ya mkao wangu kwake aliweza kuenua ulimi wake na kunieleza wazi tulipokuwa faraghani.

~

"Leo jipange, kesho utarudi ulikotoka! Siwezi fuga paka shume hapa, umesikia?"

'Sawa nimesikia.' Nilimjibu bila kusita.

Imamu asemapo jambo, maamuma lake ni kuitikia tu! Niliitikia mwana wa marehemu Mzee Kakai, japo kwa wingi wa mavune ya moyo ...

Alipokwisha kutamka hayo, yeye huyooo! Akaenda kazini kwake. Hakutaka kusimama kusikiza upinzani wowote kutoka kwangu wa mambo aliyokuwa kanitamkia!

Ahah, donge la ukiwa lilinifukuta moyoni mote, nikajihisi mnyonge sana. Miguu yangu ilikosa nguvu za kukibeba kiwili-wili changu! Aibu imekwisha nipagaa, natamani ardhi ipasuke, inimeze mzima, niziondokee nazaa za kufululiza!

Polepole niliiendea karai ndogo ya kuogea na kuitwaa, halafu nikadondoa nguo zangu chafu moja baada ya nyingine kwenye ugwe na kuzitumbukiza ndani ya karai ile. Nilizifua, nikazianika, na zilipokauka, nilizianua juu ya kamba pale kwenye baraza ya nyumba ya Lulu na kuzipanga barabara kwenye begi langu dogo, tayari kwa safari ya keshoye ya kurudi mjini Mombasa hasa eneo la Likoni.

* * *

Nakumbuka mara ya mwisho Jumanne ile ya tarehe 30 Oktoba mwaka wa 2008 nilipotoka kituo cha polisi cha Kabati huko Murang'a. Lulu alifanya kunirushia nauli yangu, asubuhi mbichi, nilipokuwa nimekaa kwenye kiti cha henzirani ali-chokipenda sana kukikalia hata zaidi ya vile viti vyake vya bei; halafu akanena,

"Chukua nauli hiyo na nikirudi nisikupate hapa, na usiwahi hata mara moja kunipigia simu kizuka wewe! Niache na mai-sha yangu, nimekuchoka na sikutaki tena akah, mbona husikii weweeee!"

Hah! Alipomaliza kunena hivyo alitoka nje na kusukuma mlango kwa nguvu nyuma yake, nao mlango ukafungika kwa kishindo kikuu, 'Diiiihh!'

~

Maskini ni jalala la kila aina ya uvundo! 'Mapenzi hayapo kweli ama hayatakuwepo tena.' Nilitafakari.

Alinichukia ghaya ya kunichukia. Na kama si kule kuogopa sheria, angeliniua kitambo tena kikatili na kunitupilia mbali huko katika mbuga za wanyama ili niliwe na kina mbweha, fisi na tai. Ole wangu, nisingelitimiza ndoto yangu ya kuisimulia hadithi hii.

It's All About Money

- *Matano Nyundo*

Lulu must have regretted beyond any reasonable doubt why she once submitted herself to a poor young man from Mazola village. A young man who had drained her riches every day of their relationship. A young man whom she had, in the long run, developed compounded hatred towards for failing to prove that he was her undisputed Mr Right. Unfortunately, that young man happened to be me, Bibo, the son of the then infamous poor villager, Kakai Kisembele.

Granted, Lulu and I never came from the same financial bracket. Comparing our financial background was like comparing a rickety motorbike with a heavy commercial vehicle. Nevertheless, despite their crushing poverty, my parents loved one another so much that you would think they had been siblings. The two paupers are the source of my hopeless origin.

On the other hand, Lulu was a beautiful young woman from the Maa community. She came from a rich family far removed from my poor background in Mazola village. It happened that when she financially ascends, I descend and when she descends, things get even worse for me. Both her parents were former government officials who served in various ministries in Kenya. It is through that professional journey that they accumulated money and other material things.

~

These days Lulu lives in a different world, totally abstracted from this planet earth. That is why I find myself hopelessly yearning for her love. As it is now, I have to accept the fact that we are separated forever. Before the permanent separation, we were – to put it mildly – enviable lovers. As a matter of fact, we were indeed approaching our wedding day when she decided to abruptly put an end to our love. I had since the beginning of our relationship vowed to keep the promise to love her forever. Moreover, I had made this covenant known to her for in the blindness of my emotional attachment, I had gone beyond a point of no return. Yes, I could no longer equate or replace her with anyone or anything for that matter on earth.

Now as I refresh my memories of her, I feel some mental discomfiture, betrayed and even somehow molested. Around my strong desire to love Lulu for life, there were multiple genuine causes that kept the fire burning on and on and on... the most admirable symmetrical curve of her soft hips, the beautiful and brilliant face that God gave her, the setup of her crystal white teeth, her well-proportioned waist that resembled that of a mare, were the primary reasons that attracted my eternal love towards her.

To be honest, I loved Lulu without any reservations. I loved her purely out of the strength of my will. I poured and displayed all my love towards her fully. I never knew that I was creating a problem that would boomerang on me later. Today, it scares me when I remember her derisive last words. Words that, needless to say, heavily traumatized my loving heart as they harshly came flowing out of her lips during those blind days of our love, just before we came to part ways. Her last words made me feel like I was not worth living.

Lulu was not an ordinary woman to me then. I compared her to the biblical Promised Land: that land of milk and honey. The land of gold, bronze and silver. Above all, the land of eternal life and all possibilities. The land promised to be eternally inherited by righteous people. Her love for me was like a sunflower that had bloomed in the midst of the desert because, despite loving her beyond limits, I didn't have adequate financial means to propel our love to the next logical level. Whenever I heard a voice similar to hers from a distance, I would move as if in a trance till I was able to confirm that it was her that I'd heard. Upon confirming that it was indeed her, I would completely succumb to the captivity of her magnetic love.

To better highlight Lulu's financial background, she was the only child to the family of the veteran political gurus, ex-Kenyan government ministers Mr Celeste Mtitigo and his wife Madam Hilda Zenga Gamoyoni, popularly known as Mamalao. Their only child, Lulu, had nothing to long for under the sky. Immediately she completed her high school education, she decided to look for employment. Oh yes, she wanted to entertain the curiosity pervading her heart; that of wanting to eat from her own pocket as she now considered herself a full-grown person at that age of nineteen years. She now believed that the right time had finally come for her to walk out of her parents' support base and fly away towards her own direction.

Her month's long search for a job finally succeeded as she was recruited to join the then Kenya Police Force. Although to her that sounded like a big achievement at that time, I received that news with a pinch of salt.

I had lived to muster all weaknesses as well as strengths that defined Lulu's personality. To give a fair assessment of her, Lulu was not fit to be a police officer considering that she was polite by nature and, in addition, resistant to directives. These were traits that went contrary to the demands of that job. In my opinion, the job demanded an aggressive person who does not shy away from taking orders from her seniors at any given time.

At the time all these thoughts went rushing through my mind in a frenzy. I was living in Arusha, Tanzania, where I worked as a vegetable vendor. I did that job passionately in those days, and sooner rather than later, I became famous all over Arusha town. Daily, I pushed my hand cart loaded with fresh vegetables from Ngaramotoni market to the Maasai Baba Bus station, a distance of not less than three kilometres. My cousin Teddy was, I dare say, my keeper as he provided me with shelter and a bed to sleep on in that city.

~

Teddy was a muscular, well-built person in his mid-forties. He had ebony skin, was tall and plump. He was somewhat bald-headed with a difference, for his hair thinned at the forehead but gained prominence towards the back. Just above each of his big ears, though, it got bushy. This man was born forty-five years ago in Kidoti, southern Tanzania even though now he was living in Mbezi. Mbezi is a special subdivision of the entire city of Dar es Salaam. This area was mostly patronized by the city's high and mighty. Teddy was rich, too, but somewhat so rich compared to the majority of residents in most of the city estates.

Life in Arusha town became a daily struggle to survive. I began doubting my resolve to lift myself out of the grinding poverty. Slowly and steadily, I gave up my fighting spirit. In its place, my mind was assailed by heavy thoughts that further sti-fled all my earlier hopes. As a matter of fact, this state of affairs started way back in Arusha. In the end, I found myself skipping my miserable meals. I was in bad shape. I decided to travel back to Kenya to meet my lovely Lulu before she eventually set off for Kiganjo Police Training College. When I arrived back in Kenya, I found her in the last stages of her preparations before taking off. I faced her eyeball to eyeball.

A mixture of happiness and sorrow swept over me as I fixed my gaze on her. My heart was seized with a strong desire to quickly nullify her journey but in a twinkling of an eye, I remem-bered that I had no money whatsoever to offer her an alterna-tive. Come on, can you stop dreaming what you cannot execute in life, I told myself. That statement sealed my dismay. Just like the legendary taarab music composer at the coast sang: "love is very dangerous if you are poor, it can shut your mouth and strip you of your dignity."

* * *

The dark days came after my tertiary education. I had not earned any money yet to meet most of my daily needs. In fact, I had stayed for long now without putting a single coin in my pocket. Since I started training for my profession in the City of Mombasa after going back to Kenya from Arusha, most of my friends started distancing themselves from me because I did not, for example, have money to contribute to our entertainment during our regular hangouts. The only people who were still willing to assist me were my lovely Lulu and my elder brother Makumbusho. However, it was becoming obvious by the day that Lulu was developing some questionable character that baffled me.

Whenever I tried reaching her through a phone call or via a text message, she would pretend that she was in a noisy place. She would promise to call me back when she got to a quiet area, but would fail to return the call till the expiry of the day. Then all of a sudden, she decided to pick my calls and answer my text messages whenever she felt it was necessary to do so to her benefit and whims.

Now that our love had been invaded by a strange, wild, carnivorous animal, I found myself struggling hard to put things back in a straight line. Whenever I asked her why she was no longer interested in me, she would erupt, calling me all sorts of unflattering names. Even when I tried to take her along our past wonderful memory lane, she refused to play ball. She, in fact, became uncharacteristically brusque and combative. To her, I no longer made sense. In other words, I was simply valueless and irrelevant.

Oh yes, to love is to abandon reality and hence to refuse to see any weaknesses your love might harbour. It also means being willing to close one's eyes to the many downsides your love may manifest while you are still in the seventh heaven of passion. Things rapidly change when reality strikes back. That's exactly what happened to me. Despite the prolonged insults, mockery and bullying aimed at me by my lover while we were both still at the apex of our love, I saw no evil and heard no evil. I felt I even loved her more and more. Wasn't it said that love is blind? Whoever said that must have meant this experience. The bottom line is that a poor person, such as myself, is always voiceless in front of the rich one, period. Now I began to give in to this ancient philosophy attributed to the earliest thinkers on earth after going through a sad chapter of love between the two of us.

~

Lulu must be seeing another man, I thought all the time. She currently believes that staying alone is actually fulfilling all her needs; that is entertaining herself, combating and realigning her own issues et cetera et cetera. She now believes that getting married is like welcoming self-inflicted illness and unnecessary commitments. To her, changing focus from one man to another is the new way to go. It is a good thing to embrace going forward and it is a game of opportunities. It might also turn out to be a solid source of her good living.

She could no longer be physically satisfied by one man, in this case, I, Bibo. Surely, the distance between us had, on the other hand, greatly contributed to our spiritual separation. However, we could do nothing about it at that moment. All the same, distance was just one of the reasons of our separation but my poverty was indeed the main cause of the turn our relationship had taken. Lulu must have replaced my love with someone else's even though I did not know who the person was at that time. Love now was just like an imaginary thing to her. Money. Money. Money... was the only thing that mattered to her before accepting even a date proposal from any man. I found myself in a trap after our love went sour.

My wish to see Lulu face to face in spite of all the tell-tale signs was to dare her to disown me publicly. If what we had done together all this while was now worth nothing, then I was willing to take my own life for her sake rather than continue with the emptiness caused by her abandoning the wonderful life we had and, better still, the dream of an even better future with me as her husband. For me, failing to live that dream was unthinkable. It was worse than death. I chose death, for as they say, it is no loss for the housefly to die on a wound.

All the same, discomfort filled my heart. I felt I needed to get some quick money to enable me fix my disappointments, but I could not have that quick access. What can I do to retain her? a question cropped up in my mind. At this juncture, I remembered the story of the late Fujo Tembele, the beggar and entertainer from our village, Mazola. The village belle, Hamida, had walked away from their relationship twelve years ago after Fujo failed to marry her. The consequences of that failure were devastating.

For many years, I lived in fear of the consequences as related in that story. Yet now here I was, experiencing the same: broken promises and fearsome consequences. Doubtlessly, love and betrayal were what claimed the young life of Fujo after having been rejected by his beautiful girlfriend, Hamida. It is in that context that I wanted Lulu to let me travel to Kabati, her first deployment police station, to meet her, just to remind her of our beautiful past. My aim was to try my best to seduce her to love me back as she had done in the days gone by. I knew it was not easy to accomplish that mission but I was determined to succeed and eventually I succeeded, for she finally invited me to make the long trip to meet her.

I found out that she, indeed, needed to see me after all this mess for a long time. When I met her for the first time in Kinango, my hometown, she had not previously made love with any man. Could that be the reason she had finally accepted to welcome me to Kabati and probably back to her life? A feeling of joy was forcing its way back into my brain, accompanied by such a plethora of questions. After making thorough preparations for the trip, given my pecuniary circumstances, I was ready to head to where Lulu was. I took off the following day in accordance with what must have been planned by God Almighty.

Still, while on my way to Kabati, I was very restless. In that happiest night of my journey, I found myself calling my darling on the phone aloud, not once, but several times. In response, she asked me more than twice if I knew the places where I was calling from. Sincerely, I did not mean to disturb her with my calling her in the middle of the night every now and then, instead, I wanted to quench my thirst for her through listening to her soft voice. I observed some strange behaviour from Lulu. She wept copiously as we communicated via the phone. This was new in our relationship. I wondered whether this was real or she was feigning being completely overcome by emotions. I started suspecting that all would not end well. However, I nipped that evil thought in the bud. All I wanted was to meet my love once again after all

these years of separation. I focused on my journey and arrival at
Kabati and the grand reception I would receive from her.

* * *

Due to my financial constraints, this time around, I could not
afford to board a bus as was usual. Instead, I hitchhiked from
Mombasa to Nairobi. The lorry driver picked me up from the
Kenya Ports Authority parking yard and left me in Athi River,
Nairobi, where I would pick another vehicle to Thika town, then
another one to Kabati Police Station in Murang'a. As usual, heavy
lorries move very slowly on our Kenyan roads. Consequently, I
took several hours on the road. By around 8 a.m. next morn-
ing, Lulu started calling me frequently, with a tinge of suspicion
in her voice. The longer it took travelling, the more the calls.
She started adding rude questions into the bargain. She yelled:
"Come on, are you coming or what? Or is that a reflection of the
collective stupidity of your family? Heeh! don't step on my toes
please. In fact I regret having allowed you to come this way. If I
may ask, what are you coming this way for, anyway? Eeeeh...?
Tell me... speak uuup... what are you coming to Kabati for? Stu-
pid! Hurry uuuuuuuup or else you will sleep outside when you
finally get here... stupid!"

That was a new Lulu to me. Was I shocked? That I was late
was indisputable... but the reception. Granted, I had not notified
her about my new mode of transport and so she was almost mad
at me. The facilitator of this journey was me, as opposed to the
olden days when she used to be the financier of all my trips. I
did not want to be a burden to her this time round. Instead, I
wanted to ease the burden on her, expecting that that would be
appreciated, not this.

Now that she had authorized me to visit her in Kabati, I had
no doubt that God would lead the way through my journey. Who
loves the poor and for how long can he do that? Anyway, I was
forced to overlook her insults in anticipation of a better recep-
tion at the end of the journey. Unfortunately, this ostensibly was
not my lucky day.

There was drama in Nairobi. Had I got lost, who would have come to my rescue? Everyone seemed to mind their own businesses in this city. The way people walked hurriedly, passing one another without greetings, showed me that Nairobi had a character different from what I was used to. I could not recall where I was exactly. Luckily though, as I walked along the Duruma Lane, my eyes fell on a signboard with destinations such as Thika, Murang'a, Karatina, Kenol, Muthaiga, Kabati, among other places neatly indicated. I heaved a great sigh of relief. It was now 11 a.m. I was still struggling to get my way to Kabati from the city centre. Meanwhile, Lulu's stream of calls flowed incessantly. She demanded to know my whereabouts, for she had expected my arrival since 7 a.m. However, my current location was chaotic, defined by a lot of noise from hooting vehicles and the yelling of touts as they sought the attention of potential passengers.

In addition, hawkers advertising their merchandise contributed generously to the state of total chaos. This had the immediate effect of rendering it impossible for me to hear what Lulu was saying over the phone. Finally, I managed to board a Toyota mini-bus, and off I headed for Kabati. Through the noise, I had heard her mention Thika town, but I did not know for what reason. In a way, to keep our communication going, I told her through a text to send a message to inform me all she wanted to say but, to my big surprise, she kept calling me. Anyhow, by this time, it had become obvious through a myriad of signs that Lulu was no longer interested in me. She started dishing out excuse after excuse to crucify me.

All I could do in response was try my best not to give her a chance to trap me. She still hated me for being compliant. Thus far, it did appear that I had come to a crossroads with her. She was happy to bag me in the trap. She thought I was avoiding her calls on purpose and so she used that avenue to execute her mission against me. Now she eagerly waited for me with fully loaded venom with which to liquidate me upon my arrival at Kabati. I muttered in dismay, unaware as to what exactly would happen at the end of my journey. All the feigned baby cries, the mockery, the bullying and the insults from my darling Lulu put me in an emotional dilemma. Add to that the declined messages that I sent to her in order to save our faltering communication. That was another cause for concern.

I knew there was a time bomb waiting to explode somewhere. It was a busy traffic day in Nairobi and congestion was everywhere. Thousands of pedestrians walked hurriedly as though not sure of where they were heading to. However, our driver had a duty to muster the speed needed to navigate safely through such crowded roads in the City of Nairobi before proceeding to Kabati. From the whole journey, I had only started out with 250 shillings left in my pocket. Mind you, I had earlier used fifty shillings as bus fare from Athi River to City Centre, and I was left with only two hundred shillings between me and utterly being broke. Out of it, I paid 150 shillings to take me from City Centre to Kabati. The remainder was just fifty shillings!

Confusion happened and condemnation followed. The conductor had miscalculated my change after I gave him a two hundred shillings note. Instead of giving me fifty shillings, he gave me one hundred shillings as my change. Being a virtuous person, I decided to remind him to take back his extra fifty shillings. Surprisingly, this action caused a hullabaloo. I was condemned by my fellow passengers unreservedly. Anyway, I never let this turn of affairs bother me. I remembered what my mother had warned me against: keep off lusting for other people's money and properties. From the look of things, I concluded that they were all non-believers and never subscribed to any religious norms and teachings. To them, I was a different animal in their ecosystem. On the other hand, the conductor thanked me for the reminder and wished me well: "God bless you brother and I wish you a long life." "Amen! Amen! Amen!" I replied.

Finally, I arrived at Kabati Police Station bus stop at exactly 1 p.m. I found my host fuming. I tried to stretch my arms to hug her, but she declined the intimacy.

"Hi darling, how have you been all these years?" I forced a quick smile on my face as I greeted her while she led me to what looked like her servants' quarters. She just kept quiet, a clear indication that I was no longer valued by the woman who had promised to love me forever. I still carried my small black bag which was full of my tattered clothes. Lulu never bothered to say even a word to me. Shortly, she made up her mind and grabbed my bag from my left shoulder; perhaps to minimize her feelings of shame from her colleagues. She kept quiet for two hours as I took a rest in her house. In her living room, where we sat regarding each other, there were clear signs that she was living with another man. However, he was away at that moment. The presence of a man's pair of trousers inside Lulu's bedroom, a vest, a pair of sun glasses and other male gear were all tell-tale signs.

Above all, a photo of a man hung on one of the room's well-decorated walls. The man in the photo, my jealous mind led me to believe, was probably the owner of all those masculine paraphernalia... He could even be the owner of the house. Did I get mad. What could I do, though? I was poor... I was speechless before my very sweetheart. I finally mustered some courage and called out her name.

"Lulu."

"Yes dear," she replied, her eyes on my face. I noticed a quizzical look on her pretty face as if I now had a strange mark on my spotless face. Then I babbled the following words: "My dear Lulu, I have travelled the whole distance to come and see you. I have never suffered any madness or any mental disorder for that matter. I have done this precisely because of my love for you. I remember the very first time I declared my love for you. Since then, I have not changed my mind. I want you to know that I will never change my mind in regard to us till death separates us. Surely, there are no beautiful moments that I can assure you I have really enjoyed than these moments that we have been mutual friends and lovers. I don't care really whether people call me a fool, but it's all about loving you, which I do unreservedly."

I took a deep breath before continuing, "I have personally chosen to follow the will of my heart that guides me forever no matter what. You are the only woman that I have, so far, been intimate with. Now the arrow you have hit me with has perforated a dangerous nerve in my heart and I fear that I may even die. Truly, you are killing me."

~

The words came off from my mouth, followed by a deep chocking cry. As I spoke to her, she kept popping out her eyes without saying anything. My words seemed not to have changed anything in her mind whatsoever and her mind seemed fully occupied by thoughts of her current lover. Her heart seemed to have no space for my love. Since getting into the house, I had not been offered bathing water, food or anything to make me feel welcome. Besides, I was famished. Nonetheless, the environment was not conducive for a visitor of my kind to ask for favours. Then she rose from her chair and left in a huff before I could even conclude my declaration of undying love.

Maneno ya kipuuzi, stupid words, she yelped as she walked towards the kitchen. She could not wait till the end of what she considered were my silly words. I never uttered one more word to her. Had she invited me to visit her so that she could expose me to what currently occupied her mind and heart? I felt reduced to a heap of nothing in her estimation. I entertained the idea of making a U-turn... going right back to where I had come from. I made a reality check, though. I asked myself as to how that would be possible with absolutely nothing in my pocket, having spent the last fifty shillings on airtime. The unflattering situation kept pressing on and on in my mind as I lay inside Lulu's servants' quarters. My big worry now was about the male character that was the owner of the premises around this place. I worried about how he would react when he found me lodged with the woman he probably called his wife right inside his own bedroom.

I was very scared of him even though I could not tell his actual size and shape. For sure, I was not ready to find myself in a slaughterhouse. I did not know initially that Lulu was that secretive till I found myself in this triangle. Her own money also had given her more power to say the tough words she seemed to avoid in the past. Now her tongue seemed to be devoid of any limits for she would think and say anything at anybody and anywhere she chose. I remembered the philosophical words of my late grandma: the true beauty of a woman lies in her behaviour and not on her facial appearance. Initially those words of wisdom did not carry any meaning to me. Now, however, I so felt their

value as I closely regarded my love, Lulu. Without any doubt...
but there were other considerations now.

One thing my grandma did not tell me is how I would cope
with changes in case later, a pretty woman changed her behaviour
from good to bad. God is able to do anything. He is the one who
let me experience this poverty and he is the one who will get me
out of it. So I will not blame anyone for it, let alone blame myself,
the thoughts came out of my mouth in the way of a whisper as
cold tears kept wetting my chest. Since I entered Lulu's house,
she had not shown me any sense of love or even a welcoming
feeling. It was now getting dark. The darker it became, the more
fearful I got. I was in the dark as to what my fate would be in that
house. Lulu was on her second day off duty and thus she did all
her household chores silently without bothering to engage me in
conversation. That evening we ate mashed potatoes and boiled
meat; a meal she knew was my favourite. This time round, she
never wanted us to share the meal in one plate as we used to
do in happier days. Instead, she served mine separately. *Karibu
mpenzi*, welcome my sweetheart, she told me. *Asante mpenzi*
thanks my dear, I replied.

I was surprised by this sudden warm welcome from her, all
said and done in the most alluring of voices. It did not take long,
however, to come to the realization that she was just playing
around with my mind, for she knew that I was desperate for her.
She was pulling my leg. She was very much aware of her power
over me. She also knew that she was at liberty to open and close
my mind at her own convenience. Another drama took place in
her bed.... Lulu severely restricted my movements, making sure
I did not entertain any ideas. What was permitted in the past was
prohibited with finality now. To be precise, she made it clear she
never felt for my love. At long last, I decided to unfold a small
brown manila mat that was under her bed to sleep on beside her
bed. This caused her to react angrily.

*Hebu wacha mara moja hilo godoro au nipige firimbi uje
kunyanyuliwa mara moja kama mwizi!* Stop taking that mat-
tress or else, I'll raise the alarm and you'll be arrested like a thief.

Her voice carried some red-hot sparks of anger, and it sounded real.

Unajifanya kichwa maji umshinde nani, mwehu wewe? Kama hunijui, hebu endelea kufanya unachofanya, unitambue leo wala si kesho! You naughty idiot, If you have not known my true colours in the time we've spent together, then just continue with that prank and I swear you will know me better today and not tomorrow. She continued in that vein, prolonging her insults and threats to me. How possible is it for a village cock to crow in town, goes the Swahili saying. I went back to sleep on the bed, totally confused.

Money begets authority, authority begets power, and power begets the right to rule over the downtrodden. After experiencing all this at the hands of those with power, I began wondering how I would go on with my normal life. All of a sudden, I heard a deep voice from outside. I was like, what? Lulu had also heard the voice, but she purposely kept quiet. Again the voice called out, even more loudly accompanied by a big bang against the door. The caller demanded that Lulu open the door at once or else... The woman rose from the bed and went to talk to the caller in the lowest of tones. Through the small opening of the window, I could see him clearly under the bright moonlight. He was a lanky, athletic, middle-aged man. I could see he was a policeman, probably one of the officers who resided in that police line. I recognized him. It was my second time seeing him, but I wondered how come he had visited Lulu's house at that time of the night. After a short conversation, Lulu came back to sleep and the man disappeared... or so it seemed.

The night was too long for me but finally, it dawned. In the morning, I remembered those bygone happiest days I used to share with my dear Lulu back in Arusha... I wept. I really missed her childish jokes, her delicious meals, her inspirational messages and above all, her abundant love that at that time I thought was too scarce to find on earth. In that early morning of the second day of my visit to Lulu's place of work, I was unceremoniously chased away from the vicinity of Kabati Police Station in Murang'a by my very dear pearl, Lulu. I remember the event very well. I remember even the date and time. It is all etched in my mind. It was on 30th October 2008, at around 6.30 a.m., when she threw my bus fare at me.

"Take that bus fare and I don't want to see you here in the evening... and don't call me, ever again, you idiot... Leave me alone with my life. I'm fed up with you and I don't want to see you around me any more. Do you hear me, you idiot?"

Having said so, she hurried out of the house and slammed the door in her wake. I knew now that she harboured a huge, irredeemable hatred against me. I surmised that were it not for fear of the law of the land, she would have long ago killed me and thrown me somewhere in the parks to be consumed by vultures and some of the scavenger beasts found in plenty there. Poor me. However, I say God is Great. For had she succeeded in her resolve, I would not have been around to fulfil my dream of narrating this story to you.

Postscript
~
Creative writing and translation as literary activism in Kenya

The stories in here were born through a creative writing and translation workshop that brought together writers and translators working across different languages spoken in Kenya. It was an ambitious project and after four days tucked away in Naivasha, the conversations around language use in Kenyan literature took on a historical and political perspective. We moved from discussions on multilingualism to linguistic and cultural representations in Kenya, from the challenges of writing and translating without an established standard orthography to the challenges and possibilities of languages that exist in different dialects, from the skills of editing across languages to the process of creating local literary markets, among many other topics. Further, as the stories in this volume demonstrate, the writers were engaged with various short story genres such as the folktale, adventure, family drama and history, among others.

The connecting factor in these different approaches was the question of language use, specifically within a localised context. Most of the stories in the two volumes had the authors also serve as their own translators from the original. From a cultural and historical context, most Kenyans are well versed in two or more languages. In this volume, writer/translator Naomi Ndumba Kimonye presented her first draft in Kiswahili and then translated into three other languages: Kimeru, English and Ekegusii while Doreen Karimi Nyaga worked with an already published short story, 'Mama Mkwe' by Rayya Timmamy and translated it into Kiembu and English. The multilingual nature of the society from where these stories are sourced made it easier for this particular project to further explore the place of language in literature from the point of production and translation. However, we also continued to bear in mind the fact that literary translation is subjective and is also highly shaped by its socio-cultural and political context.

As is already public knowledge, there are more than 2000 spoken languages in the continent of Africa and in Kenya alone, there are more than 42 spoken languages. In this sense, when we talk about literature produced and translated into languages spoken in Kenya, there is always a gap in the number of languages considered. In this writing and translation workshop, for example, we had thirteen languages represented. In a country with more than 42 spoken languages, statistically, the few languages we focused on in the workshop are not representative of the country. However, from the open call for writers and translators that preceded the workshop, the thirteen languages used here represent some of the larger linguistic groups in Kenya and can therefore be used as a map in reading language and linguistic differences in terms of population distribution. This, therefore, allows a discussion on the hierarchy of languages in African writing and translation that has continued to create an imbalanced power relationship across different linguistic groups. The writers in this group were particularly concerned with ensuring that a decision to writing and translating in one Kenyan/African language does not lead to replacing one language with another and end up recreating the kind of power asymmetry they were trying to dismantle.

The multiplicity of the languages used here, therefore, is a conscious effort at dismantling this hierarchy but at the same it also serves to capture the sociocultural and political context of the place of language(s). In the Kenyan context, the fluidity and elasticity of language use in everyday speech is a significance aspect of Kenyan culture that has hardly been captured in creative writings and translations. This writing and translation exercise, therefore, is an attempt to capture the spirit of this age in Kenya.

Doseline Kiguru
University of Bristol
Doseline.kiguru@bristol.ac.uk

Acknowledgments

Writing is, in many ways, a solitary experience. However, the making of this book, from the writing process to the translation and the publishing process, was nothing but a collection of solitary processes. Much of this work involved the labor of many, all of whom we are very grateful to for making possible a multilingual anthology of Kenyan stories that reflect the everyday multilingual reality of Kenyan society.

I first thank the writers who answered the call to contribute to this anthology. While many answered, we could only work with those featured in these two editions of the book you now read in its various languages. Each of these contributors not only took up the challenge to write or translate in their mother languages but also worked across three languages for the first time. We salute their courage.

I also thank the mentors who offered their knowledge and time to guide the writers as they explored storytelling in their first languages and translated, most of them for the first time. We are grateful to Bedwaaq Cawsgurow, Kennedy Kunani Kayonzo, David Ole Munke, Prof Rocha Chimerah, Simon Kimonye, Dr. Phillip Lumwamu, Jane Bosibori Obuchi, Duncan Ogweno, and Gathu Gitua. I am also grateful to Otieno Owino and Dr. Beverlyne Asiko Ambuyo for their meticulous work in copy-editing the English and Kiswahili versions of each story.

Both Jane Bosibori Obuchi and Prof Kimani wa Njogu ran the three-day workshop in Naivasha, where many of the stories

~

now published here took shape. I benefited immensely from Mukoma wa Ngugi's thoughts while conceptualizing and curating that workshop. Both Lucy Irungu and Wanjiku Njagi did an incredible job as part of the production team. Paul Mwangi of Snapic Studios documented the workshop, and we have archived the conversations and the photos he captured at Ituika.org. Our Guest of honor, Henry Chakava, drew from his 50 years of experience to give context on publishing in Kenyan languages. We were privileged, during our pre-workshop Zoom meetings, to have Prof Ngugi wa Thiong'o share his longstanding advocacy for the publishing of African languages and challenge us to take this responsibility to our African languages with the seriousness it deserved.

Finally, I would like to thank Professor Madhu Krishnan and Dr. Doseline Kiguru at the University of Bristol who agreed to partner with me for the Inaugural Ituĩka Writing and Translation Workshop 2021. This translation project was funded through their research project titled 'Literary Activism in Sub-Saharan Africa: Commons, Publics and Networks of Practice' and funded by the European Research Council. Their project, led by Prof Krishnan as the Principal Investigator, explored the contours of literary activism in Africa with Dr. Kiguru as the Research Associate in charge of the Eastern African region.

Thank you to you all whose contribution to this work made a difference, many of whom did so indirectly. This work has come to be, because of the spirit of the African people, the spirit of building together.

Munyao Kilolo

Contributors

Nyatichi Makini is a PhD student at Moi University. She holds a master's degree from Kenyatta University and earned a teaching degree from the University of Nairobi. Nyatichi is currently a Kiswahili teacher at Nyaikuro High School, Nyamira County. Mwalimu Nyatichi is a poet and short story writer in the Kiswahili language.

Kapante Ole Reyia is an Economist working in the Public Service. He writes children's works and short stories in general. His work is published in two short story anthologies Lekuta and The Goats and Other Stories (Queenex) and Why Giraffe Has a Long Neck and Other Stories (Elongo). Other stories have been published in Lunaris Review and Itanile literary magazines in Nigeria. He was longlisted for the Inaugural Toyin Falola and the December 2020 Collins Elesiro literary prizes. In 2019, he went on a book tour in Narok sponsored by The Angama Foundation.

Peter Kuria Mburu was born in 1962 in Gikambura, Kikuyu and attended local primary and secondary schools. He trained as a teacher in Kagumo Teachers' College from 1982-1984. In 1998, he joined Kenyatta University and graduated with a Bachelor's in Education (Special Education) First Class Honours (2001). He graduated from the same university with a MA in Linguistics (2005) and a PhD in Linguistics (Phonology) (2021).

Naomi Ndumba Kimonye is a teacher by profession with over 10 years teaching experience. She holds a degree in Kiswahili, Masters in Kiswahili and currently persuing her PhD in Kiswahili all from Kenyatta University in Kenya. She is also translator and a writer. She has written one novel, two publications in different journals and currently working on other writings. She has also translated some of her works in Ameru and English Languages.

Dr. Isaac Nyabisa Oteyo is a computer scientist and lecturer at the School of Computing and Information Technology (Jomo Kenyatta University of Agriculture and Technology - JKUAT). He is zealous about African languages and the history of the African people and has written several stories to document his encounters with different cultures across the world (including My Journey to Makerere University and Experiences as a Beneficiary of Academic Mobility Scholarship and Riding on the rails of opportunities: from Makerere University to Software Languages Lab, Vrije Universiteit Brussel). His stories have been published as part of the working document series by the Regional Universities Forum for Capacity Building in Agriculture (RUFORUM).

Mwalimu Kefah Onchaga was born in Kisii-Kenya and has been a teacher for five years. His success has earned him the title" Mwalimu Kefah," and rightly so because he has been at the top in writing stories in African languages. Those who love fantasy tales and dinosaurs would be great admirers of his work. He went to Maasai Mara University, where he pursued a Bachelor of Education Arts in Kiswahili and religion. After graduating with honors in 2018, he joined Mount Kenya University where he studied Computer studies.

D. Simiyu Wanyonyi is a fiction writer in both kiswahili and English. He holds a bachelor's Degree in Education (Kiswahili and Geography-Moi University) and is currently working as an education editor in a media house (Nyota TV). Some of his published works are Simimi na Paka wa Mjini (Children's literature), published by Isahara Books, and a Kiswahili poetry book Umoja wa Mbilikimo which is a self-publication.

Doreen Nyaga is a practicing Swahili and Religious Education teacher. Applying constructivist, collaborative, integrative, reflective, and inquiry-based learning pedagogical approaches, Doreen has managed to guide students of varying academic capabilities to achieve optimal learning outcomes. Passionately invested in literature, especially the use of indigenous languages in writing, Doreen translated The Upright Revolution: Or Why Humans Walk Upright by acclaimed author Ngugi wa Thiongo from English to her native language, Kiembu.

Matano Nyundo is the author of the novel NI_PESA, which is his first novel ever written. He holds a diploma in journalism from the Mombasa Aviation Training Institute. Matano was involved in the creation of new editions of the Jommo Kenyatta Educational Publishers dictionary in 2014. Matano is also a veteran freelance journalist.

Doseline Kiguru is a Lecturer in World Literatures in English at the University of Bristol. She is interested in postcolonial literary networks and the different institutions of canon formation, exploring how they contribute towards African literary production and consumption. Kiguru's research recognizes that the field of cultural and literary production is a structurally oriented one in which power hierarchies are actualized in the literature produced and one that also runs the risk of privileging certain political, social, and economic values and identities. She is therefore interested in exploring the relationship between different agents in the postcolonial literary production industry and their influence on literature.

Munyao Kilolo is the Founder and Editor-in-Chief of Ituĩka Literary Platform. He previously served as the Managing Editor of Jalada Africa, where he conceptualized and led their inaugural translation project. The project saw one story, originally written in Gikuyu, translated into 100 languages. He also previously served as the director of the Mabati Cornell Kiswahili Prize and projects officer at the Ngugi wa Thiong'o Foundation. His writing in his mother tongue, Kiikamba, has been published in the 26th issue of Absinthe: World Literature in Translation. Munyao is pursuing a PhD in Comparative Literature at the University of California, Irvine.

www.ingramcontent.com/pod-product-compliance
Lightning Source LLC
Chambersburg PA
CBHW051104030726
47504CB00006B/1774